HÀ TƯỜNG CÁT ● ĐỖ D
NAM PHƯƠNG ● TRIỆU

MW00931570

BÍ MẬT
VIỆT NAM
QUA HỒ SƠ
WIKILEAKS

KHÔI NGUYÊN
biên tập

Người Việt xuất bản 2011

Bí mật Việt Nam
qua hồ sơ Wikileaks

Biên tập: Khôi Nguyên
Bìa: Khoa Vũ
Trình Bày: Nguyên Việt

MỤC LỤC

Lời Nói Đầu

Wikileaks lấy công điện của Mỹ bằng cách nào?

Cuốn sách trong tay quý vị gồm những tài liệu do Wikileaks công bố. Vậy những tài liệu đó là gì? Tại sao Wikileaks có được? Wikileaks là một cơ quan của chính quyền hay sao? Chứ nếu không thì làm sao lấy được những tài liệu này? Lại có người đọc xong một số công điện thì thấy, ủa, sao tình báo kiểu gì mà ngộ vậy?

Câu trả lời ngắn gọn là: (1) Tài liệu này là công điện ngoại giao; (2) Không, Wikileaks không phải là cơ quan chính quyền; (3) Wikileaks lấy được là vì có người trộm mang ra cho Wikileaks; (4) Những bài này có vẻ là 'tình báo', nhưng thật ra, tài liệu này không phải tin tình báo.

Wikileaks là...

Wikileaks, tại địa chỉ wikileaks.org, là một cơ sở phi chính phủ, bất vụ lợi có mục đích đòi hỏi chính quyền phải minh bạch, bằng cách công bố các tài liệu mật do các nguồn nặc danh cung cấp.

Wikileaks bắt đầu nổi tiếng với những tiết lộ bí mật về chiến tranh Iraq , kể cả một đoạn phim trong đó lính Mỹ tưởng phóng viên Reuters mang vũ khí và nã súng bắn họ. Wikileaks cũng là nơi đầu tiên tiết lộ tài liệu của nhà tù Guantanamo trong đó có đoạn nói tù nhân bị giấu không cho Hồng Thập Tự thăm, là điều mà giới chức nhà tù trước đó chối.

Vì vậy, đối với câu hỏi Wikileaks có phải cơ quan chính quyền không, thì câu trả lời là không. Chẳng những vậy, Wikileaks còn là kẻ thù của nhiều người trong các chính quyền thế giới kể cả chính quyền Mỹ.

Nhưng phải tới tháng 10 năm 2010, Wikileaks mới thật sự nổi tiếng và ai cũng biết tên. Đó là lúc Wikileaks loan tin lấy được 260,000 công điện ngoại giao của Hoa Kỳ và tuyên bố sẽ bắt đầu công bố những công điện này.

Những tài liệu này là...

Đây là những công điện do các tòa đại sứ, lãnh sự của Mỹ từ khắp nơi gởi về Bộ Ngoại Giao. Trong Bộ Ngoại Giao có những ban bệ phụ trách các loại để tài ngoại giao, và họ cần biết chuyện gì đang xảy ra ở khắp nơi. Họ lấy thông tin về những gì đang xảy ra ở Việt Nam chẳng hạn, qua ngoại giao đoàn ở Việt Nam .

Tài liệu này để giới ngoại giao xem với nhau, nên ngôn ngữ rất là... không ngoại giao. Khác với lúc "làm ngoại giao" với người ngoài, khi viết công điện nhân viên ngoại giao không có nhu cầu phải nói khéo, nói dịu, khi viết công điện. Mà vì viết cho đồng nghiệp, họ có nhu cầu nói thẳng, nói thật, nói không giấu diếm.

Đó chính là giá trị của công điện trong Wikileaks. Và cũng vì vậy nó làm cho nhiều người không vừa lòng khi bị lộ ra ngoài.

Những tài liệu này lọt vào tay Wikileaks vì...

Sau vụ khủng bố 11 tháng 9, chính phủ Tổng Thống George W. Bush ra lệnh cho các cơ quan quân đội, ngoại giao, tình báo phải chia sẻ tài liệu mật cho nhau, mục đích là để các cơ quan chính quyền có đầy đủ thông tin chống khủng bố.

Tuân lệnh tổng thống, họ bèn đặt tài liệu lên một mạng lưới tài liệu mật của quân đội Mỹ, gọi là "SIPRnet". Tất cả các công điện nào có ghi chú "SIPDIS" đều được đưa vào mạng lưới này. Tuy nhiên, một tác dụng ngược của nó là có tới hàng ngàn quân nhân bỗng có thể đọc được công điện mật của ngành ngoại giao.

Một trong hàng ngàn quân nhân đó là Trung Sĩ Bradley Manning, sau này bị giáng lon xuống binh nhì. Manning tải toàn bộ công điện mật của Bộ Ngoại Giao về máy mình, rồi chuyển qua cho Wikileaks. Vì hành động này, Manning đang bị truy tố tội tiết lộ bí mật quốc gia.

Công điện ngoại giao không phải...

Nếu quý độc giả đã có dịp nhậu nhẹt quàng vai bá cổ với đám ngoại giao phương Tây, quý vị sẽ hiểu một điều, là dân ngoại giao có một niềm tự hào, là họ tự hào họ không phải gián điệp.

Họ biết sẽ có lúc họ phải làm việc với tình báo. Họ hiểu tầm quan trọng của tình báo. Nhưng họ tự hào họ là những nhà ngoại giao, những diplomat, những người phục vụ quyền lợi quốc gia bằng cách đặt cầu nối với thế giới.

Họ tự hào là làm công việc của họ công khai, tôn trọng các nguyên tắc ngoại giao, tôn trọng luật pháp của nước sở tại. Họ tự cho mình khác với dân tình báo, những gián điệp thu thập thông tin bằng mọi cách bất kể luật lệ địa phương.

Do đó, tất cả thông tin trong các công điện, đều lấy được một cách công khai. Họ gặp ai, công khai, họ kể lại. Họ đi đâu, họ đi công khai. Có được phép của Bộ Ngoại Giao Việt Nam, họ mới đi.

Họ gặp các nhà đấu tranh, họ gặp công khai. Họ gặp kỹ sư Đỗ Nam Hải chẳng hạn, là họ gặp công khai trong những chuyến đi có sự đồng ý của Bộ Ngoại Giao Việt Nam. Nhiều cuộc gặp đó nhiều khi có sự hiện diện của nhân viên Sở Ngoại Vụ địa phương hay của viên công an khu vực, và trong các công điện thường có ghi lại chi tiết đó.

Vì vậy, thông tin trong những công điện này không thuộc loại "tin tình báo".

Việt Kiều vẫn bị nghi ngờ

"Tuổi, nơi sinh và thời điểm vượt biên"

Đỗ Dzũng

[2008] Khi bổ nhiệm tùy viên quân sự cho tòa đại sứ tại Hà Nội, giới ngoại giao Mỹ hoàn toàn ngạc nhiên và khám phá ra rằng Việt kiều (ở một độ tuổi nào đó, sinh ra ở một vùng nào đó và rời quê hương khi nào) vẫn còn bị chính quyền Việt Nam nghi ngờ, mặc dù quốc gia này luôn kêu gọi họ trở về thăm và sống tại quê hương.

Đó là nội dung các công điện giới ngoại giao Mỹ gởi về Washington, DC, trong thời gian làm việc tại Việt Nam, vừa được Wikileaks tiết lộ.

"...many senior GVN and CPV leaders still harbor suspicions and resentment toward Vietnamese who left the country..."

Trong bản công điện, ông Kenneth Fairfax, Tổng Lãnh Sự Mỹ tại Sài Gòn, thường dẫn nguồn từ một viên chức Việt Nam, mà ông không nêu tên, nhưng luôn có mặt trong các buổi thảo luận với Mỹ liên quan đến việc cấp chiếu khán nhập cảnh cho một người Mỹ gốc Việt được bổ nhiệm làm tùy viên quân sự tòa đại sứ Hoa Kỳ tại Hà Nội.

Vì tùy viên quân sự là một chức vụ cao nên phải được các cơ quan chức năng Việt Nam duyệt xét, theo viên chức Việt Nam này, nhất là tuổi, lý lịch bản thân và gia đình.

Ông tùy viên quân sự gốc Việt này được tất cả cơ quan hữu trách Việt Nam (Bộ Ngoại Giao, Bộ Quốc Phòng, Bộ Công An, Bộ Tư Pháp) và ngay cả đảng Cộng Sản đồng ý, ngoại trừ Tổng Cục II (tình báo) Bộ Quốc Phòng.

Theo viên chức Việt Nam mà ông Fairfax đề cập, *"nhiều lãnh đạo cao cấp đảng cộng sản và chính phủ Việt Nam vẫn còn nghi ngờ và oán giận những người Việt bỏ nước ra đi, đặc biệt là những người ra đi khoảng năm 1975, hoặc những người ra đi bằng đường biển, gọi là 'thuyền nhân,'"* bản công điện viết.

Suy nghĩ chung là bất cứ ai sinh ra trong chế độ Việt Nam Cộng Hòa (miền Nam) vào thập niên 1950 và những người rời bỏ quê hương vì lý

Việt Kiều Mỹ về thăm quê hương, tại phi trường Tân Sơn Nhất. Giới lãnh đạo cao cấp Việt Nam vẫn còn nghi ngờ một số Việt Kiều có tinh thần chống nhà nước. (Hình: Hoàng Đình Nam/AFP/Getty Images)

do chính trị đều có quan điểm chính trị và văn hóa khác biệt làm cho họ *"khó hiểu được (đất nước)."*

"Không phải tất cả mọi người sinh ra trong thập niên 1950 hoặc trước đó bị coi là chống chính quyền hoặc chống Cộng, viên chức Việt Nam nói, mà vì có một số người thời kỳ đó vẫn nuôi ý tưởng oán hận nên cần phải xét đoán họ một cách rất cẩn thận," bản công điện viết.

Ngược lại, người Mỹ gốc Việt trẻ tuổi rời Việt Nam lúc còn nhỏ, hoặc sinh ra tại Mỹ, phần nhiều được coi là người Mỹ nói tiếng Việt hơn là bị ảnh hưởng văn hóa Việt.

Đa số nghĩ rằng, theo viên chức Việt Nam, *"hầu hết họ (người trẻ gốc Việt) chỉ là trẻ em California hoặc người Texas."*

Mặc dù chính quyền Việt Nam không đưa ra tiêu chuẩn nào để đánh giá Việt kiều Mỹ, viên chức Việt Nam mô tả, ý nghĩ chung là những người sinh sau năm 1965 (đa số đến Mỹ khoảng 10 tuổi hoặc nhỏ hơn hoặc sinh ra ở Mỹ) ít bị để ý hơn so với những người con của cựu sĩ quan quân đội chế độ miền Nam Việt Nam, hoặc những ai có liên hệ trực tiếp với các nhóm chống chính quyền Việt Nam như Việt Tân hoặc FULRO.

Thuyền nhân sinh sau năm 1965 ít bị để ý còn vì một lý do khác nữa. Đó là khi ra đi, họ còn quá nhỏ, chưa có ý tưởng tiêu cực lâu dài đối với chính quyền, viên chức Việt Nam nói.

Tổng Cục II phản đối tùy viên quân sự gốc Việt vì người này sẽ là đối tác làm việc trực tiếp với cơ quan tình báo quân đội, và quyết định ngăn chặn này thường rất có *"trọng lượng."*

Tuy nhiên, chính phủ Hoa Kỳ vẫn vận động mạnh mẽ và liên tục cho quyết định của mình. Sau đó, Bộ Ngoại Giao Việt Nam giải thích mạnh mẽ hơn là nếu không chấp nhận sự bộ nhiệm này, quan hệ Việt-Mỹ sẽ xấu đi và chính phủ Việt Nam sẽ bị mất mặt.

Bộ Ngoại Giao Việt Nam cũng vận động riêng, và thuyết phục cá nhân bộ trưởng quốc phòng.

Cuối cùng, tùy viên quân sự Mỹ gốc Việt được cấp chiếu khán nhập cảnh, bất chấp phản đối của chủ nhiệm Tổng Cục II.

Trong lãnh vực văn hóa giải trí, ca sĩ Việt kiều cũng bị đối xử khác với ca sĩ trong nước dựa trên quá khứ bản thân và gia đình, bản công điện của tổng lãnh sự Mỹ viết.

Đó là trường hợp một ca sĩ trẻ trong nước, từng tham gia cuộc thi "Vietnam Idol," được trình diễn một bài hát mà Sở Văn Hóa Thông Tin thành phố Hồ Chí Minh (còn gọi là Sở Kiểm Duyệt) đồng ý. Tuy nhiên, khi một ca sĩ Việt kiều về hát bài này trong một chương trình nhạc từ thiện tại Sài Gòn thì lại không được.

Theo viên chức Việt Nam giải thích với Tổng Lãnh sự Fairfax, vấn đề không phải chỉ vì lời ca mà còn vì nội dung bài hát, bản công điện cho biết. Ngoài ra, vì ca sĩ Việt kiều này rất nổi tiếng - cả ở California, nơi cô sinh sống, lẫn Việt Nam - nên sự trình diễn của cô phải bị duyệt xét kỹ lưỡng hơn so với ca sĩ trẻ Việt Nam ít nổi tiếng.

Cũng theo bản công điện, vì mẹ của nữ ca sĩ này rất nổi tiếng tại Sài Gòn trước năm 1975, và bà từng hát một bài hát đầy biểu tượng chính trị, nên rất khó kiểm duyệt đối với cô ca sĩ Việt kiều. (Bản công điện cho biết đó là bài *"Sài Gòn Ơi,"* nhưng thực ra đó là bài *"Sài Gòn Đẹp Lắm"* của tác giả Y Vân)

Để tránh trường hợp bị kiểm duyệt trước, viên chức Việt Nam khuyên ông Fairfax, lần sau, nếu tòa tổng lãnh sự muốn có một chương trình nhạc "nhạy cảm" vì bất cứ lý do gì (tôn giáo, lịch sử, chính trị…), nên tổ chức ở Hà Nội trước, vì thành phố này dễ dàng cho phép tổ chức các sự kiện văn hóa hơn.

"Sau khi được trình diễn ở thủ đô Hà Nội rồi, chuyện duyệt xét ở Sài Gòn không khó khăn lắm," viên chức này khuyên ông Fairfax.

Tùy viên quân sự được đề cập trong bài này là Đại Tá Patrick D. Reardon. Bản công điện không nêu tên và không cho biết tại sao nhân vật gốc Việt này là có tên họ Mỹ, dù cha mẹ ruột là Việt Nam. Trước khi về Hà Nội, ông Patrick D. Reardon là tùy viên quân sự của Mỹ tại Tonga, một đảo quốc ở Thái Bình Dương. Tổng Lãnh Sự Mỹ tại Sài Gòn hiện nay cũng là một người gốc Việt, ông Lê Thành Ân, sang Mỹ từ năm 1965, lúc mới 10 tuổi. Ông Ân là người Mỹ gốc Việt có chức vụ cao nhất hiện nay tại Việt Nam.

Công điện:

■ "Choice of defense attache highlights Vietnamese officials' sensitivities towards Vietnamese abroad," 12/12/2008, từ Ken Fairfax, Tổng Lãnh Sự Hoa Kỳ tại TPHCM. Loại bảo mật: Secret. http://wikileaks.org/cable/2008/12/08 HOCHIMINHCITY1070.html

Dân Việt Nam mê TT Clinton, Lãnh đạo Đảng "giật mình"

Hà Giang

[**2000**] Hơn 25 năm sau khi cuộc chiến Việt Nam chấm dứt, việc ký kết thỏa ước thương mại song phương đã mở đường cho Tổng Thống Hoa Kỳ Bill Clinton đến thăm Việt Nam 3 ngày vào tháng 11 năm 2000.

Phái đoàn tháp tùng Tổng Thống Clinton và đệ nhất phu nhân trong chuyến viếng thăm lịch sử này, ngoài Bộ Trưởng Thương Mại Norman Minetta còn có Thượng Nghị Sĩ Kerry, Dân Biểu Loretta Sanchez, và khoảng 30 đại diện của các công ty lớn tại Hoa Kỳ.

"For the (Vietnamese) communist party authorities, the effusive popular reaction to the president undoubtedly gives them pause..."

Một mặt long trọng đón tiếp Hoa Kỳ, mặt khác muốn tỏ cho Hoa Kỳ thấy là Việt Nam không quá nhiệt tình với quan hệ song phương, truyền thông Việt Nam chỉ đưa tin trước 2 ngày một cách rất vắn tắt là *"Tổng Thống Hoa Kỳ Clinton và phu nhân sẽ chính thức thăm Việt Nam từ 16 đến 19 tháng 11, năm 2000, theo lời mời của Chủ Tịch Trần Đức Lương."*

Thế nhưng dù có được thông báo rầm rộ hay không, dân chúng Việt Nam đã ùn ùn túa ra đường phố, với một con số đông đảo không tiền khoáng hậu, hân hoan bày tỏ cảm tình của họ với Tổng Thống Clinton và phái đoàn, hay đúng hơn, với biểu tượng của một thế giới tự do mà họ vẫn hằng khao khát.

Tả về sự kiện này, một công điện "mật" có tựa *"Dư âm thông điệp tự do mậu dịch và tư tưởng âm vang sau chuyến viếng thăm của tổng thống,"* gửi từ tòa Đại Sứ Hoa Kỳ tại Hà Nội về Hoa Thịnh Đốn, ngày 8 tháng 12, 2000, mở đầu:

*Người dân Sài Gòn chen nhau chào đón Tổng Thống Bill Clinton khi ông
đến thăm Việt Nam hôm 19 tháng 11 năm 2000.*
(Hình: Hoang Dinh Nam/AFP/Getty Images)

*"Chuyến viếng thăm Việt Nam của Tổng Thống (Clinton) đã truyền
điện cho công chúng và làm lãnh đạo đảng cộng sản giật mình. Hàng trăm
ngàn người chen chúc nhau trên đầy các đường phố để nồng nhiệt chào đón
tổng thống Hoa Kỳ và đệ nhất phu nhân trong chuyến viếng thăm lịch sử
đến Hà Nội và Sài Gòn."*

*"Ba tuần sau chuyến viếng thăm, thông điệp tổng thống đã chuyển đi
qua truyền hình quốc gia, trong những buổi tiếp tân công cộng, hay gặp gỡ
kín đáo, vẫn còn vang dội trong các quán cà phê, cũng như trong phòng họp
kín của lãnh đạo đảng."*

Chuyến viếng thăm lịch sử này đã ảnh hưởng người dân Việt Nam
thế nào? Công điện đơn cử một thí dụ:

*"Chẳng hạn, tại một tỉnh nhỏ, một linh mục đã triệu tập vài trăm giáo
dân trong một buổi gặp gỡ đầy ấn tượng để thảo luận về ý nghĩa của tự do*

và toàn cầu hóa chuyển tải trong thông điệp của tổng thống."

Công điện cũng cho biết *"có tin Bộ Chính Trị sẽ nhóm họp vào ngày 8 tháng 12 để thảo luận về chuyến viếng thăm của vừa rồi."*

Đó là về phản ứng của dân chúng. Về phía nhà cầm quyền Hà Nội, công điện viết:

"Về phía đảng cộng sản, chắc chắn phản ứng quá hào hứng và cảm tình vô cùng nồng nhiệt công chúng bày tỏ cho tổng thống, đã khiến họ (CSVN) phải giật mình suy nghĩ."

Và nhận định:

"Việt Nam thời hậu chiến, chưa một lãnh đạo nước ngoài nào từng nhận được cảm tình từ dân chúng như tổng thống đã có, và đây là một lời 'nhắc nhở thật sống động' là cảm tình dân chúng dành cho nhà cầm quyền Việt Nam, may lắm thì cũng chỉ bằng ly nước nguội."

Về dự đoán rằng lời kêu gọi tự do mậu dịch và tự do tư tưởng của Tổng Thống Bill Clinton, cũng như việc quần chúng tuôn ra đường nồng nhiệt đón chào ủng hộ ông sẽ là để tài được bàn thảo kỹ lưỡng trong Đại Hội Đảng vào tháng 3 tới, công điện viết:

"Cuộc thảo luận về toàn cầu hóa sẽ là con dao hai lưỡi. Những quan điểm bảo thủ như Lê Khả Phiêu chắc chắn sẽ nhấn mạnh là, Việt Nam cần phải tiến hành cẩn thận để chống lại nỗ lực Việt Nam vào 'một diễn biến hòa bình của Tây phương; trong khi những nhà lãnh đạo cấp tiến có khuynh hướng cải cách có thể sẽ cảm thấy được củng cố vì lòng dân nghiêng về việc thân thiết với Hoa Kỳ, và những quốc gia khác trên thế giới."

Ngoài công điện trên, ngay sau chuyến viếng thăm chấm dứt, Tòa Đại Sứ Hoa Kỳ tại Hà Nội đã gửi về Hoa Thịnh Đốn một công điện viết ngày 22 tháng 11, 2000 tường trình về buổi gặp mặt giữa Đại Sứ Pete Peterson và Thứ Trưởng Ngoại Giao Nguyễn Phú Bình để duyệt qua kết quả về chuyến viếng thăm của Tổng Thống Clinton.

Công điện cho biết Đại Sứ Peterson nói với ông Bình là Tổng Thống Clinton và phu nhân rất "hài lòng" với cuộc viếng thăm và gặp gỡ giới chức Việt Nam. Phái đoàn đã rời Việt Nam với *"một cảm giác rất ấm áp và thoải mái về đất nước và con người Việt Nam, và việc công chúng chào đón ông nồng nhiệt một cách chân thật hơn tưởng tượng đã làm tất cả phái đoàn xúc động sâu sắc."*

Công điện cũng cho biết là Đại Sứ Peterson đặc biệt lưu ý cam kết của Tổng Thống Clinton là trong việc giúp Việt Nam cải cách và mở cửa, *"Hoa Kỳ sẽ đưa ra đề nghị, tuy nhiên 'mức độ và quyết định cải cách sẽ là của lãnh đạo Việt Nam', và 'Hoa Kỳ sẽ không áp lực Việt Nam phải làm những gì mà tự Việt Nam không muốn.'"*

Một đoạn của công điện, kể lại việc đại sứ bày tỏ quan ngại là Tổng Bí Thư Lê Khả Phiêu đã bỏ lỡ một cơ hôi tạo một hình ảnh tốt cho Việt Nam khi chú trọng ý thức hệ khác biệt giữa hai bên:

"Lịch sử chứng minh nước Mỹ không bao giờ có chính sách 'đế quốc', rất khác với đánh giá của Lê Khả Phiêu," và thái độ của ông Phiêu có thể được hiểu là đã "không vồn vã tiếp nhận bàn tay hữu nghị mà Hoa Kỳ đã đưa ra."

Tường trình về phản ứng của Thứ Trưởng Ngoại Giao Nguyễn Phú Bình, công điện viết:

"Nguyễn Phú Bình chia sẻ nhiều nhận định của đại sứ, và đồng ý rằng chuyến thăm vừa rồi là một thành công lớn, tạo cơ hội cho hai bên cùng nhau hàn gắn các vết thương của chiến tranh."

Ngoài ra, công điện cho biết Thứ Trưởng Ngoại Giao Nguyễn Phú Bình *"kêu gọi Hoa Kỳ mau chóng có một hình thức trợ giúp thích hợp nào đó cho Việt Nam để nghiên cứu về chất độc da cam"* và cam kết sẽ cố gắng hết sức để tìm các binh sĩ Hoa Kỳ đã mất tích khi tham chiến tại Việt Nam.

Về thái độ của Lê Khả Phiêu, công điện cho biết qua lời ông Nguyễn Phú Bình rằng, ông ta thể hiện quan điểm là vị trí của *"Việt Nam là một nước độc lập,"* và mỗi cá nhân có một phong cách riêng, và cũng công nhận rằng Tổng Bí Thư Lê Khả Phiêu đã *"quá thẳng thắn trước Tổng Thống Clinton."*

Lê Khả Phiêu, trong bài phát biểu đón tiếp Tổng Thống Clinton hôm 18 tháng 11 năm 2000 tại trụ sở trung ương đảng CSVN, đã *"lên án chủ nghĩa đế quốc"* của Mỹ, và đã thay mặt toàn đảng khẳng định rằng: *"Tương lai của Việt Nam là độc lập dân tộc và chủ nghĩa xã hội."*

Một đoạn trong công điện cho biết, *"Đại sứ Hoa Kỳ cũng nghe tin là qua báo chí địa phương nhiều người dân Việt Nam đã tỏ ra bất bình với lời phát biểu của Lê Khả Phiêu."*

Công điện:

■ "The President's message of free trade and free ideas reverberates after his visit to Vietnam," 08/12/2000, từ Tòa Đại Sứ Hoa Kỳ tại Thành phố Hà Nội. Loại bảo mật: Confidential. http://wikileaks.org/cable/2000/12/00HANOI2667.html

■ "Ambassador's meeting with V ice Minister Bin on President Clinton's visit to Vietnam," 22/11/2000, từ Pete Peterson, Đại Sứ Hoa Kỳ tại Hà Nội. Loại bảo mật: Không bảo mật. http://wikileaks.org/cable/2000/11/00HANOI2557.html

Kiểm soát cả Diễn Đàn của Đệ Nhất Phu Nhân Hillary Clinton

Hà Giang

[**2000**] *"Diễn Đàn Phụ Nữ"* của Đệ Nhất Phu Nhân Hillary Clinton tổ chức tại Hà Nội ngày 18 tháng 11, 2000, là một phần trong chuyến viếng thăm lịch sử của Tổng Thống Bill Clinton đến Việt Nam, 25 năm sau khi chiến tranh Việt Nam chấm dứt. Những chuyện bên lề xung quanh việc chuẩn bị tổ chức diễn đàn này cho thấy hai khuynh hướng tương phản của Việt Nam lúc đó.

❝ The extensive maneuvering of party/government officials behind the scenes reveals the extraordinary extent of control exercised by the paternalistic, top-down decision-makers of official Vietnam..."

Công điện có tên *"Khác biệt sâu xa giữa hai Việt Nam"* do Tòa Đại Sứ Hoa Kỳ tại Hà Nội gửi về Hoa Thịnh Đốn cho Bộ Ngoại Giao ngày 26 tháng 12 năm 2000 tường trình những chuyện bên lề liên quan đến việc tổ chức buổi Diễn Đàn Phụ Nữ, cũng như nhận định của Tòa Đại Sứ về những kinh nghiệm rút tỉa được.

Không được công khai bày tỏ

Nhập đề một cách trực tiếp, công điện viết: *"Những diễn tiến gay cấn sau cánh cửa Diễn Đàn Phụ Nữ của đệ nhất phu nhân hé lộ rất nhiều về một thể chế giới hạn nữ quyền và ngay cả nam quyền của Việt Nam ngày nay."*

*Đệ Nhất Phu Nhân Hillary Rodham Clinton và con gái Chelsea trong chuyến
thăm Việt Nam tại Hà Nội hôm 17 tháng 11 năm 2000.*
(Hình: Paula Bronstein/Newsmakers)

Công điện cho biết trong bữa ăn trưa trước khi diễn đàn mở màn,
bảy hội thảo viên Việt Nam gồm chuyên gia từ mọi ngành và mọi lứa
tuổi được mời tham gia, đã có cuộc thảo luận bằng tiếng Anh rất thẳng
thắn với phụ tá cấp cao của Đệ Nhất Phu Nhân Hillary Clinton, chia sẻ
những đánh giá khá cân bằng về thách thức mà phụ nữ tại Việt Nam phải
đối diện.

Ngược lại, khi phát biểu tại diễn đàn, trước sự hiện diện của các cán
bộ cộng sản cao cấp, cũng chính những hội thảo viên này lại *"trình bày
vấn đề hết sức nhạt nhẽo và có tính cách tuyên truyền."*

Công điện còn cho hay một hội thẩm viên sau này đã kể với tòa đại
sứ rằng đồng nghiệp đã bảo bà phải diễn thuyết bằng tiếng Việt (vì đó là
vấn đề khẳng định chủ quyền), quan trọng hơn cả, một số hội thảo viên
đã không thảo luận, mà đọc, những bài viết sẵn:

*"Hội thảo viên này quan sát thấy 3 trong số hội thảo viên đã đọc các
bản văn bản đóng dấu 'chính thức phê duyệt' của nhà nước, mặc dù chỉ có
một trong ba hội thảo viên là viên chức chính phủ."*

Tòa đại sứ nhận định: *"Tương tự như các phản ứng được đạo diễn
trước khi các sinh viên nghe bài thuyết trình của Tổng Thống Clinton, nhà
cầm quyền Việt Nam rõ ràng là đã soạn sẵn bài cho các hội thảo viên đọc."*

Điều này không khiến ai ngạc nhiên khi một đoạn khác của công điện cho biết, cử tọa, gồm một số sinh viên và chuyên gia phụ nữ trong lứa tuổi hai mươi đến ba mươi, sau diễn đàn đã cho tòa đại sứ biết, lời kêu gọi phụ nữ trau dồi học vấn để đóng góp tích cực cho quốc gia, tạo cho họ nhiều hứng khởi, tuy nhiên, *"Nhiều người trong cử tọa tỏ ra hết sức thất vọng khi hầu như không có chút đối thoại nào giữa các hội thảo viên, hay giữa các hội thảo viên và người tham dự. Bây giờ xét lại, thì thấy rõ đây là chủ ý của chính quyền."*

Sự khác biệt của "hai Việt Nam"

Tả về sự khác biệt như đêm với ngày của những bình luận trong vòng thân mật và trước công chúng của một số hội thẩm viên, công điện gọi đó là *"văn hóa rất khác nhau của hai Việt Nam."*

Và giải thích tại sao lại có hai Việt Nam:

Một Việt Nam chính thức, nặng phần nghi lễ, luôn phải khẳng định chính sách tập quyền, và một Việt Nam không chính thức, sẵn sàng mở cửa cho đối thoại thẳng thắn và mở rộng quan hệ với Hoa Kỳ.

"Những nữ hội thẩm viên trong Diễn Đàn Phụ Nữ đại diện cho hai quan điểm đối nghịch của hai Việt Nam, một vẫn còn bám chặt lấy quá khứ, mặt kia nhìn vào những hứa hẹn của tương lai."

Phân tích kỹ hơn, công điện nhận định rằng nhìn một cách tổng quát thì sự khác biệt của hai Việt Nam tượng trưng cho sự chênh lệch rộng hơn trong xã hội đã được phơi bày trong chuyến thăm của Tổng Thống Clinton và đệ nhất phu nhân.

"Đó là sự tương phản của con người kinh doanh Việt Nam háo hức về giao thương rộng mở với Hoa Kỳ và một nhà nước Việt Nam luôn luôn muốn duy trì ổn định và kiểm soát."

Hình dáng cái bàn rất quan trọng

Sự giằng co giữa nhóm hướng về tương lai của các nữ doanh gia và chuyên gia đang kỳ vọng vào một quan hệ tương lai sâu rộng hơn với Hoa Kỳ, và nhóm thuộc quá khứ là những viên chức có thái độ gia trưởng, tìm cách kiểm soát và hạn chế những điều phát biểu, và chăm chăm đòi kiểm soát.

Công điện cho biết trong những tuần lễ cuối chuyến thăm, phía tòa đại sứ và nhân vật cao cấp của bà Clinton đã phải liệt kê từng chi tiết một, từ việc ai được mời làm hội thảo viên, thông điệp của diễn đàn, kể cả việc hình dáng của cái bàn được dùng tại diễn đàn.

Một cách tóm tắt, công điện cho biết bên phía bà Clinton muốn bàn chủ tọa không có quá 7 người để hội thảo hữu hiệu hơn, phía chính quyền Việt Nam muốn có thêm nhiều viên chức cao cấp khác, dù họ không phải là chuyên gia về đề tài được trình bày.

Sau bao ngày tranh cãi, bên bà Clinton bực bội muốn hủy bỏ luôn diễn đàn, thì mới khám phá ra rằng hình dáng cái bàn quan trọng vì Việt Nam không muốn đệ nhất phu nhân được ngồi giữa ở ghế chủ tọa, mà chỉ được ngồi song song với một viên chức của nhà nước.

Rút tỉa kinh nghiệm

Phần cuối của công điện trình bày với Bộ Ngoại Giao những kinh nghiệm rút tỉa được trong việc tổ chức Diễn Đàn Phụ Nữ.

Thứ nhất, các viên chức Việt Nam luôn luôn muốn duy trì vai trò lãnh đạo của mình và thường tìm cách ảnh hưởng đến quyết định ai được hay không được mời làm hội thảo viên cho diễn đàn mà bà Clinton tổ chức.

Thứ hai, hình thức và tuyên truyền rất quan trọng, vì với mặc cảm của nước chủ nhà, Việt Nam muốn mình phải đứng ra tổ chức mọi việc cho đệ nhất phu nhân Hillary Clinton, cũng như muốn là cơ quan chính thức trả lời thắc mắc của bà Clinton thay vì để bà mời những chuyên gia đến để nghe họ trình bày.

Và vì thế để đạt được mục đích giữ chặt kiểm soát, nhà nước Việt Nam tìm cách giới hạn việc quảng bá diễn đàn, số người được mời cũng như đưa ra một số những bài soạn trước để hội thảo viên đọc thay vì trình bày ý kiến và tạo cơ hội cho phần thảo luận.

Công điện:

■ "Behind the scenes of the First Lady's Forum: Profound differences between the 'two Vietnams,'" 26/12/2000 từ Dennis Harter, Phó Đại Sứ Hoa Kỳ tại Hà Nội. Loại bảo mật: Confidential. http://wikileaks.org/cable/2000/12/00HANOI2777.html

Quan hệ Mỹ-Việt
căng thẳng vì Lý Tống

Đỗ Dzũng

[2000] Vụ cựu phi công Việt Nam Cộng Hòa (VNCH) Lý Tống dùng máy bay Thái Lan bay vào không phận Việt Nam nhân chuyến viếng thăm của Tổng Tống Bill Clinton vào năm 2000 làm căng thẳng mối quan hệ non trẻ giữa hai quốc gia cựu thù Việt Nam và Mỹ. Việt Nam cũng cho rằng Mỹ vẫn còn thái độ thù nghịch vì không "kiểm soát" người Mỹ gốc Việt chống lại Việt Nam.

Đó là nội dung các công điện giới chức ngoại giao Mỹ tại Việt Nam gởi về Washington, DC, hồi năm 2000 vừa được trang web Wikileaks tiết lộ mới đây.

"He said countries often gave the USG too much credit for its intelligence activities…...."

"Mục tiêu của những cá nhân này hoặc tổ chức mà họ đại diện là làm bối rối chính quyền Việt Nam và Cambodia, và ở một mức độ rộng hơn, làm trở ngại sự phát triển quan hệ song phương của Hoa Kỳ," Đại Sứ Pete Peterson viết trong công điện ngày 30 Tháng Mười Một, 2000, gần hai tuần sau khi ông Lý Tống bị tố cáo *"cướp máy bay bằng hành động khủng bố, thả truyền đơn chống chính quyền Việt Nam và vi phạm không phận Việt Nam."*

Đại Sứ Peterson viết tiếp: *"Vì tổng thống thăm viếng Brunei và Việt Nam, và gặp lãnh đạo các quốc gia này, những hành động như vậy tạo ra một hệ quả tiêu cực trong quan hệ song phương của chúng ta. Những hành động này cần phải chính thức bị chính phủ Mỹ lên án để tránh tạo ra một hiểu lầm là Hoa Kỳ một cách nào đó dung dưỡng việc làm này."*

Sau khi sự việc xảy ra, ông Lý Tống bị Thái Lan bắt giữ và chờ ngày xét xử vì bị coi là vi phạm luật Thái Lan.

Cựu phi công Lý Tống, bị tố cáo cướp máy bay và thả truyền đơn,
bước vào tòaán Bangkok ngày 7 Tháng Chín, 2006.
(Hình: Pornchai Kitttiwongsakul/AFP/Getty Images)

Trong khi đó, phía Việt Nam muốn Hoa Kỳ phải ép Thái Lan dẫn độ ông Lý Tống để Việt Nam để truy tố và xét xử.

Trong một bức thư trao cho Đại Sứ Peterson ngày 22 Tháng Mười Một, 2000, Bộ Ngoại Giao Việt Nam viết: *"Vào ngày 17 Tháng Mười Một, 2000, Lý Tống (song tịch Mỹ và Việt Nam) dùng máy bay thả hàng chục ngàn truyền đơn với nội dung chống Việt Nam, là một hành động khủng bố quốc tế, vi phạm luật Việt Nam, luật và hiệp ước quốc tế."*

"Vì chính sách nhân đạo và thiện chí của Việt Nam, qua đề nghị của Hoa Kỳ, ông được ân xá năm 1998. Lần này, Việt Nam yêu cầu Mỹ không được can thiệp để dẫn độ ông về Hoa Kỳ. Thay vào đó, hãy để ông được xét xử ở tòa án (Việt Nam)," bức thư viết tiếp.

Bức thư kết luận: *"Nhân tiện đây, Việt Nam cũng yêu cầu Mỹ có hành động thích đáng để người Mỹ gốc Việt không có những hành động quá khích chống Việt Nam và tiến trình phát triển quan hệ giữa Việt Nam và Hoa Kỳ."*

Cũng trong ngày hôm đó, Thứ Trưởng Ngoại Giao Nguyễn Đình Bin gặp Đại Sứ Pete Peterson.

Ông Bin nói rằng hành động của Lý Tống tạo một ảnh hưởng xấu đối với chuyến viếng thăm của Tổng Thống Clinton.

Nhà ngoại giao Việt Nam cũng nói Hoa Kỳ *"hứa"* là người Việt tại Mỹ sẽ không được phép làm chuyện gì *"hỏng mối quan hệ,"* và Hoa Kỳ phải có hành động gì đó với Lý Tống.

"Mặc dù Hoa Kỳ rất hứa hẹn, ông Bin nói, những người Việt Nam khác vẫn tiếp tục làm những việc không tốt cho quan hệ hai nước," bản công điện cho biết.

Ông Bin còn đi xa hơn khi nói: *"Hai bên đã hứa là không làm điều gì ngăn cản hoặc làm hỏng chuyến viếng thăm của ông Clinton, nhưng Mỹ đã không thông báo cho Việt Nam biết bất cứ thông tin nào liên quan đến hành động của ông Lý Tống."*

Nhà ngoại giao Việt Nam còn nhắc lại trước đây, khi quyết định để người Việt Nam sang Mỹ định cư, chính phủ Hoa Kỳ đã hứa không để những người này có hoạt động lật đổ chính quyền Việt Nam.

Sau khi nghe ông Bin nói, Đại Sứ Peterson bắt đầu khó chịu, bản công điện tường thuật.

"Tôi hy vọng là chính phủ Việt Nam chưa kết luận là Hoa Kỳ một cách nào đó có liên can đến hành động của ông Lý Tống, và nếu đó là nội dung thông điệp của ông Bin thì đó là một sai lầm," bản công điện thuật lời ông Peterson nói.

Ông Peterson tin rằng Hoa Kỳ sẽ hợp tác đúng mức với chính quyền Thái Lan và Việt Nam trong vụ xét xử Lý Tống, cho dù ở đâu.

Nhà ngoại giao Mỹ nói thêm rằng vụ Lý Tống rõ ràng là nghiêm trọng, nhưng *"nghiêm trọng hơn cho quan hệ song phương là bất cứ kết luận nào của chính quyền Việt Nam cho rằng có 'một âm mưu' mà chính quyền Mỹ đóng một vai trò nào đó."*

Theo bản công điện, ông Peterson nói thẳng với ông Bin như sau: *"Sự việc sẽ còn nghiêm trọng hơn nữa cho mối quan hệ này nếu các nhà lãnh đạo của ông nghĩ rằng 'chúng tôi biết một điều gì đó mà không nói cho quý vị biết."*

"Chúng tôi không biết gì về vụ này và chúng tôi không liên quan. Không ai trong chính quyền Việt Nam có thể nói là chúng tôi nói dối với quý vị, và những gì tôi đang nói với ông là sự thật," vị đại sứ Mỹ đầu tiên tại Việt Nam sau chiến tranh khẳng định.

Thứ Trưởng Nguyễn Đình Bin đáp lại là ông ghi nhận ý kiến của đại sứ Mỹ, nhưng muốn nói rõ rằng công chúng Việt Nam đã nghĩ có một sự liên hệ nào đó giữa hành động của Lý Tống và chuyến thăm của nhà lãnh đạo Mỹ.

Ông Peterson ngắt lời ông Bin và nói: *"Ông phải hiểu là chúng tôi đã làm việc như thế nào để bảo đảm người dân không tiếp tục suy nghĩ theo đường lối của giới quân sự, phản đối quan hệ của chúng ta. Chúng tôi phải giáo dục để mọi người hiểu tình hình thực tế và kêu gọi mọi người nhìn nhận có nhiều sự thay đổi."*

"Nếu Việt Nam phản ứng quá mức, ông Lý Tống sẽ thành công trong việc làm mất uy tín chính quyền (Việt Nam) và chính sách lãnh đạo đất nước," ông Peterson nói. *"Nội dung bức thư này là sai và những tố cáo mà ông đưa ra là không đúng."*

Ông Bin không đồng ý là nội dung bức thư sai mà chỉ đơn giản yêu cầu Hoa Kỳ bảo đảm những việc như thế không xảy ra trong tương lai.

Vị đại sứ Mỹ đáp lại ngay, một cách dứt khoát, là nội dụng bức thư còn nhiều hơn thế và từ ngữ trong đó rõ ràng nói rằng Hoa Kỳ không thông báo sự việc (Lý Tống) cho Việt Nam.

"Điều này còn là một sự tố cáo trực tiếp đến tôi vì tôi chính là người hứa với ông một sự hợp tác ngay từ ban đầu," Đại Sứ Peterson nói. *"Ông tố cáo tôi và chính phủ chúng tôi về những việc mà chúng tôi không biết một tí gì cả. Ông làm hỏng chuyến viếng thăm của tổng thống với những tố cáo như vậy."*

Ông Peterson nói thêm rằng nhiều quốc gia thường tin rằng hệ thống tình báo Mỹ có thể biết hết mọi chuyện và không thể có chuyện Hoa Kỳ không biết hành động của một cá nhân như trường hợp ông Lý Tống.

Rồi ông phản đối kết luận trong bức thư là Hoa Kỳ không tôn trọng lời hứa với Việt Nam. Ông Peterson sau đó nói thêm là cả hai phía cần phải làm việc nhiều hơn để có thể phá tan sự nghi ngờ là Hoa Kỳ một cách nào đó đang *"làm xáo trộn"* mối quan hệ này.

Thứ Trưởng Nguyễn Đình Bin lập lại là *"chính Hoa Kỳ yêu cầu thả ông Lý Tống trước đây và cả ông đại sứ và tòa đại sứ Mỹ lại chối là không có và nói rằng tòa đại sứ yêu cầu tất cả người Mỹ bị nhốt ở Việt Nam được thả trong đợt ân xá năm 1998."*

Ông Bin nói thêm: *"Dù ông Lý Tống là công dân Mỹ, ông vẫn là người Việt Nam, và chúng tôi đã yêu cầu Thái Lan dẫn độ ông về Việt Nam để xét xử."*

Rồi ông một lần nữa yêu cầu Mỹ hợp tác với Thái Lan trong chuyện này.

Trong bản công điện gởi về Washington, DC, ông Peterson sau đó viết sự phản đối tố cáo của Việt Nam trong vụ Lý Tống cho thấy rõ quan điểm của Mỹ là muốn phát triển một quan hệ tốt đẹp. Tuy nhiên, điều này còn tùy phía Việt Nam là liệu họ để cho vấn đề qua đi và tiếp tục phát triển quan hệ song phương.

"Chúng tôi nghĩ rằng Việt Nam sẽ cố gắng làm cả hai việc trong một thời gian. Đó là tiếp tục đối thoại một cách riêng tư khi đề cập đến các vấn đề song phương đồng thời tạo cho người dân một cái nhìn không tốt về người Mỹ," ông Peterson viết trong công điện. *"Vì thế, chúng ta phản đối những nội dung trong bức thư ngay lập tức."*

Riêng ông Lý Tống sau đó bị tòa án tỉnh Rayong của Thái Lan tuyên án bảy năm và bốn tháng tù vì tội cưỡng ép để kiểm soát máy bay, đưa máy bay ra khỏi lãnh thổ Thái Lan một cách bất hợp pháp, di trú bất hợp pháp và vi phạm luật hình, theo bản công điện của tòa đại sứ Mỹ.

Ông Lý Tống không bao giờ bị dẫn độ về Việt Nam. Sau khi mãn hạn tù, ông đã trở lại Hoa Kỳ.

Công điện:

- "Diplomatic note on Ly Tong incident and MFA briefing notes," 22/11/2000, từ Pete Peterson, Đại Sứ Hoa Kỳ tại Hà Nội. Loại bảo mật: Không bảo mật. http://wikileaks.org/cable/2000/11/00HANOI2559.html

- "Ambassador's 11/22/00 meeting with Vice Minister Bin: Ly Tong incident," 22/11/2000, từ Pete Peterson, Đại Sứ Hoa Kỳ tại Hà Nội. Loại bảo mật: Không bảo mật. http://wikileaks.org/cable/2000/11/00HANOI2560.html

- "Illegal activities by American citizens in Southeast Asia," 30/11/2000, từ Pete Peterson, Đại Sứ Hoa Kỳ tại Hà Nội. Loại bảo mật: Không bảo mật. http://wikileaks.org/cable/2000/11/00HANOI2605.html

Thượng Tướng Công An thảo luận với Giám đốc FBI về Nguyễn Hữu Chánh

Hà Tường Cát

[**2007-2008**] Hai Hai công điện gởi về Washington DC, cách nhau hai tuần lễ hồi đầu năm 2008, từ Tổng Lãnh Sự Mỹ tại thành phố Hồ Chí Minh và Tòa Đại Sứ Mỹ tại Hà Nội có những chi tiết liên quan đến tổ chức Chính Phủ Việt Nam Tự Do của ông Nguyễn Hữu Chánh.

Công điện của Tòa Đại Sứ đề cập đến cuộc nói chuyện ở Hà Nội giữa giám đốc FBI và thứ trưởng Bộ Công An Việt Nam, viết:

"Trong chuyến thăm ngắn ngủi đến Hà Nội ngày 30 Tháng Giêng năm 2008, Giám Đốc FBI Robert S. Mueller III, đã đến Bộ Công An gặp Thứ Trưởng, Thượng Tướng Nguyễn Văn Hưởng trong 45 phút. Ông Hưởng gọi cuộc thăm viếng của giám đốc FBI là một dấu mốc trong bước quan hệ thi hành luật pháp của cơ quan công lực giữa hai nước và cám ơn việc ông giám đốc có lời mời Bộ Trưởng Công An Lê Hồng Anh sang thăm Hoa Kỳ."

Giám Đốc FBI Robert S. Mueller III, từng đến Hà Nội năm 2008. (Hình: Jewel Samad/AFP/Getty Images)

Cũng trong cuộc gặp này, Tướng Hưởng đã chính thức đề cập và nhắc nhở Giám Đốc FBI Mueller về trường hợp ông Nguyễn Hữu Chánh ở Hoa Kỳ.

Tướng Hưởng là nhân vật quan trọng của Bộ Công An, phụ trách các vấn đề tình báo và chống khủng bố và là người đối thoại song phương cao cấp nhất về các vấn đề thi hành công lực. Ông Hưởng cũng tự coi mình là người kiến tạo việc mở rộng dần dần quan hệ hợp tác giữa các cơ quan công lực với Hoa Kỳ.

Sau những lời mở đầu có tính hài hước, Tướng Hưởng đồng ý rằng Hoa Kỳ và Việt Nam cùng chia sẻ những đe dọa giống nhau của những tội phạm xuyên quốc gia, bao gồm chủ nghĩa khủng bố, buôn lậu ma túy, tội phạm tin học và rửa tiền.

Tướng Nguyễn Văn Hưởng.
(Hình: Báo Thanh Niên)

Ông Hưởng kể ra một cách khái quát nhiều trường hợp FBI và Bộ Công An Việt Nam đã hợp tác trong quá khứ và nêu lên những việc tiếp xúc với Cơ Quan Chống Ma Túy Hoa Kỳ (DEA), nhưng nhìn nhận rằng mối hợp tác song phương hiện nay vẫn còn ở mức độ trung bình.

Tướng Hưởng ca ngợi FBI như là một cơ quan dẫn đầu thế giới về thi hành công lực. Nhận định rằng phát triển kinh tế sẽ có thể khiến Việt Nam phải đương đầu thêm nhiều loại hoạt động tội phạm khác, và kết luận là đã đến lúc Việt Nam phải làm việc chặt chẽ hơn với FBI.

Giám Đốc Mueller đồng ý về lợi ích và nhu cầu hợp tác chặt chẽ hơn. Ông đưa ra 3 gợi ý cụ thể: (1) Bộ Công An đồng ý gặp viên chức an ninh địa phương và toán tùy viên pháp lý mỗi tháng để trao đổi thông tin trong những vụ việc có lợi ích hỗ tương, và những thông tin này được chuyển theo hình thức ít trịnh trọng hơn là đòi hỏi hiện nay cho những thông báo ngoại giao. (2) Bộ Công An chấp thuận thêm việc huấn luyện do FBI đề nghị kể cả tu nghiệp ở học viện FBI; và (3) Bộ Trưởng Lê Hồng Anh chấp nhận lời mời qua thăm Hoa Kỳ vào một thời điểm thích hợp để trao đổi ý kiến về sự hợp tác toàn bộ trong các vấn đề thực thi pháp luật.

Tướng Hưởng nồng nhiệt trả lời hai đề nghị đầu và hứa sẽ đích thân trình bày với Bộ Trưởng Anh về đề nghị thứ ba. Về việc chia sẻ thông tin, Ông Hưởng nhìn nhận hai nước đã thảo luận việc hợp tác sâu rộng thêm từ nhiều năm, nhưng thực tế rất ít những gì đã đạt được cho đến nay. Ông nói thêm là không cần phải giới hạn sự trao đổi thông tin trên căn bản lịch trình hàng tháng và nói rằng các viên chức công lực chính phủ Hoa Kỳ có thể đến Việt Nam không gặp cản trở gì và bất cứ khi nào có nhu cầu khẩn cấp trao đổi thông tin. Ông cũng cho là hai phía nên tận dụng "kỹ thuật tin học" để đẩy nhanh việc liên lạc. Việt Nam hy vọng, qua các nhân viên công lực Hoa Kỳ, có thể truy cập vào kho dữ liệu tội phạm hình sự của FBI và phía Việt Nam có thể chia sẻ thông tin với Hoa Kỳ.

Về ý kiến liên quan đến việc huấn luyện, Tướng Hưởng đồng ý với ông Mueller rằng mở rộng huấn luyện có thể khiến hai phía thông hiểu nhau hơn và tạo điều kiện cho sự hợp tác hiệu quả. *"Việt Nam có một số kinh nghiệm chống tội phạm,"* Ông Hưởng nói, *"nhưng chúng tôi biết rằng FBI có thể cung cấp nhiều kỹ năng."* Ông tiếp thêm là, Việt Nam hiện nay rất chú ý đến các chiến dịch hỗn hợp tạo điều kiện cho việc huấn luyện. Ông hứa hẹn ủng hộ việc đài thọ chi phí huấn luyện tại chỗ cho các viên chức Việt Nam, và *"quý vị chỉ cần đưa chuyên viên từ Mỹ qua."*

Sau đó ông Hưởng cám ơn ông Mueller về những thông tin mà FBI chuyển qua tháng trước về cuộc điều tra vụ ông Nguyễn Hữu Chánh và những cộng sự viên tình nghi đặt bom các cơ sở ngoại giao Việt Nam.

Ông Hưởng đồng ý nhận định trước đó của Giám Đốc Mueller rằng: *"Hoa Kỳ và Việt Nam không có cái nhìn giống nhau về tất cả mọi vấn đề, chẳng hạn như có những tổ chức mà Việt Nam coi như có đe dọa đến an ninh, nhưng Hoa Kỳ cho là ôn hòa."*

Ông Hưởng cho biết tiếp rằng một trong những nhóm như vậy là *"Việt Nam Canh Tân Cách Mạng Đảng."*

Ông Mueller giải thích rằng, *"để Hoa Kỳ coi là tổ chức khủng bố, cần phải có những bằng chứng can dự vào hành động tội phạm và sự quyết định của Bộ Ngoại Giao Hoa Kỳ."*

Ông Nguyễn Hữu Chánh. (Hình: Jung Yeon-Je/AFP/Getty Images)

Kết thúc cuộc nói chuyện, giám đốc FBI xác nhận Hoa Kỳ bằng lòng cứu xét những nhu cầu huấn luyện của Việt Nam và nhấn mạnh rằng Tham tán Tư Pháp Laro Tan, thuộc văn phòng mới mở của FBI ở Phnom Penh, có thể đến thăm Việt Nam theo một lịch trình thường xuyên và có thể tham gia vào việc huấn luyện.

Ông Hưởng tuyên bố Bộ Công An đã quyết định *"hướng"* tới FBI chặt chẽ hơn là một ưu tiên, kêu gọi chú trọng đến những khía cạnh thực dụng của quan hệ song phương trong việc thi hành công lực và hoan nghênh cơ hội được nói chuyện trực tiếp với đối tác Mỹ.

Công điện đưa ra nhận xét: *"Thông điệp của Thứ Trưởng Nguyễn Văn Hưởng rằng, Bộ Công An sẵn sàng tham gia thực thụ vào việc thường xuyên thông tin trao đổi, là rất minh bạch và được nhắc lại nhiều lần trong cuộc nói chuyện. Nhưng tầm mức của cam kết mới này trong cuộc đối thoại, sẽ còn phải được trắc nghiệm."*

Đề cập đến Chính Phủ Việt Nam Tự Do

Công điện của tòa Tổng Lãnh Sự Hoa Kỳ tại thành phố Hồ Chí Minh gởi về Washington DC ngày 1 Tháng Hai năm 2008, nói về trường hợp hai nhà đối lập ở Việt Nam có liên hệ với Chính Phủ Việt Nam Tự Do vừa bị kết án 6 năm tù.

Công điện viết: *"Ngày 29 Tháng Giêng năm 2008, Tòa án Nhân dân Thành phố Hồ Chí Minh kết án hai nhà hoạt động dân chủ Trương Quốc Huy và Hàng Tấn Phát 6 năm tù giam và 3 năm quản chế về tội danh 'tuyên truyền chống phá chính quyền' vi phạm Điều 88 Bộ Luật Hình Sự Việt Nam. Huy là một thành viên của Khối 8406, can tội phát truyền đơn kêu gọi dân chủ và phổ biến tin tức tiêu cực về vai trò của chính quyền trong những vụ tranh chấp đất đai ở thành phố Hồ Chí Minh, tỉnh An Giang và tỉnh Kiên Giang."*

Công điện cho biết, *"Báo cáo chính thức xác định là cả Huy và Phát đều nhận tiền của Chính Phủ Việt Nam Tự Do, một tổ chức đặt cơ sở ở Orange County, California, mà trên website của họ tuyên bố có sứ mạng 'triệt bỏ chế độ độc tài cộng sản của nước Cộng Hòa Xã hội Chủ nghĩa Việt Nam bằng diễn biến hòa bình, nhân đạo, thực tiễn và kiên trì'. Chính quyền Việt Nam coi Chính Phủ Việt Nam Tự Do, cùng với Việt Tân, là những tổ chức khủng bố và thông tấn xã nhà nước Việt Nam vẫn thường mô tả hai nhóm này là như vậy."*

Tường trình chính thức về phiên tòa trên báo Công An Nhân Dân nói rằng Chính Phủ Việt Nam Tự Do giao cho Phát $600 để phân phát những tờ giấy bạc trên có viết những khẩu hiệu chống nhà nước Việt Nam, và cho Huy $200 để phổ biến 2,500 tờ truyền đơn hồi Tháng Tư năm 2005. Bản luận tội nói Huy và Phát "phỉ báng" nhà nước Việt Nam về dân chủ, nhân quyền và tự do tôn giáo và lên án họ kích động dân chúng lật đổ chính quyền."

Tòa Tổng Lãnh Sự cho biết, *"không có nguồn tin độc lập để xác định là Huy và Phát liên quan với tổ chức Chính Phủ Việt Nam Tự Do, nhưng tin rằng sự quy kết hai người vào tổ chức này giải thích lý do họ đã lãnh bản án nặng tới 6 năm tù như vậy. Năm ngoái, những nhà hoạt động chính trị bị kết án bằng Điều luật 88 chỉ lãnh án từ 3 tới 5 năm tù và trước đó bản án của nhiều nhà hoạt động bị kết tội đã được giảm bớt."*

Bà mẹ của Huy dự phiên tòa nói là con bà do Luật Sư Trần Vũ Hải đại diện, ông này đã được đọc đầy đủ hồ sơ vụ án và gặp Huy 6 lần trước khi ra tòa.

"Huong thanked the FBI for information shared with Vietnam concerning the cases of Nguyen Huu Chanh and his associates..."

Mặc dầu bản tin của thông tấn xã Reuters nói Huy và Phát nhận tội, bà mẹ của Huy nói con bà tuyên bố mình vô tội và trong lời tự biện hộ đã ngang nhiên hỏi tòa là vì sao những thành viên Việt Tân cũng phổ biến thông tin cổ dân chủ vũ thì được tha trong khi Huy làm giống như thế lại bị bỏ tù. [1]

Bà mẹ của Huy cho biết dự tính sẽ bảo con kháng án, dù là luật sư đã từ chối tiếp tục tham gia vụ việc này. Phí tổn pháp lý của Huy được trả bởi một thành viên Khối 8406, ông Nguyễn Chính Kết, một nhà đối lập nổi tiếng đã trốn ra nước ngoài với một trát tầm nã hãy còn chưa giải quyết ở Việt Nam.

Quá trình của Chính Phủ Việt Nam Tự Do

Công điện nhận xét, *"Những liên hệ được coi là có giữa các bị can và Chính Phủ Việt Nam Tự Do hầu như chắc chắn đã đóng một vai trò trong việc nhanh chóng đưa đến việc ban bố những bản án gắt gao. Trong khi Chính Phủ Việt Nam Tự Do công khai tuyên bố nhắm tới thay đổi chính*

---

[1] Huy viện dẫn các đảng viên Việt Tân Leon Trương và Nguyễn Thị Thanh Vân, bị bắt tại thành phố Hồ Chí Minh ngày 17 Tháng Mười Một, 2007 vì phát truyền đơn tán trợ dân chủ, rồi được tha và tống xuất khoảng một tháng sau. Bốn người khác được coi là đảng viên Việt Tân bị bắt cùng ngày vẫn còn bị giữ.

trị ở Việt Nam bằng đường lối hòa bình. Có bằng chứng là những thành viên của họ đã âm mưu và tiến hành những vụ tấn công khủng bố các phái bộ ngoại giao Việt Nam ở Anh, Thái Lan, Cambodia và Philippines. Tháng Mười năm 2001, thành viên Võ Đức Văn bị bắt tại phi trường Orange County vì âm mưu nổ bom Tòa Đại Sứ Việt Nam ở Bangkok, Thái Lan."

Tháng Mười Một năm 2006, Thương Nguyễn Cúc Foshee, một thành viên khác của Chính Phủ Việt Nam Tự Do, bị buộc tội khủng bố tại Việt Nam vì được coi là âm mưu chiếm một đài phát thanh địa phương và phát đi những thông điệp chống cộng. Bà Foshee được phóng thích và trục xuất một tháng sau đó.

Công điện:

■ FBI Director meets with Vice Minister ofMinistri of Public Public Security, ngày 14/2/2008, từ: Tòa Đại Sứ Hoa Kỳ ở Hà Nội. Loại: Unclassified/ Sensitive// For Official Use Only, http://wikileaks.org/cable/2008/02/08HANOI169.html#

■ Two dissidents sentenced to six years in prison, possible ties to Government of Free Vietnam; ngày 1/2/2008 từ Tòa tổng lãnh sự Hoa Kỳ ở Thành phố Hồ Chí Minh. Loại Unclassified//For Official Use Only. http://wikileaks.org/cable/2008/02/08HOCHIMIN HCITY136.html#

Hà Nội khó chịu
Nghị Quyết Cờ Vàng

Giới chức Việt Nam không hiểu biết
hệ thống chính quyền Mỹ

Đỗ Dzũng

[**2001-2003**] Giới chức Bộ Ngoại Giao Việt Nam tỏ ra khó chịu với những nghị quyết do Hạ Viện Hoa Kỳ thông qua liên quan đến Việt Nam, cũng như một số hoạt động của cộng đồng người Việt tại Mỹ, và cho rằng đây là những âm mưu lật đổ chính quyền và cố tình xen vào công việc nội bộ của Việt Nam, công điện ngoại giao Mỹ, theo tiết lộ của Wikileaks.

Công điện cho biết, đại diện Việt Nam nêu lên sự khó chịu này chính là những nhà ngoại giao cao cấp của Việt Nam, từ bộ trưởng, thứ trưởng, vụ trưởng cho đến chủ tịch ủy ban Quốc Hội.

Cờ Vàng Ba Sọc Đỏ tại Tượng Đài Việt Mỹ, Westminster, California.
Chính quyền Việt Nam khó chịu khi nhiều tiểu bang và địa phương Hoa Kỳ
công nhận lá cờ là biểu tượng của người Việt tại Mỹ.
(Hình: David McNew/Getty Images)

Đáp lại những đòi hỏi này, giới chức ngoại giao Hoa Kỳ giải thích rằng hệ thống chính quyền Mỹ làm cho phía hành pháp không thể bắt buộc phía lập pháp làm theo ý mình. Các nhà ngoại giao Hoa Kỳ tại Hà Nội cũng cho rằng phản ứng của Việt Nam cho thấy họ không hiểu căn bản cơ cấu chính quyền liên bang của Mỹ.

Nghị quyết

Theo công điện do Phó Đại Sứ Mỹ tại Hà Nội, ông Dennis Harter, viết hôm 15 Tháng Sáu, 2000, trong cuộc họp trước đó, ông Nguyễn Mạnh Hùng, Vụ Trưởng Vụ Châu Mỹ Bộ Ngoại Giao Việt Nam, than với Đại Sứ Peterson rằng có những sự kiện xảy ra mới đây làm căng thẳng quan hệ Việt-Mỹ. Đó là các nghị quyết không mang tính bắt buộc đang được thảo luận tại Quốc Hội Mỹ, nhưng lại có tính chỉ trích nước Cộng Hòa Xã Hội Chủ Nghĩa Việt Nam.

❝Summing up the history of the GVN's failure to pursue a policy of "reconciliation and concord," the Ambassador said that it is now "reaping what it had sown."

"Ông Hùng nói HR 295 (chỉ trích sự độc đảng) rõ ràng là 'rất thù địch' đối với Hà Nội và HR 322 khen ngợi sự hy sinh của Quân lực Việt Nam Cộng Hòa (QLVNCH) làm cho Việt Nam cảm thấy bị xúc phạm. Ông đòi Đại Sứ Peterson 'dùng ảnh hưởng của mình' để ngăn chặn những hành động của Quốc Hội," bản công điện viết.

Bản công điện cho biết ông Hùng nói rằng kỷ niệm 25 năm chấm dứt cuộc chiến là thời điểm nhạy cảm cho cả hai phía. Trong khi đại sứ Mỹ bảo đảm là Hoa Kỳ không có ý định làm mất ổn định chính quyền Việt Nam, Quốc Hội Mỹ lại có những hành động ngược lại.

"Một số nhân vật trong chính quyền Việt Nam, ví dụ như Quốc Hội, coi những hành động này là cố gắng phá hoại hệ thống chính trị Việt Nam," bản công điện cho biết ông Nguyễn Mạnh Hùng nói như vậy.

Một công điện khác, do Phó Đại Sứ Robert Porter viết ngày 1 Tháng Chín, 2001, tường thuật lời ông Nguyễn Xuân Phong nói: *"Việt Nam tin rằng HR 2368 là do 'một nhóm người có ý đồ xấu' muốn can thiệp vào nội bộ Việt Nam - một hành động đi ngược lại khuynh hướng gia tăng quan hệ song phương, trong khi cả Việt Nam và Hoa Kỳ đang làm việc để thông qua Hiệp Ước Thương Mại Song Phương."*

Lúc đó, ông Porter là phó đại sứ, phụ tá của Đại Sứ Michael Marine.

Còn ông Nguyễn Xuân Phong là vụ trưởng vụ Châu Mỹ, thay ông Hùng, và vừa hoàn tất nhiệm vụ tổng lãnh sự Việt Nam đầu tiên tại San Francisco.

Ông Phong cũng cho rằng HR 2368 là do một nhóm người nào đó ở Mỹ thảo ra với mục đích lật đổ hoặc phá hoại chế độ tại Việt Nam lúc đó, một phương pháp được gọi là "phá hoại một cách âm thầm," khác với diễn tiến hòa bình, công điện cho biết.

Ông còn cho rằng chính phủ Mỹ từng dùng vấn đề tù binh chiến tranh và quân nhân mất tích (POW/MIA) để điều hợp tốc độ phát triển quan hệ giữa hai nước, và chính phủ Việt Nam tin rằng bây giờ Mỹ đang sử dụng *"các vấn đề khác"* với cùng mục đích.

"Ông Phong kêu gọi chính quyền Mỹ yêu cầu Quốc Hội không thông qua nghị quyết này," Phó Đại Sứ Robert Porter viết.

Lá cờ

Trong công điện khác, viết ngày 3 Tháng Hai, 2003, ông Porter tường thuật rằng Thứ Trưởng Ngoại Giao Nguyễn Đình Bin muốn gặp đại sứ Mỹ càng sớm càng tốt để *"phản đối mạnh mẽ"* Dự Luật 2829 của Hạ Viện Tiểu Bang Virginia, cho phép treo Cờ Vàng Ba Sọc Đỏ tại nơi công cộng.

Bộ Trưởng Ngoại Giao Nguyễn Dy Niên cũng viết thư cho ngoại trưởng Mỹ nêu lên vấn để này và chờ sự phản hồi. Chủ nhiệm Ủy ban Đối Ngoại Quốc Hội Vũ Mão viết thư cho Chủ tịch Hạ Viện và phó thống đốc Virginia. Ngay cả Phó Thủ Tướng Vũ Khoan cũng chú ý tới Dự Luật 2829, theo bản công điện, dẫn nguồn tin Bộ Ngoại Giao Việt Nam.

Trong buổi họp với Phó Đại Sứ Robert Porter, Trợ Lý Bộ Trưởng Ngoại Giao Nguyễn Đức Hùng khẩn khoản yêu cầu Mỹ chống lại dự luật này, nói rằng nó sẽ tạo ra hậu quả nghiêm trọng cho quan hệ hai nước, và đây là vấn đề Bộ Ngoại Giao Việt Nam chú ý hàng đầu, công điện viết.

Trong một lần khác, bản công điện ngày 5 Tháng Chín, 2001, cho biết ông Nguyễn Xuân Phong có nêu vấn đề Bưu Điện Mỹ không phát hành "brochure" có in hình Cờ Đỏ Sao Vàng, sau khi bị một số người Mỹ gốc Việt phản đối. Ông Phong nói Việt Nam đã nêu vấn đề này trực tiếp với Bưu Điện Mỹ, và cơ quan này xác nhận có thu hồi tất cả "brochure," nhưng nghe nói có lên tiếng xin lỗi chính phủ Việt Nam.

"Ông Phong nói với phó đại sứ Mỹ rằng hành động của bưu điện là một sự sỉ nhục đối với Việt Nam và lá cờ (đỏ). Ông nhận thấy rằng nếu một cơ quan Mỹ bị một 'nhóm nhỏ' áp lực, như trong trường hợp này, thì cơ quan đó sẽ tiếp tục làm như vậy trong tương lai. Ông yêu cầu Bộ Ngoại Giao Mỹ làm việc với bưu điện để cơ quan này bày tỏ sự kính trọng đối với lá cờ như họ tôn trọng quốc kỳ các quốc gia có chủ quyền khác, nhất là đối với quốc gia mà Hoa Kỳ có quan hệ hữu nghị," bản công điện viết.

Cuối buổi nói chuyện, Vụ Trưởng Nguyễn Xuân Phong nhắc lại yêu cầu trước đây của Việt Nam muốn chính quyền Hoa Kỳ bắt những người ở Mỹ đang hoạt động nhằm lật đổ chính quyền Việt Nam, cũng như những người lên kế hoạch khủng bố chống các tòa đại sứ và cơ sở của Việt Nam ở nước ngoài, bản công điện cho biết. Ông cũng yêu cầu chính phủ Mỹ, trong tinh thần hợp tác, cung cấp cho chính phủ Việt Nam bất cứ thông tin nào liên quan đến những hoạt động này.

Không hiểu hệ thống chính quyền Mỹ

Trong những lần gặp gỡ quan chức ngoại giao Việt Nam, các nhà ngoại giao Mỹ đều giải thích về sự độc lập giữa hành pháp và lập pháp trong chính quyền Hoa Kỳ, cũng như quyền hạn giữa liên bang và tiểu bang, theo các bản công điện. Vì thế, Bộ Ngoại Giao Mỹ không thể ngăn cản những gì Quốc Hội Mỹ và tiểu bang làm.

Trong một lần nói chuyện với Vụ Trưởng Nguyễn Mạnh Hùng, Đại Sứ Pete Peterson nói trong khi bảo đảm rằng Hoa Kỳ muốn Việt Nam ổn định, giàu có và phát triển quan hệ với Mỹ, ông cũng muốn Bộ Ngoại Giao Việt Nam giáo dục giới chức chính quyền về hệ thống chính quyền Mỹ, nhất là vai trò của Quốc Hội Hoa Kỳ, bản công điện viết.

Tuy nhiên, trong khi cho biết ông hoặc tổng thống Hoa Kỳ không có quyền đối với Quốc Hội, Đại Sứ Peterson nói ông sẽ có cơ hội nói về vấn đề này với các dân biểu liên bang khi có mặt tại buổi điều trần liên quan đến Dự Luật Jackson-Vanik.

"Điều quan trọng là lãnh đạo cả hai phía đừng nên quá khó chịu vì những tuyên bố hoặc hành động của một số nhân vật," Đại Sứ Pete Peterson được bản công điện trích lời khuyên ông Hùng.

Trong một lần khác, Phó Đại Sứ Robert Porter nhấn mạnh với Vụ Trưởng Nguyễn Xuân Phong rằng Quốc Hội Mỹ đại diện quyền lợi của cử tri, theo bản công điện.

"Thật không may, chính quyền Việt Nam rõ ràng không được nhân viên tòa đại sứ ở Washington, DC, và chuyên gia tại Vụ Châu Mỹ cung cấp đầy đủ thông tin," ông Robert Porter viết trong bản công điện ngày 3 Tháng Hai, 2003. *"Hình như họ không thể giải thích hệ thống chính quyền Mỹ hoặc thuyết phục cấp trên khi nào nên - và không nên - can thiệp với chính quyền liên bang Mỹ."*

Mặc dù được giải thích, theo hiến pháp, chính quyền liên bang không thể làm gì được với chính quyền tiểu bang trong vụ Quốc Hội Virginia công nhận Cờ Vàng Ba Sọc Đỏ, Trợ Lý Bộ Trưởng Ngoại Giao Nguyễn Đức Hùng, trong một lần nói chuyện với ông Porter, vẫn không cảm thấy thoải mái.

"Dù chúng ta cố gắng nhiều lần để giáo dục giới chức Việt Nam về sự chia sẻ quyền hành của chính quyền Mỹ, họ không hiểu hoặc là cố tình không hiểu. Sự thiếu hiểu biết rất quan trọng này của giới chức Việt Nam về hệ thống chính quyền trong các quốc gia dân chủ cũng được các tòa đại sứ Tây Phương ở Hà Nội công nhận, nhất là các cơ sở ngoại giao thường bị Bộ Ngoại Giao Việt Nam phàn nàn mỗi khi nhánh lập pháp quốc gia họ có hành động liên quan đến Việt Nam," Phó Đại Sứ Dennis Harter viết trong một bản công điện.

Công điện:

- "MFA official on strains in US-SRV relations," 5/6/2000, từ Dennis Harter, Phó Đại Sứ Hoa Kỳ tại Hà Nội. Loại bảo mật: Confidential. http://wikileaks.org/cable/2000/06/00HANOI1318.html

- "Foreign Ministry objects to Vietnam Human Rights Act and US Postal Service action," 5/9/2001, từ Robert Porter, Phó Đại Sứ Hoa Kỳ tại Hà Nội. Loại bảo mật: Confidential. http://wikileaks.org/cable/2001/09/01HANOI2175.html

- "Virginia flag: Upping the ante," 7/2/2003, từ Robert Porter, Phó Đại Sứ Hoa Kỳ tại Hà Nội. Loại bảo mật: Sensitive. http://wikileaks.org/cable/2003/02/03HANOI288.html

- "Strong GVN reaction to Virginia Flag Bill," 10/2/2003, từ Raymond Burghardt, Đại Sứ Hoa Kỳ tại Hà Nội. Loại bảo mật: Không bảo mật. http://wikileaks.org/cable/2003/02/03HANOI301.html

Người Mỹ nói về Con Lai Mỹ

Triệu Phong

[**2000**] Vào những năm sau chiến tranh, xã hội Việt Nam xa lánh trẻ em lai Mỹ, đẩy đưa nhiều em vào cuộc sống khốn khổ trên các hè phố. Tuy nhiên trong hai mươi năm qua, tình trạng của các em có vẻ được cải thiện hơn. Công điện của Tòa Đại Sứ Mỹ ở Hà Nội gởi về Bộ Ngoại Giao Hoa Kỳ vào năm 2000 qua tiết lộ của WikiLeak cho thấy, gần đây hầu hết người Việt xem con lai như mọi người khác.

Con lai Mỹ

Con lai mà người Mỹ gọi là "Amerasian," cũng là hợp từ của hai chữ American và Asian, tức người mang dòng máu vừa Mỹ vừa Á. Vào thời điểm Mỹ rút ra khỏi Việt Nam, con lai và mẹ của họ trở thành mục tiêu kỳ thị về mặt chính trị, kinh tế và xã hội.

> "Thirty-six of the sixty-one Amerasians surveyed reported that, in the past ten years, they had been treated no differently than other vietnamese..."

Nhiều người Việt trong gia đình lẫn cộng đồng xa lánh họ. Chính quyền bắt nhiều con lai cùng các bà mẹ phải dời chỗ ở lên vùng "Kinh tế mới," nơi họ phải sống dưới các điều kiện cực kỳ khắc nghiệt. Họ không được cấp giấy căn cước cùng những giấy tờ quan trọng khác cần thiết để hội nhập vào đời sống văn minh.

Cảm thông được nỗi thống khổ tàn khốc của con lai, Quốc Hội Hoa Kỳ thông qua đạo luật 'Amerasian Homecoming Act' vào năm 1987. Trong đạo luật này có đoạn nói: *"Được biết nhiều con lai không được cấp tem phiếu, phải đi ăn xin trên hè phố, bán đồ chợ đen, hoặc bán thân để sống."* Đoạn khác viết: *"Các bà mẹ của con lai ở Việt Nam không được nhận vào làm việc tại cơ quan hay công ty quốc doanh, nhiều người bị gia đình hắt hủi, phải sống trong nghèo khó."*

Đạo luật này cho phép con lai và người thân của họ được nhập cư Hoa Kỳ với tính cách di dân và được hưởng đặc quyền như người tị nạn.

Không rõ ngày nay còn bao nhiêu con lai đang sống ở Việt Nam. Nhưng hiện mỗi tuần có khoảng 20 con lai nộp đơn xin nhập cư vào Mỹ, với tính cách tị nạn qua chương trình Amerasian Program.

61 con lai nộp đơn và được chấp thuận vào Mỹ từ tháng Giêng đến tháng Ba, năm 2000, có tuổi trung bình 29. Bốn mươi mốt có gia đình, một đã ly dị, một ly thân và 18 người còn lại vẫn còn độc thân. 34 trong số 61 con lai này ít nhất có một con. Gần như tất cả ra đi với toàn gia đình, trong khi chỉ 4 người đi một mình.

Những người con lai được phỏng vấn cho thấy, hết 97% đang làm việc. Gồm 13 làm nghề lao động, 7 làm nông, 7 thợ may, 7 buôn bán lẻ, 5 nội trợ, 4 thợ rèn, 3 tài xế, 2 thợ mộc, 2 thợ máy, 1 đánh cá, 1 thợ làm bánh, 1 bán vé số, 1 đạp xích lô, 1 thợ làm tóc, 1 nghề đốn củi, 1 thợ nề và 1 làm nghề chụp hình. Chỉ hai người khai không có việc làm.

Phần lớn con lai nói họ được đối xử bình đẳng

Trong số 61 con lai được thăm dò, 36 cho thấy họ được đối xử không khác gì những người Việt khác trong mười năm qua.

Điển hình là trường hợp cô Phương Thảo, một con lai sống ở thành phố HCM với chồng và con gái. Cô không nộp đơn để được đi định cư ở Mỹ theo chương trình con lai, mặc dù mẹ cô không ngừng thúc giục cô từ đầu thập niên 1990. Phương Thảo chọn ở lại vì không muốn xa rời bà con chòm xóm cũng như bạn bè. Hiện cô đang sống bằng nghề ca sĩ.

Trong cuộc phỏng vấn với tham tán về vấn để tị nạn, Phương Thảo nhớ lại hồi còn nhỏ cô bị trẻ em châm chọc vì cha cô là người Mỹ. Hơn thế nữa, cô bị từ chối gia nhập Đoàn Thanh Niên, điều khiến cô tin là gây trở ngại cho việc học lẫn đi làm của cô.

Đối với Phương Thảo, tất cả đều thuộc về quá khứ. Theo cô, nay người Việt cư xử với cô như mọi người Việt khác, kể cả đảng Cộng Sản, nghĩa là nếu cô muốn tham gia thì họ vẫn nhận vào như thường. Về mặt xã hội, cô được đối xử như cô là một người Việt Nam hoàn toàn. Ví dụ khi Phương Thảo lấy chồng là một người Việt vào năm 1993, cha mẹ chồng dễ dàng chấp nhận cô vào với gia đình họ.

Hiện nay Phương Thảo cùng chồng đang nghĩ đến việc nộp đơn xin vào Hoa Kỳ theo chương trình con lai, với ý định để học hỏi và trình diễn âm nhạc ở bên đó chừng một năm rồi trở lại Việt Nam. Cô và người chồng nhạc sĩ muốn biểu tỏ qua các bài ca rằng, có những người con lai *"với những tham vọng và việc làm tốt, và rằng chúng tôi cũng như mọi người khác."*

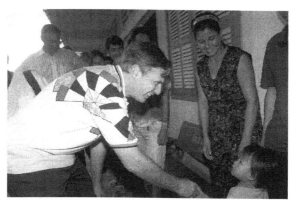

Phụ tá Ngoại trưởng Hoa Kỳ Winston Lord (trái) đến thăm gia đình cô Trần Thị Nga (giữa) một người con lai ở Sài Gòn vào ngày 18 tháng Bảy năm 1993. (Hình: HOANG DINH NAM/AFP/Getty Images)

Một con lai khác tên Hồng, người có cùng những kinh nghiệm giống như Phương Thảo. Viên tham tán đến thăm nhà cô nằm ở phía bên kia vịnh Qui Nhơn. Khi ông đến, chừng 75 người vây kín quanh căn nhà đúc nhỏ nhắn của Hồng. Đám đông đứng chật cửa ra vào lẫn các cửa sổ có chấn song sắt, để lắng nghe cuộc phỏng vấn ở bên trong. Hồng cho biết thân phụ người Mỹ của cô bỏ mẹ cô, rồi đến lượt mẹ cô đem cô đi cho một gia đình khác ở Qui Nhơn.

Hồng nói cô chưa hề thấy mặt hoặc nghe tin tức về cha. Còn mẹ thì cô có gặp lại một lần vào năm 1986 khi bà tìm cách thuyết phục cô mang bà qua Mỹ. Hồng từ chối không chịu đi Mỹ, mà chỉ muốn sống gần bên gia đình cha mẹ nuôi.

Cuối cùng vào năm 1995, Hồng quyết định nộp đơn ra đi theo chương trình con lai. Tuy nhiên văn phòng ODP bác đơn cô vì nhân viên ODP không tin cô là con lai. (Trái lại, viên tham tán tin Hồng là con lai thực sự. Không những cả cộng đồng đều xem cô như con lai mà ngay chính cô lẫn đứa con trai của cô cũng mang những nét của người da trắng trên khuôn mặt. Do vậy, viên tham tán khuyên Hồng nên nộp đơn trở lại.)

Cũng như Phương Thảo, hồi nhỏ Hồng bị trẻ con chọc ghẹo là con lai nhưng nay cô được xem như mọi người khác. Hồng hiện làm chủ một chiếc ghe, hằng ngày đưa khách qua vịnh Qui Nhơn, trong khi chồng làm nghề đánh cá. Hồng cho biết đời sống của cô khó khăn nhưng chưa khó bằng người khác.

Vào cuối buổi phỏng vấn, đám đông bỗng rút đi hết nhường chỗ cho hai người, một mặc sắc phục công an và một mặc đồ dân sự. Họ tự nhận thuộc đảng bộ thành phố và yêu cầu viên tham tán tự giới thiệu mình và cho biết mục đích cuộc gặp cô Hồng. Họ đòi xem thư giới thiệu nhưng ông không có. Ông mời họ cùng dự cuộc phỏng vấn. Sau đó họ cùng ngồi xuống, xác nhận Hồng là con lai độc nhất trong thành phố, và được chính quyền địa phương lẫn hàng xóm đối xử như mọi người dân khác.

Một số con lai than phiền bị ngược đãi

Hầu hết Amerasian đều bực mình vì bị gọi là *"con lai"* hay *"Mỹ lai,"* thậm chí có người bị gọi là *"Mỹ đen"* nữa. Một số như Hồng cảm thấy xấu hổ và ngượng ngùng, trong khi có người lại cho được gọi *"con lai"* là cách gọi trìu mến.

Điều quan tâm khác của họ là bị phân biệt khi đi xin việc làm vì màu da, thiếu học vấn. Một người con lai 32 tuổi làm lao động ở Biên Hòa cho biết, chủ anh nhận anh vào làm nhưng không cho vào biên chế vì nghĩ rằng ngày nào đó anh sẽ đi Mỹ.

Một số con lai báo cáo bị gặp rắc rối như: ba người cho rằng mình bị người ta *"khinh rẻ,"* hai người nói vẫn tiếp tục gặp khó khăn do thiếu học vấn, một người nói từng bị bắt giữ vô cớ và một cô nói không thể gia nhập các đoàn thể xã hội.

Dựa vào những thông tin viên tham tán thu thập được, việc con lai bị đối xử thiếu bình đẳng nay được coi như thuộc về dĩ vãng. Theo ông, khó mà tìm được một con lai đang ăn xin trên hè phố, mua bán đồ chợ đen, hoặc bán thân để mưu sinh. Gần như tất cả đều có gia đình đàng hoàng, có công ăn việc làm hoặc có nghề chuyên môn.

Không có chứng cớ nào cho thấy chính quyền Việt Nam hiện nay còn phân biệt con lai trong chính sách tuyển nhận công nhân viên.

Thông tin trên đây cho thấy những người con lai, nay từ 24 đến 38 tuổi, nói chung, đang được hưởng sự thay đổi tích cực về địa vị xã hội, kể từ khi chấm dứt cuộc chiến tranh Việt Nam.

Có chứng cớ cho thấy một số vẫn còn tiếp tục bị ngược đãi, không lạ gì một phần vì văn hóa ác cảm, vốn rất phổ thông ở Á Châu, đối với những người con hai dòng máu. Cũng có thể con lai bị khó khăn khi đi xin việc làm vì họ thiếu học vấn, do không được đến trường từ thời thơ ấu. Tuy nhiên, hầu hết những con lai trong ví dụ của viên tham tán có vẻ như sống một cuộc sống không bị phân biệt khác hơn những người Việt Nam khác.

Công điện:

- "Amerasians show signs of assimilation into Vietnamese society," 17/5/2000, từ charles ray, tổng lãnh sự hoa kỳ tại tphcm. Loại bảo mật: Không bảo mật. http://wikileaks.org/cable/2000/05/00HOCHIMINHCI TY838.html

Hãnh tiến
và giáo điều Marxist

Sợ Mỹ, e Phương tây,
lo toàn cầu hóa, khiếp khoa học

Đông Bàn

[**2000-2005**] Lãnh đạo cao cấp của Việt Nam vẫn tiếp tục nhấn mạnh "vai trò lãnh đạo của Đảng Cộng Sản" trong tất cả các tiến trình quan trọng, bao gồm cả tiến trình hoạch định chính sách kinh tế và chính trị.

❝Most Vietnamese see the leadership's Marxist slogans as irrelevant to their daily lives. but many leaders in Hanoi are profoundly fearful of how the West ... may take advantage of Vietnam's 'weaknesses...'❞

Tư tưởng của giới lãnh đạo đảng vẫn là, nền kinh tế phải do nhà nước chỉ đạo, vẫn tiếp tục đóng vai trò khu vực kinh tế quan trọng nhất. Đồng thời, những cải cách thị trường cần phải được thực hiện nhằm hỗ trợ quốc doanh - xương sống của nền kinh tế.

Đó là các nhận định được ra trong công điện mà giới ngoại giao Hoa Kỳ tại Việt Nam gởi về Washington D.C. hồi Tháng Tư, 2000.

Giáo điều Marxist

Công điện viết, mặc dầu tiến trình toàn cầu hóa được thừa nhận là *"không thể đảo ngược,"* nhiều quan chức cao cấp của Việt Nam vẫn cứ xem tiến trình này là *"tiêu cực."* Buồn cười hơn nữa, họ cứ quan niệm như vậy trong khi nhiều khu vực tại Việt Nam, đặc biệt thành phố Hồ Chí Minh, hưởng lợi rất nhiều từ sự trao đổi mậu dịch với thế giới.

Trên thực tế, hầu hết người Việt Nam đều xem các khẩu hiệu giáo điều Marxist của giới lãnh đạo là không thích hợp cho đời sống hàng ngày. Thế nhưng, nhiều lãnh đạo tại Hà Nội vẫn còn sợ, rất sợ, phương Tây, và đặc biệt là Hoa Kỳ, có thể *"lợi dụng sự yếu kém của Việt Nam."*

Họ xem sự cải tổ kinh tế là nguồn gốc của bất ổn, và quan niệm rằng khoa học và công nghệ là phương cách mà *"đế quốc"* sử dụng để *"khống chế các nước nghèo."*

Cho đến đại hội đảng lần thứ 11, năm 2011, đảng CSVN vẫn dùng lá bùa hộ mệnh là chủ nghĩa Marxist-Leninist. (Hình: Hoang Dinh Nam/AFP/Getty Images)

Họ sợ luôn cả các *"giải pháp quân sự"* mà phương Tây có thể áp dụng ở các quốc gia khác. Trước đây, chỉ có những tay rất thủ cựu mới cổ xúy cho quan điểm này. Gần đây, chính những nhân vật có đầu óc cải cách, như thủ tướng và ngoại trưởng, cũng bắt đầu nói cùng một giọng.

Theo lời công điện, nội dung phân tích được ghi nhận từ các bài viết, bài nói chuyện của các nhân vật cao cấp trong đảng. Chẳng hạn, diễn văn của Tổng Bí Thư Lê Khả Phiêu nhân 70 năm ngày thành lập Đảng Cộng Sản Việt Nam; Diễn văn của thành viên Bộ Chính Trị, Phạm Thế Duyệt, Nguyễn Phú Trọng; Diễn văn của Thủ Tướng Phan Văn Khải, Ngoại Trưởng Nguyễn Dy Niên (trong những lần gặp đối tác nước ngoài).

Điều ghi nhận là, trong khi giọng điệu Marxist-Leninist ngày càng được nhắc đến, quần chúng thì chẳng ai theo chủ nghĩa này nữa.

Một người dân thường có thể trả lời ngay: *"Nhắc đi nhắc lại Marxist-*

Leninist chỉ là nhắc lại 'âm thanh nền,' thứ âm thanh chẳng dính dáng gì đến đời sống hàng ngày" của ông ta, hay bà ta.

Tại thành phố Hồ Chí Minh, rất nhiều người tỏ ra dửng dưng trước những chủ thuyết lỗi thời, trống rỗng mà mấy tay tư tưởng trong đảng phun ra. Những thành tựu không thể chối cãi của tiến trình toàn cầu hóa và mậu dịch quốc tế tiến triển rất nhanh ở phía Nam; và những lãnh đạo đảng và chính quyền ở khu vực này rất *"thoáng"* trong việc gia nhập và tìm được phúc lợi từ tiến trình toàn cầu hóa.

"Bùa hộ mệnh"

Tuy nhiên, nếu xem các học thuyết tư tưởng của đảng và chính quyền chỉ là những khẩu hiệu trống rỗng thì đó có thể là sai lầm.

Học thuyết Marxist-Leninist vẫn còn quan trọng tại Việt Nam. Lý do là vì nhiều lãnh đạo cao cấp vẫn còn thật sự tin tưởng vào chủ thuyết này, hoặc cũng có thể là họ nấp phía sau học thuyết, dùng chúng làm khiêng che, biện hộ cho việc không nên đi quá nhanh trong tiến trình cải tổ.

Học thuyết, chủ thuyết tại Việt Nam có vai trò quan trọng vì nó thể hiện quan điểm của lớp lãnh đạo chóp bu, những người nắm giữ quyền lực chính trị tối hậu của đất nước.

Giới lãnh đạo Việt Nam quan niệm thế này: Đảng và chính phủ đối mặt với một nan đề kinh tế sâu sắc. Nan đề đó là: Làm thế nào để mở cửa kinh tế, thủ lợi từ mậu dịch và đầu tư, nhưng đồng thời vẫn giữ được ổn định xã hội và vị thế độc quyền của đảng.

Nhiều quan chức chính quyền vẫn bàn về điều này, câu hỏi không phải là có nên đi tới hay không. Câu hỏi là: Đi với tốc độ nào thì vừa.

Nhiều lãnh đạo cao cấp vẫn còn sợ là Việt Nam *"thay đổi quá nhanh"* về kinh tế và thị trường. Trong bối cảnh không có sự đồng thuận về việc phải cải cách thật nhanh, lãnh đạo Đảng Cộng Sản vẫn nghiêng về mô hình lấy quốc doanh làm chính, từ đó giới thiệu những *"đặc tính thị trường,"* theo cách thức được kiểm soát kỹ càng.

Trong diễn văn nhân 70 năm thành lập Đảng Cộng Sản, Tổng Bí Thư Lê Khả Phiêu tán dương chủ nghĩa xã hội, xem đây là phương cách phát triển tốt cho Việt Nam. Ông Phiêu nói Việt Nam cần một *"nền kinh tế phát triển cao, với lực lượng lao động hiện đại và nhà nước thì làm chủ tất cả các khu vực sản xuất quan trọng."*

Chưa hết, Việt Nam sẽ khai triển tất cả các *"khu vực kinh tế, bao gồm doanh nghiệp nhà nước, tập đoàn, doanh nghiệp gia đình, nông trại, công ty tư nhân, và liên doanh với nước ngoài."*

Vẫn chưa hết, ông Phiêu nói rằng kinh tế quốc doanh và kinh tế liên doanh sẽ kiến tạo *"nền tảng kinh tế quốc gia của Việt Nam."* Nhắc đến Hiến Pháp 1992, ông Phiêu nói tất cả các khu vực kinh tế sẽ bình đẳng, *"và hoàn toàn đúng đắn khi đảng ta nhấn mạnh và củng cố vai trò chỉ đạo của kinh tế quốc doanh."*

Ông ta nói khu vực kinh tế quốc doanh cần *"đóng vai trò trung tâm nhằm thúc đẩy sự phát triển của các khu vực kinh tế khác, duy trì sự ổn định trong những tình huống phức tạp, và vận dụng kinh tế thị trường theo định hướng xã hội chủ nghĩa."*

Công điện phân tích: *"Phiêu nói rằng xóa đói giảm nghèo là mục tiêu hàng đầu. Viện dẫn sự thành công của các chương trình xóa đói giảm nghèo cho đến thời điểm hiện tại, Phiêu có vẻ muốn tiếp tục mô hình xóa đói giảm nghèo do trung ương chỉ đạo hơn là thúc đẩy sự phát triển thông qua tự do kinh tế và chính trị. Phiêu còn đi xa hơn, thúc đẩy Việt Nam mở rộng 'hợp tác kinh tế' với các quốc gia khác và sản xuất các sản phẩm mới, chất lượng cao, hầu có thể cạnh tranh."*

"Tuy nhiên," vẫn theo công điện, *"tính chủ đạo của khu vực quốc doanh vẫn là quan điểm kinh tế chính yếu của ông ta."*

Những tay hãnh tiến

Lãnh tụ Việt Nam nhắc đi nhắc lại, rằng quốc gia này nghèo và chưa phát triển, lại đang đi vào giai đoạn mậu dịch toàn cầu trong tư thế còn yếu. Ông Phiêu đã rất thành thật khi thừa nhận Việt Nam phải cẩn trọng với tiến trình phát triển kinh tế. Ông ta nói rằng Việt Nam đối mặt với *"rất nhiều đối thủ từ các nền kinh tế phát triển, các lực lượng mạnh hơn và nằm ở vị trí tốt hơn."*

Nói chung, giọng điệu chung vẫn là: *"Việt Nam phải cẩn trọng, và không để bị các lực lượng mạnh hơn lợi dụng."*

Trong khi đó, Thủ Tướng Phan Văn Khải, khi nói về Hiệp Ước Thương Mại Song Phương Việt-Mỹ, thì thừa nhận là Việt Nam *"không thể cạnh tranh nổi với Mỹ,"* và rằng, trên thực tế Việt Nam là quốc gia kém phát triển, và Hoa Kỳ *"không thể hiểu được tất cả mọi khó khăn mà Việt Nam đang đối mặt."*

Trong khi đó, Ủy Viên Bộ Chính Trị Nguyễn Phú Trọng, trong bài báo đăng trên Tạp Chí Cộng Sản, nói rằng *"đấu tranh giai cấp vẫn diễn ra hết sức căng thẳng. Cách mạng khoa học và kỹ thuật thì đang phát triển như giông bão. Trong khi đó, khả năng tiếp nhận và tri thức của chúng ta (Việt Nam) thì giới hạn."*

Trọng tỏ ra sợ *"các thế lực thù địch"* tấn công và *"phỉ báng đảng và nhà nước, đánh thẳng vào hệ tư tưởng, chương trình chính trị của Đảng trong cố gắng chia rẽ nội bộ đảng và cội rễ của đảng."*

Những tay nặng về tư tưởng trong Bộ Chính Trị, chẳng hạn Lê Khả Phiêu và Nguyễn Phú Trọng, rất ghét sự thăng tiến của khoa học và kỹ thuật.

Là một người cực tả, Phiêu nói rằng *"chủ nghĩa tư bản và đế quốc là sản phẩm của khoa học và công nghệ."*

Ông ta nói tiếp, với giọng tích cực, rằng thành tựu khoa học và công nghệ của thế kỷ 21 mang lại điều kiện sống văn minh hơn, thế nhưng *"mọi người vẫn âu lo."*

Lý do: *"Lịch sử đã chứng minh, khoa học và công nghệ cao sẽ mang đến tình trạng chiến tranh và khủng hoảng kinh tế cao hơn."*

Một tay khác trong Bộ Chính Trị, đứng hàng thứ năm, là Phạm Thế Duyệt, cũng bảo thủ không kém. Duyệt viết bài báo có tựa *"Nhiệm vụ quốc tế của đảng,"* đăng trên Tạp Chí Cộng Sản, rằng chủ nghĩa Marxism-Leninism và tư tưởng Hồ Chí Minh là *"nền tảng quan hệ quốc tế của Việt Nam."*

Duyệt cũng nói Việt Nam cần duy trì di sản để tránh phạm lỗi lầm tương tự các quốc gia cộng sản khác, như Liên Xô và các nước Đông Âu. Duyệt nói, các nước này sụp đổ vì họ cố gắng *"cải cách."*

Công điện nhắc nhở, Hoa Kỳ cần *"nhớ rằng, nhiều lãnh đạo cao cấp của Việt Nam hoàn toàn không tin Mỹ. Bản chất đồng thuận của Hà Nội, kết hợp với nỗi lo sợ rất thành thật của họ, là bị phương Tây lừa dối, đã khiến tiến trình cải cách kinh tế chậm lại."*

Công điện cũng ghi nhận, Hoa Kỳ đã cố gắng rất nhiều để kiến tạo mối quan hệ có tính xây dựng với Việt Nam. Và nỗ lực này đã gia tăng được niềm tin của một số giới chức trong chính quyền. Tuy nhiên, thái độ của Bộ Chính Trị - một Bộ Chính Trị *"vừa ốc đảo vừa bí mật"* - lại là một chuyện khác.

"*Bộ Chính Trị ngồi ở vị trí quyền lực tuyệt đối, họ tiếp tục sử dụng các khẩu hiệu tư tưởng để chống lại tiến trình cải cách.*"

Tại sao họ hành xử như vậy? Lý do là để bảo vệ sự kiêu hãnh quyền lực cá nhân, để chống lại sự bất ổn xã hội (mà họ thực sự sợ hãi), và để đối mặt với điều mà họ cho là "chiến lược toàn cầu" của Hoa Kỳ.

Tóm lại, có một khoảng cách rất lớn giữa cách mà Hoa Kỳ và Việt Nam quan niệm về toàn cầu hóa cũng như cách thức mà Việt Nam mở cửa ra thế giới.

Công điện ghi: "*Chúng tôi hy vọng, theo thời gian, lãnh đạo Việt Nam sẽ đủ sức lột bớt các lớp da tư tưởng đã chết. Tuy nhiên, cho đến khi điều này xảy ra, đất nước này - đất nước của người dân năng động, cần cù, ham học - sẽ tiếp tục bị chính lãnh đạo của họ níu áo, làm cho trì trệ.*"

Nhiều người trong số lãnh đạo ấy vẫn cứ tiếp tục theo sát những học thuyết tư tưởng đã lỗi thời, lấy từ một kỷ nguyên nào đó, xa lắc xa lơ.

Saigontourist:
Hội chứng Quốc doanh

Saigontourist, một công ty du lịch tại Sài Gòn, mang đầy đủ đặc tính của sự thiếu hiệu quả của một công ty quốc doanh.

Là một trong những công ty du lịch lớn nhất Việt Nam, làm chủ (hoặc có cổ phần) trong 70 khách sạn, có 15 ngàn nhân viên, tổng giám đốc công ty lại có vẻ chẳng biết giá trị thị trường của công ty là bao nhiêu. Và thực tế là, Saigontourist đang vất vả tìm kiếm khách du lịch, đặc biệt là khách ngoại quốc.

Công điện do Tòa Lãnh Sự Hoa Kỳ tại thành phố Hồ Chí Minh gởi về Washington D.C. Tháng Mười Một, 2004, kể về câu chuyện của Saigontourist.

Theo công điện, Tổng Giám Đốc Saigontourist Nguyễn Hữu Thọ nói với Tổng Lãnh Sự Hoa Kỳ, rằng công ty này khởi thủy chỉ là một công ty quốc doanh nhỏ, sau đó phát triển dần để trở thành một "công ty mẹ," có 45 công ty con, 70 khách sạn, 6 công ty tổ chức tour, cùng cổ phần trong nhiều công ty lớn khác thuộc ngành hàng không, ngân hàng...

Thế nhưng, cách điều hành của các cấp quản lý của Saigontourist thì lại là một dấu hỏi to tướng.

Một chuyên viên du lịch làm cho một công ty liên doanh với Saigontourist tiết lộ, công ty quốc doanh này *"chẳng biết một tý gì"* về chiến lược kinh doanh cũng như làm thế nào vận hành một khách sạn tầm cỡ quốc tế.

Một chuyên viên cao cấp khác, là tổng quản trị cho một khách sạn hàng đầu tại Sài Gòn, thì nói rằng các cấp điều hành của Saigontourist *"thiếu khả năng và tham nhũng."*

Chuyên viên này kể, trong một hội chợ du lịch tại Châu Âu, Saigontourist gởi sang các quan chức điều hành, vốn là đảng viên, chẳng biết nói lấy một chữ tiếng Anh, và chẳng có một chương trình làm việc cụ thể, ngoài một chương trình... đi chơi. Và trong khi các phóng viên của các tạp chí du lịch đang rất muốn phỏng vấn để viết bài về du lịch Việt Nam, các quan chức chẳng thèm đếm xỉa gì cả.

Hai chuyên viên du lịch kể lại câu chuyện này đều cùng đồng ý: bất cứ ai muốn vào miền Nam Việt Nam kinh doanh du lịch, chọn lựa duy nhất của họ là phải làm việc với Saigontourist.

Dù Saigontourist và các công ty *"con"* đã được cổ phần hóa một phần, công ty này vẫn mang đặc tính thiếu hiệu quả của một công ty quốc doanh.

Công ty thì quá lớn, quá phức tạp, lại dính dáng vào nhiều hoạt động không phải là du lịch (chẳng hạn ngân hàng). Các cấp điều hành của công ty thì không có cái nhìn rõ ràng về tài sản công ty. Đó là chưa kể, bản kết toán thu-chi của công ty thì lại là điều bí mật.

Saigontourist không chịu sự kiểm toán độc lập, và chỉ những cổ đông lớn mới được dự họp và được biết các báo cáo tài chánh.

Công ty chịu sự chi phối trực tiếp bởi chính phủ, nhưng không rõ ai là đại diện chính phủ trong công ty này. Có thể đoán chắc chắn, đại diện ấy phải là ông tổng giám đốc. Và cũng không rõ là ông tổng này có phải báo cáo cho bất cứ ai không, cho dẫu sự chọn lựa và đưa ông ta vào vị trí tổng giám đốc là quyết định chung của thành phố Hồ Chí Minh và Hà Nội.

Saigontourist muốn trở thành tay chơi có khả năng cạnh tranh trong khu vực, nhưng rõ ràng là, hầu như toàn công ty ngồi trên một đống tài sản rất có giá trị, và chẳng làm gì, ngoại trừ quản lý một nhóm rất nhiều khách sạn chỉ thuộc vào hạng thứ cấp.

Hàng hóa, lãnh vực, và ngành Công nghiệp có sự tham gia của Doanh nghiệp Nhà nước

- Hàng không (Nhà nước kiểm soát 100%).
- Ngân hàng (Nhà nước kiểm soát 76%-80%).
- Bia (Không có chính sách độc quyền. Doanh nghiệp nhà nước chiếm 62.3% thị trường).
- Xi măng (Không có chính sách độc quyền, nhưng được nhà nước bảo hộ. Doanh nghiệp nhà nước chiếm 66.8% thị trường).
- Hóa chất (Không có chính sách độc quyền. Thị phần của nhà nước thay đổi tùy sản phẩm).
- Cà phê (Không có chính sách độc quyền. Doanh nghiệp nhà nước chiếm 20% sản xuất và 80% xuất khẩu).
- Xây dựng (Không có chính sách độc quyền. Doanh nghiệp nhà nước chiếm 59.3% doanh thu trong năm 2004 và 57.6% đầu tư trong năm 2003).
- Điện (Nhà nước độc quyền truyền tải điện. Doanh nghiệp nhà nước chiếm 96.8% sản lượng điện; 100% truyền tải điện; và 100% phân phối điện).
- Giày dép (Không có chính sách độc quyền. Thị phần do nhà nước làm chủ thay đổi tùy sản phẩm).
- Sản phẩm gỗ (Không có chính sách độc quyền. Doanh nghiệp nhà nước chiếm 15.5% thị trường).
- Bảo hiểm (Không có chính sách độc quyền. Doanh nghiệp nhà nước chiếm 43.8% thị trường bảo hiểm nhân thọ; 79.3% cho tất cả các loại bảo hiểm khác).
- Rượu (Không có chính sách độc quyền. Doanh nghiệp nhà nước chiếm 4% thị trường).
- Sữa và chế phẩm (Không có chính sách độc quyền. Doanh nghiệp nhà nước chiếm 69.2% thị trường).
- Khai thác mỏ (Doanh nghiệp nhà nước chiếm 45%-49% tùy sản phẩm).

- Dầu khí (Nhà nước kiểm soát 100% qua công ty duy nhất PetroViet-nam).

- Giấy (Không có chính sách độc quyền. Doanh nghiệp nhà nước chiếm 33% thị trường).

- Sản phẩm dược (Không có chính sách độc quyền. Doanh nghiệp nhà nước chiếm phần lớn thị trường).

- Chế biến thực phẩm, nước giải khát (Không có chính sách độc quyền. Doanh nghiệp nhà nước chiếm 38.3% thị trường).

- Đường sắt (Nhà nước độc quyền).

- Gạo (Không có chính sách độc quyền. Doanh nghiệp nhà nước chiếm 2.6% sản lượng gạo và 97.9% thị trường xuất khẩu).

- Nhựa (Không có chính sách độc quyền. Doanh nghiệp nhà nước chiếm 31.1% thị trường).

- Chứng khoán (Kiểm soát bởi Ủy Ban Chứng Khoán Nhà Nước).

- Vận tải đường biển (Không có chính sách độc quyền. Doanh nghiệp nhà nước chiếm 62% thị trường và 57% tổng số công ty trên thị trường).

- Sắt (Không có chính sách độc quyền. Doanh nghiệp nhà nước chiếm 33.6% thị trường).

- Viễn thông (Nhà nước độc quyền trên hầu hết các sản phẩm thuộc ngành Viễn Thông).

- Vải, may mặc (Không có chính sách độc quyền. Doanh nghiệp nhà nước chiếm 31% thị trường).

- Thuốc lá (Doanh nghiệp nhà nước chiếm 100% thị trường sản xuất nội địa và độc quyền nhập khẩu).

Công điện:

- "Vietnam Ideologically Committed To State-Led Economic Development, Wary Of Dangers Of Globalization," 5/4/2000, từ Douglas "Pete" Peterson, Đại Sứ Hoa Kỳ tại Hà Nội. Loại bảo mật: Confidential. http://wikileaks.org/cable/2000/04/00HANOI686.html

- "Saigontourist: State-Owned Enterprise Syndrome," 9/11/2004, từ Seth Winnick, Tổng Lãnh Sự Hoa Kỳ tại Thành Phố Hồ Chí Minh. Loại bảo mật: Không bảo mật. http://wikileaks.org/cable/2004/11/04HOCHIMINHCITY1403.html

- "Vietnam: State Role In The Economy," 25/2/2005, từ Tòa Đại Sứ Hoa Kỳ tại Hà Nội. Loại bảo mật: Không bảo mật. http://wikileaks.org/cable/2005/02/05HANOI452.html

Cơ cấu Lãnh Đạo Việt Nam:
"Coi vậy mà không phải vậy"

Đỗ Dzũng

[2000] Trên giấy trắng mực đen, đảng Cộng Sản và nhà nước Việt Nam có vẻ là hai cơ cấu riêng rẽ, đảng chỉ đạo nhà nước thực hành, nhưng trên thực tế, các công điện ngoại giao do đại sứ Mỹ tại Hà Nội gởi về Washington, DC, lại cho thấy *coi vậy mà không phải vậy,* nhất là cơ cấu Bộ Chính Trị, cơ quan quyền lực nhất trong đảng và thực sự điều hành quốc gia.

❝In Vietnam's consensus-oriented leadship, standing out usually not good for hanging on…"

Nhìn chung, theo giới ngoại giao Mỹ nhận xét, tất cả mọi quyết định liên quan đến đường lối quốc gia đều phải có sự đồng ý của các ủy viên Bộ Chính Trị. Vì thế, để có sự đồng thuận là rất khó, và thay đổi chính sách ở Việt Nam thường rất chậm.

"Mọi thay đổi đều được đưa ra từ từ và cẩn trọng," đại sứ Pete Peterson nhận xét. *"Và một phần có nguồn gốc từ hai chiến lược gia Hồ Chí Minh và Võ Nguyên Giáp trong hai cuộc chiến chống Pháp và Mỹ. Nhiều nhà lãnh đạo Việt Nam, với kinh nghiệm trong chiến tranh, tin rằng, giữ vững lập trường, tạo sự ổn định, kiên nhẫn, và thay đổi từ từ, là những yếu tố đạt chiến thắng."*

Giới lãnh đạo đưa ra quyết dựa trên một mẫu số chung. Sự đồng thuận có thể bị một nhóm hoặc có khi cá nhân chặn lại. Ngay trong đảng, không có cơ cấu nào đẩy lãnh đạo tới một quyết định khó khăn, ví dụ như ngân sách, để có thể phải tương nhượng với nhóm khác.

"Điều này xảy ra vì đảng không chịu trách nhiệm trực tiếp với công chúng," đại sứ Mỹ giải thích.

"Bởi vì đảng và các bộ phận trong chính phủ không do người dân trực tiếp bầu ra. Quốc hội và chính quyền địa phương được cử tri chọn, nhưng lại thiếu sự minh bạch làm người dân không tin tưởng. Trong bối cảnh này, đảng thực thi quyền lực tuyệt đối."

Trong năm 2000, để tìm hiểu thêm về Bộ Chính Trị, công điện của Đại Sứ Pete Peterson cho biết, Tòa Đại Sứ Mỹ đã theo dõi xem ai là người có thực quyền bằng cách ghi nhận sự xuất hiện của họ trên các tờ báo lớn tại Việt Nam như Nhân Dân, Thông Tấn Xã Việt Nam, Hà Nội Mới, Tuổi Trẻ và Sài Gòn Giải Phóng, mỗi hai tháng một lần.

Từ 25 Tháng Hai đến 30 Tháng Tư, 2000, trong 10 tuần lễ liền, tám trong số 15 ủy viên Bộ Chính Trị xuất hiện trên các tờ báo lớn ít nhất 10 ngày khác nhau. Năm người trong Ban Thường Vụ Bộ Chính Trị xuất hiện trên báo thường xuyên nhất, như là những "khuôn mặt công chúng" đại diện cho đảng.

Đó là Tổng Bí Thư Lê Khả Phiêu, Chủ Tịch Nước Trần Đức Lương, Thủ Tướng Phan Văn Khải, Chủ Tịch Quốc Hội Nông Đức Mạnh và Chủ Tịch Mặt Trận Tổ Quốc Phạm Thế Duyệt.

Ba ủy viên Bộ Chính Trị khác là Phó Thủ Tướng Thường Trực Nguyễn Tấn Dũng, Phó Thủ Tướng kiêm Bộ Trưởng Ngoại Giao Nguyễn Mạnh Cầm và Bí Thư Thành Ủy TP HCM Nguyễn Minh Triết cũng xuất hiện nhiều trên báo, tuy không bằng năm người kia.

"Sự xuất hiện thường xuyên của năm người đứng đầu hoàn toàn không làm chúng ta ngạc nhiên, vì họ là lãnh đạo của năm trung tâm quyền lực quốc gia: đảng, nhà nước, chính phủ, quốc hội và quần chúng," đại sứ Mỹ nhận xét.

Bản công điện sau đó phân tích sự xuất hiện của từng nhân vật trên báo chí, cũng như khả năng họ thăng tiến hoặc thụt lùi sau này, vì những đấu đá nội bộ cũng như sự giằng co giữa hai nhóm bảo thủ và cấp tiến trong đảng.

Ví dụ, Tổng Bí Thư Lê Khả Phiêu xuất hiện trên báo Nhân Dân trong 13 ngày khác nhau, cho thấy ông là nhân vật củng cố quyền hành mạnh nhất, một phần nhờ vào sự ủng hộ của cựu Chủ Tịch Nước Lê Đức Anh. Hồi thập niên 1980, ông Anh là tư lệnh và ông Phiêu là phó cho ông Anh ở chiến trường Cambodia.

Chủ Tịch Nước Trần Đức Lương, dù xuất hiện trên báo 21 ngày, chủ yếu là tiếp các phái đoàn nước ngoài, vẫn không được đánh giá cao bằng tổng bí thư và thủ tướng. Đại sứ Peterson thuật lại ông nghe nói ông Phiêu còn muốn kết hợp hai chức tổng bí thư và chủ tịch nước.

"Nếu quả đúng như vậy, ông Lương rõ ràng có ít ảnh hưởng hơn và có

Các ủy viên Bộ Chính Trị Đảng Cộng Sản Việt Nam chụp hình tại hội trường Ba Đình, Hà Nội, năm 2006. (Hình: Hoàng Đình Nam/AFP/Getty Images)

thể bị đẩy khỏi Ban Thường Vụ," nhà ngoại giao Mỹ nhận xét.

Thủ Tướng Phan Văn Khải xuất hiện 30 ngày, chủ yếu tiếp khách nước ngoài, chủ trì hội nghị, thăm các tỉnh...nói chung là được nhiều người chú ý.

Tuy nhiên, theo đại sứ Mỹ, chủ trương cải cách của ông bị thành phần bảo thủ trong đảng ngăn cản, và nghe nói ông muốn từ chức nhiều lần.

Nhân vật số bốn, Chủ Tịch Quốc Hội Nông Đức Mạnh, người gốc thiểu số duy nhất trong "Top 5," cũng được nhiều người biết, nhưng đại sứ Mỹ nghĩ ông có vẻ không có thực quyền. Tuy nhiên, một nhân viên quốc hội kể cho ông Peterson rằng hình như ông Mạnh không muốn "động đậy." Đây chính là điều làm cho nhiều ủy viên Bộ Chính Trị "không ồn ào" giữ được ghế, ông Peterson viết, vì trong cơ cấu lãnh đạo dựa trên sự đồng thuận, "nổi quá" thường không "trụ" được lâu.

Nghe nói, cựu Chủ Tịch Nước Lê Đức Anh không thích ông Phạm Thế Duyệt, nhân vật số năm, theo bản công điện.

Phó Thủ Tướng Thường Trực Nguyễn Tấn Dũng, một trong những ủy viên Bộ Chính Trị trẻ nhất, gốc miền Nam, là người có triển vọng thay ông Khải, mặc dù nghe nói bị cựu Chủ Tịch Nước Lê Đức Anh phản đối, theo đại sứ Mỹ cho biết.

Nhà ngoại giao từng là tù binh chiến tranh trong cuộc chiến Việt Nam nhận xét: *"Một trong những yếu tố quyết định chọn người thay ông Khải là nhóm bảo thủ, như ông Phiêu và ông Anh, có thể không muốn có một thủ tướng trẻ, năng nổ và hiệu quả, như ông Nguyễn Tấn Dũng, ông Trương Tấn Sang hoặc ông Triết. Họ muốn duy trì tình trạng hiện tại và muốn có một thủ tướng không mạnh."*

Ông Nguyễn Phú Trọng, chủ tịch Ủy Ban Nhân Dân Hà Nội, được coi là một nhà lý luận của đảng, sau khi viết bài về "chủ nghĩa dân chủ tập trung" trên Tạp Chí Cộng Sản năm 1999, và có vẻ được ông Phiêu ủng hộ.

Bộ Trưởng Quốc Phòng Phạm Văn Trà và Bộ Trưởng Công An Lê Minh Hương, vì chức năng của họ, được coi là có nhiều nghi ngờ với chính sách của Mỹ, nhất là hai người từng tham gia cuộc chiến chống Hoa Kỳ. Tuy nhiên, hai nhân vật này ít xuất hiện trên báo hơn so với lãnh đạo các thành phố lớn. Riêng ông Lê Minh Hương, vì đứng đầu cơ quan an ninh và tình báo, lại càng phải "chìm" hơn những người khác.

Một người nữa cũng rất "chìm," và làm đại sứ Mỹ ngạc nhiên, là ông Nguyễn Đức Bình, 72 tuổi, vì không bao giờ thấy xuất hiện trên báo Nhân Dân.

Đại Sứ Peterson cho biết ông Bình đóng vai trò quan trọng trong nhóm chống lại việc ký hiệp định thương mại song phương với Mỹ. Ông từng là giám đốc Học Viện Chính Trị - Hành Chính Quốc Gia Hồ Chí Minh trong một thời gian dài. Vì cán bộ cao cấp phải học qua học viện này, nên ông Bình có quan hệ mật thiết với nhiều ủy viên Bộ Chính Trị.

"Mặc dù không xuất hiện trên truyền thông, nhân vật này có ảnh hưởng rất lớn qua quan hệ với những học trò cũ của mình," đại sứ Mỹ viết.

Ông Nguyễn Văn An, trưởng Ban Tổ Chức Trung Ương Đảng, là một trường hợp rất bí ẩn. Ông chỉ xuất hiện trên báo một lần trong hai tháng, dù đứng hạng 8 trong Bộ Chính Trị. Theo ông Peterson, ông An là ứng cử viên sáng giá nhất cho chức tổng bí thư hồi Tháng Mười Hai, 1997, nhưng cuối cùng thua ông Phiêu sát nút. Kể từ đó, trong hơn hai năm trời, không ai nghe nhắc tới ông An trên báo chí nữa.

Bà Nguyễn Thị Xuân Mỹ, chủ nhiệm Ủy Ban Kiểm Tra Trung Ương Đảng, nhân vật nữ đầu tiên trong Bộ Chính Trị, chẳng có thực quyền gì, và chỉ xuất hiện trên báo một lần trong hai tháng. Bà được "đưa" vào cơ quan này để *"phụ nữ cảm thấy không bị ra rìa,"* theo ông đại sứ Mỹ.

Thượng Tướng Phạm Thanh Ngân, chủ nhiệm Tổng Cục Chính Trị Quân Đội Nhân Dân, có vẻ là một ngôi sao đang lên, dù đứng cuối bảng trong Bộ Chính Trị, theo Đại Sứ Pete Peterson.

Cùng với ông Phiêu và ông Trọng, tướng Ngân có vẻ chấp thuận đổi mới từ từ, thận trọng, trong khi vẫn giữ được sự ổn định chính trị và xã hội. Khi ông Phiêu làm chủ nhiệm Tổng Cục Chính Trị thì ông Ngân là phó chủ nhiệm. Rồi ông Ngân được đôn lên sau khi ông Phiêu trở thành nhân vật số 1 trong đảng.

Công điện:

- "A Vietnamese Janus: The public and private faces of the Politburo," 26/5/2000, từ Pete Peterson, Đại Sứ Hoa Kỳ tại Hà Nội. Loại bảo mật: Confidential. http://wikileaks.org/cable/2000/05/00HANOI1160.html

Thái độ của Việt Nam
về "Cuộc chiến chống khủng bố"

Công an Việt Nam xuất bản
sách chống Bin Laden

Hà Tường Cát

[**2001**] Tòa Đại Sứ Hoa Kỳ tìm được một cuốn sách do báo Công An Nhân Dân phát hành, một thời gian sau 9/11, mang tựa đề: *"Cuộc đời của khủng bố quốc tế Osama bin Laden (nhiều điều bí ẩn)."* Trong sách có hình một số nghi can khủng bố có liên hệ với vụ cướp máy bay ngày 11 Tháng Chín, trình bày quá khứ của Bin Laden, cụ thể là hoạt động của đương sự từ 1979.

Báo chí và truyền thông tại Việt Nam được coi là "công cụ của đảng và nhà nước." (Hình: Hoang Dinh Nam/AFP/Getty Images)

Một biểu đồ tổ chức đặt đương sự trực tiếp ở vị trí trên Al Qaeda với những liên hệ tới các nhóm cũng như những ủy ban tôn giáo, ngoại giao, thông tin, kinh tài có cơ sở tại nhiều quốc gia/lãnh thổ, Sách cung cấp những thông tin được mô tả là dẫn từ một trát truy nã Bin Laden Tháng Sáu năm 1999 và bài đọc của Tổng Thống Bush ngày 20 Tháng Chín trình bày trước Quốc Hội. Cũng có những vấn đề về Taliban được nói tới.

> **"**This initiative is helpful in getting the word out to the Vietnamese people about this source of international terrorism..."

Qua những tiếp xúc, tòa đại sứ được biết sách đã bán trong một thời gian ngắn và hãy còn tiếp tục được bán.

Bản công điện nhận xét: "Đáng chú ý là bộ máy an ninh nhà nước đã phát hành một tài liệu được coi là công khai và thẳng thắn phê phán Osama bin Laden cùng vai trò của đương sự trong hoạt động khủng bố quốc tế. Sáng kiến này giúp nói cho dân chúng Việt Nam biết về nguồn gốc khủng bố quốc tế."

Tòa đại sứ không có phương tiện để dịch toàn bộ cuốn sách nhưng sẽ gởi một bản về Bộ Ngoại Giao nếu có yêu cầu.

Công điện:

■ "Public Security publishes book against Bin Laden," 15/11/2001, từ Robert C. Porter, Phó Đại sứ Hoa Kỳ tại Hà Nội. Loại bảo mật: Không bảo mật. http://wikileaks.org/cable/2001/11/01HANOI2987.html

'Sex' ở Hà Nội

Triệu Phong

[**2002**] Công điện do Tòa Đại Sứ Mỹ ở Hà Nội gởi về Washington DC, để ngày 26 tháng 11 năm 2002 đưa ra cái nhìn toàn cảnh về *"văn hóa tình dục"* tại Việt Nam mà công điện gọi là *"Sex and The City - Hanoi Style."*

Tệ nạn xã hội ở Hà Nội

Đảng Cộng Sản và nhà nước Việt Nam xác nhận tệ nạn mãi dâm là vấn đề lớn của quốc gia. Vũ trường, quán karaoke, tiệm massage và các tụ điểm *"giải trí,"* ngay cả ở Hà Nội, nơi các dịch vụ mua bán dâm đang ngày càng nở rộ theo cách chuyên nghiệp hoặc bán chuyên nghiệp.

Hai nữ tiếp viên ngồi cùng khách ngoại quốc trong một quán Bar ở Hà Nội hôm 8 tháng 6, 2003. (Hình:AFP/Getty Images)

Tuy than phiền là vậy nhưng các giới chức chẳng làm gì mấy để trị cái tệ nạn xã hội này. Phần vì tham nhũng nhưng có lẽ lý do quan trọng hơn là vì họ còn phân vân, không chắc, phải chăng công chúng thà được hưởng thụ cái tự do mới tạo dựng nên, hơn là chấp nhận sống bị kềm kẹp trở lại và quay về với *"đạo đức xã hội chủ nghĩa."*

Bất hạnh thay, vấn đề liên quan đến sức khỏe do hậu quả của kỹ nghệ tình dục đang gia tăng và không còn là chuyện đùa nữa. Lây nhiễm HIV/AIDS cũng tăng đều đặn, mặc dù cán bộ nhà nước vẫn tiếp tục khẳng định, đa số lây nhiễm đều truyền qua ống chích khi sử dụng ma túy.

Nạn buôn người phục vụ tình dục vẫn còn là vấn đề nhức nhối của nhà nước Việt Nam, mặc dù phụ nữ bị đem đi xuất cảng ra nước ngoài nhiều hơn nhắm vào thị trường nội địa.

Nói cho cùng, lối sống về đêm và sinh hoạt xã hội ở Hà Nội đang ngày càng giống những thành phố khác trong vùng Đông Nam Á, đặc biệt là TP.HCM.

Giơ cao đánh khẽ

Thông báo sau kỳ họp Hội Nghị Trung Ương đảng lần thứ 7, khóa 9, vào ngày 9 tháng 11 năm 2002, đảng cộng sản chấp nhận có *"những vấn đề xã hội cấp bách"* cần được quan tâm, đáng kể là *"tệ nạn xã hội như nghiện ngập, đĩ điếm, tội ác,"* cũng như tham nhũng.

> **"**Karaoke has exploded onto the Hanoi scene with a vengeance; there are literally thousands of karaoke bars -- virtually all privately owned and operated -- scattered throughout the city...."

Trong phiên khai mạc Quốc Hội khóa 11, vào ngày 12 tháng 11, 2002, Thủ Tướng Phan Văn Khải đề cập đến *"những vấn đề xã hội cấp bách,"* đặc biệt chỉ thẳng vào tệ nạn *"hút xách, đĩ điếm và tội ác."*

Tất cả đều không mới mẻ gì đối với các cán bộ cao cấp trong đảng và nhà nước Việt Nam và tuy nói mạnh mẽ nhưng không thấy có biện pháp cụ thể nào cả.

Cuồng loạn ở các vũ trường

Trong thập niên qua, nhờ thu nhập cao, tự do cá nhân được nới lỏng và không còn bị công an chú ý vào đời sống riêng tư, nhiều người dân Hà Nội lần đầu tiên có thể say sưa với lối sống tính dục.

Tối thiểu Hà Nội có được ba vũ trường, nơi tụ tập khách trong hạng tuổi 20 đến 30. Cả ba đều mang bảng hiệu tiếng Anh: *"New Century,"*

"Magic Moo," và *"Spark."*

Một quán tên *"Apocalypse Now,"* mà khách ngoại quốc lui tới, tuy nhiên cũng có số lượng đáng kể dân địa phương. Rượu cô-nhắc ở đây nếu uống một đêm giá cũng bằng lương cả năm của một công nhân trung bình vì thế bia được ưa chuộng nhất.

Dư luận đứng đắn khẳng định rằng *"New Century"* cũng là nơi lui tới để mua ma túy, ngay cả việc "phê" luôn tại chỗ, đặc biệt là thuốc Methamphetamine.

Những gì các nơi này có, lại ít thấy ở khắp Việt Nam. Rất nhiều cô gái đến đây một mình và hết sức thân thiện với đàn ông lạ. Hầu hết các cô tại vũ trường *"New Century"* thượng lưu này mặc áo dạ vũ dài (mà các cô phải khéo lắm mới đến đây bằng xe gắn máy được.)

Lịch sự căn bản đòi hỏi quí ông nhảy với đào, trả cho họ tối thiểu một chầu uống cho mỗi lần nhảy, mọi thứ khác sau đó đều có thể thương lượng với nhau.

Khác với các phòng trà ở TP.HCM trong những năm gần đây, nơi phải đóng cửa sau nửa đêm, vũ trường Hà Nội mở thâu đêm bảy ngày một tuần.

"Hồng Kông Hà Nội"

Quán karaoke bùng phát dữ dội. Trên khắp địa bàn thành phố Hà Nội có đến hằng ngàn quán do tư nhân làm chủ. Chúng từ thượng vàng đến hạ cám, sang trọng có hai khách sạn Daewoo và Fortuna, kiểu nhà nghèo có các túp lều nằm dọc theo con đường chạy lên phi trường Nội Bài cùng các nơi khác.

Con đường chính từ Hà Nội chạy lên hướng Bắc, băng qua Gia Lâm, vừa qua cây cầu bắc qua sông Hồng là khu vực dân địa phương gọi là *"Hồng Kông Hà Nội."* Vì tại đây tập trung dày đặc các quán karaoke cùng các *"tụ điểm vui chơi khác."*

Hầu hết các quán karaoke đều có đầy đủ các bản nhạc, từ tiếng Việt đến Anh, Hoa và Hàn. (Số người ở Hà Nội biết ca bản *"Sealed with a Kiss"* và *"Unchained Melody,"* nhiều hơn hẳn dân đi hát karaoke ở Mỹ.)

Hầu hết các quán karaoke đều có phòng dành riêng, nơi nào ít lắm cũng có một phòng, trong khi có nơi lại đến hàng chục phòng.

Để khách đến hát bớt lẻ loi, nhiều quán mướn thêm *"tiếp viên"* có ngoại hình tốt, để cùng ca với khách. Người Việt gọi dạng karaoke này là *"karaoke ôm."* Các cô tiếp viên này rất nhiệt tình làm cho nam khách hàng được cảm thấy ấm áp trong căn phòng mở máy điều hòa lạnh buốt, để chống lại cái nóng của Hà Nội.

Nhiều giai thoại có chứng cớ nói rằng các cô rời chỗ làm sớm, để đi đến những tụ điểm giải trí về đêm.

Thư giãn kiểu "Thái"

Điều đáng mừng cho người dân Hà Nội nào bị đau lưng cứng cổ, đó là dịch vụ massage bùng lên mạnh mẽ trong nhiều năm qua.

Đến nay có đến hằng ngàn trung tâm, mà họ quảng cáo là massage *"kiểu Thái."* Đáng ngạc nhiên là đa phần các cô thợ đấm bóp đều xinh đẹp. (Vì một lý do nào đó, nhiều cô nói họ từ Sài Gòn ra đây hành nghề, nhưng cũng có thể lắm.)

Hầu hết có phòng riêng để khách nằm đấm bóp, một số bên trong có thêm cả phòng tắm.

Một "trung tâm giải trí" nhiều tầng mới xây xong, lối trang trí của nó một vài quan sát viên mô tả như là *"nhà chứa kiểu cổ điển."*

Chỗ này cách tòa Đại Sứ Hoa Kỳ chỉ vài căn phố, và báo cáo cho thấy do tư nhân đầu tư, vốn lên đến nhiều triệu Mỹ kim. Không những nhiều tầng có phòng đấm bóp riêng mà còn có thêm phòng tắm hơi, một hồ bơi nhỏ, nhiều nhà hàng, một bar rượu, và một khu hát karaoke. Ngoài ra trong tòa nhà, nay có thêm nhiều văn phòng và chung cư cho thuê.

Điểm hấp dẫn ở đây là các cô làm massage sẵn sàng *"ra ngoài đi chơi"* với khách.

Nhà nghỉ

Sau khi bằng lòng đi chơi với khách rồi, biết đưa nhau đi đâu đây? Họ tìm đến *"nhà nghỉ"* có khắp thành phố và ngày càng có nhiều ở vùng đồng quê. Hầu hết nhà nghỉ đều là những cơ sở nhỏ do tư nhân làm chủ và ít khi gặng hỏi khách hàng. Khác với khách sạn hoặc nhà khách, nơi muốn thuê phòng phải nộp chứng minh nhân dân hoặc sổ thông hành. Điều quan trọng là "nhà nghỉ" có cho thuê phòng theo giờ, chừng 7 đô la mỗi giờ. Một số chứ không nhất thiết tất cả, có nữ tiếp viên để phục vụ nhiều dịch vụ khác.

Các ông thích đi "ăn phở"

Chứng cứ do các tham tán chính trị thu thập được từ khắp nơi, cũng như từ các tài xế taxi, cho thấy dịch vụ tình dục ngắn hạn giá từ 100,000 đồng trở lên.

Người Việt gọi việc đi ăn vụng này là *"ăn phở,"* trái với *"ăn cơm"* là *"cây nhà lá vườn."*

Cũng như các nền văn hóa Á Châu khác, nhiều đàn ông Hà Nội thích đi *"ăn phở"* chung với bạn bè thay vì đi một mình. Thường là sau một buổi chiều đi nhậu, đi hát karaoke, đi đấm bóp. Thăm dò cho thấy nhiều ông mỗi tuần đi *"ăn phở"* một lần, và kinh nghiệm tình dục đầu tiên trong đời của hầu hết các ông ở Hà Nội đều bắt nguồn từ các hình thức này.

Chuyện "sex" bên các bờ hồ

Hà Nội với nhiều hồ nhỏ thường có nhiều công viên xinh xắn vây quanh, tạo điều kiện hấp dẫn cho các hoạt động *"yêu đương"* chuyên nghiệp hoặc không chuyên nghiệp.

Công viên Lenin trở nên khá đông đúc vào lúc chiều tối. Mấy cặp trẻ tuổi chiếm lấy các chỗ riêng tư như ghế đá và bụi cây. Chơi ma túy cũng là một vấn nạn ở nơi đây. Kim chích dùng rồi lăn lóc đó đây trong công viên, các ghế đá đầy nhóc những dân ghiền, giờ nào cũng thấy họ cả.

Công viên này còn là nơi hẹn hò lén lút của giới đồng tính có từ đầu thập niên 1980.

Hồ Hoàn Kiếm ngày nay là nơi cung ứng những thanh niên tán tỉnh hết sức thân thiện với quí nam nhi.

Tòa đại sứ khuyến cáo khách du lịch nên tránh xa các nhà vệ sinh công cộng ở đây.

HIV/AIDS: Không phải chuyện đùa

Theo báo cáo gần đây trên truyền thông chính thức, Bộ Y Tế tiên đoán đến năm 2005 số người bị nhiễm HIV/AIDS sẽ đến con số 200,000 người. Hiện con số người nhiễm thực sự là trên 154,000, với hơn 23,600 bị nặng và quá 20,000 đang chờ chết.

Đa số quan chức Việt Nam tiếp tục lập luận rằng phần lớn lây nhiễm là do dùng chung ống tiêm chích ma túy; trong khi các chuyên gia tin rằng khuynh hướng này nay đang chuyển sang nguyên nhân do lây nhiễm qua đường tình dục.

Nạn buôn người

Nạn buôn người ở Việt Nam vẫn còn là vấn đề quan tâm đối với không những Việt Nam, mà còn các nhà quan sát khác, kể cả chính quyền Hoa Kỳ. Tuy nhiên hầu hết phụ nữ là nạn nhân buôn người đều nhắm vào nhu cầu của người nước ngoài, mặc dẫu một vài đường dây buôn gái từ vùng thôn quê lên thành thị cho nhu cầu mãi dâm vẫn đang hiện hữu.

Động cơ kinh tế có lẽ là yếu tố khiến phụ nữ trẻ tự nguyện làm mãi dâm chuyên nghiệp lẫn bán chuyên nghiệp ở trong nước. Tuy nhiên ở Hà Nội tuồng như không có nạn trẻ em làm mãi dâm như ở các nước lân cận.

Không có tài liệu đáng tin cậy về việc có bao nhiêu người liên hệ đến vấn đề mãi dâm ở Hà Nội, dưới hình thức chuyên nghiệp, bán chuyên nghiệp, hành nghề tự do và được ăn lương; tuy nhiên, con số này có vẻ đang gia tăng. Hiện nay Hà Nội vẫn chưa có những nhà thổ kiểu bán công khai như ở Thái Lan, nhưng nhiều hình thức khác đang phát triển đáng kể, và rõ ràng, để đáp ứng với nhu cầu thị trường.

Phản ứng của công an lẫn cán bộ an ninh trước những khuynh hướng này tỏ ra yếu ớt, nếu không muốn nói là thờ ơ. Hệ quả rõ ràng do tham những khiến công an làm ngơ như thường thấy ở khắp vùng Đông Nam Á.

Không mấy ngạc nhiên khi chính quyền lẫn đảng cộng sản buộc phải công nhận có sự lan tràn của các tệ nạn xã hội. Nhà nước phân vân chưa thể đo lường được thái độ của người dân Hà Nội, rằng phải chăng họ thà chấp nhận để cho những tệ nạn này tiếp tục nảy nở hơn là để cho chính quyền thắt lại các quyền tự do như trước đây. Có thể chính sự trù trừ này mà các quan chức ở Hà Nội lẫn khắp nước chưa nhiệt tình đối phó với nạn mãi dâm.

Nói cho cùng, sinh hoạt xã hội và lối sống về đêm ở Hà Nội đang ngày càng giống với các thành phố ở khắp vùng Đông Nam Á, đặc biệt là TP.HCM.

Công điện:

■ Sex and the City – Hanoi style," 26/11/2002, từ Raymond Burghardt, Đại sứ Hoa Kỳ tại Hà Nội. Loại bảo mật: Không bảo mật. http://wikileaks.org/cable/2002/11/02HANOI2845.html

"Vụ Năm Cam": Đúng hướng, hay trình diễn đẹp?

Đông Bàn

[**2002-2003**] Vụ án lớn nhất Việt Nam, liên quan đến tham nhũng, băng đảng, mafia, và cái tên rất nổi tiếng, "Năm Cam," kết thúc vào ngày 5 Tháng Sáu, 2003, với tất cả 155 bản án được đưa ra, cho nhiều tay anh chị, công an, và cả giới chức cao cấp của chính quyền. [1]

Báo chí Việt Nam có vẻ hả hê, tin rằng hệ thống tư pháp Việt Nam bắt đầu thay đổi.

"The CPV and GVN will attempt to use the upcoming mass trials related to Nam Cam as showcases of their seriousness in cracking down on corruption and in demonstrating that even senior officials are not immune to prosecution..."

Dư luận Việt Nam cũng hả hê, khi có đến 18 quan chức chính phủ bị kết án tham nhũng.

Và dư luận cũng thỏa mãn được tính tò mò, khi có đến 136 người bị kết án hình sự, từ giết người, hối lộ, đến cho vay nặng lãi.

Thỏa mãn, nhưng nhiều người vẫn biểu lộ sự nghi ngờ: Liệu phiên xử chấn động này có sẽ chặn đứng tình trạng tham nhũng lan tràn hay không?

---

[1] Theo Wikipedia, vụ án Năm Cam còn được gọi là "Chuyên Án Z5.01," có phiên sơ thẩm kéo dài từ tháng 2 đến Tháng Sáu, 2003, với tất cả 156 bị can ra hầu tòa. Phiên xử kết thúc ngày 5 Tháng Sáu, 2003, Năm Cam bị kết án tử hình. Nhân vật này bị tuyên bố có tội Tháng Mười, 2003, và bị tử hình Tháng Sáu, 2004.

Năm Cam tại tòa phúc thẩm ngày 30 tháng 10 năm 2003 và bị y án tử hình.
(Hình: AFP/Getty Images)

Trong số những người bị kết án, có 4 nhân vật mà dư luận đặc biệt chú ý.

1. Trương Văn Cam, tức Năm Cam, bị 2 án tử hình vì tội giết người và hối lộ, đồng thời bị thêm 42 năm tù vì năm tội danh khác.

2. Phạm Sỹ Chiến, phó viện trưởng Viện Kiểm Sát Nhân Dân Tối Cao, bị án 6 năm tù.

3. Bùi Quốc Huy, thứ trưởng Bộ Công An, nguyên giám đốc Công An thành phố Hồ Chí Minh, bị kết án 4 năm tù.

4. Trần Mai Hạnh, tổng thư ký Hội Nhà Báo Việt Nam, bị kết án 10 năm tù.

Năm Cam

Công điện làm ngày 5 Tháng Sáu, 2003 kể rằng: *"Đúng 4 giờ chiều ngày 4 Tháng Sáu, có tiếng chuông vang lên, báo hiệu chấm dứt phiên tòa. Khoảng 30 công an đứng dàn trên bậc tam cấp đầu tiên của hành lang tòa án, khoảng 30 công an khác dàn thành vòng tròn, đẩy đám đông ra xa. Thế rồi một dàn xe tiến vào, được hộ tống bởi khoảng 40 cảnh sát công lộ và rất nhiều cảnh sát cơ động. Họ đến để mang các nghi can trở về nhà tù. Thế rồi, 155 nghi can xuất hiện, mặc đồng phục tù nhân, sọc xanh và trắng xen kẽ. Mỗi nghi can được một công an đi kèm. Tất cả bước xuống bậc tam cấp để vào trong đoàn xe đợi sẵn. Từ trong đám đông, thân nhân các nghi can í ới gọi tên cha, tên anh, em, tên con cái. Rồi Năm Cam xuất hiện, hốc hác, tóc bạc, mỉm cười với đám đông vừa la lớn và vỗ tay chào đón. Ông ta được chào đón như một nhân vật nổi tiếng."*

"Đoàn xe khởi động, nổi còi hụ, lăn bánh, mang theo đám tù nhân."

"Mixed feelings"

Một luật sư nói với nhân viên ngoại giao Hoa Kỳ, rằng anh ta cảm thấy *"hy vọng cho tương lai của luật pháp Việt Nam."* Luật sư này nói, đây là lần đầu tiên *"luật sư và thân chủ được gặp gỡ trước phiên xử. Luật sư được đọc văn bản thâu thập trong lúc điều tra, và được phép tranh luận trước tòa."*

Nhưng, ở một phía khác, Tòa án lại tuyên rằng, họ xem xét đến quá khứ *"cách mạng, yêu nước"* của thân phụ một bị can nhằm xem xét mức nặng nhẹ của bản án. Trong khi đó, một số tờ báo thì chỉ trích luật sư biện hộ khi nói rằng các luật sư này cho rằng chính quyền dùng các phương pháp trái luật để tiến hành điều tra.

Công điện ghi nhận, dư luận Việt Nam nói chung đều cho rằng phiên tòa là quan trọng. Tuy nhiên, câu hỏi lớn hơn vẫn là những hệ quả của phiên xử và công cuộc chống tham nhũng hiện nay.

Một người đứng xem phiên tòa phát biểu, ông ta là hàng xóm của Năm Cam, và xem Năm Cam là người *"nhân đạo."* Tuy nhiên, với *"những điều kinh khủng mà Năm Cam đã làm,"* thì công lý phải sòng phẳng.

Một người khác thì nói ông ta đích thân đến xem phiên tòa vì ông ta không tin những gì được tường thuật trên báo chí.

Nhiều người khác đồng quan điểm. Và đa số đều nói, họ muốn có mặt tại *"phiên tòa lịch sử,"* để thấy công lý và để thấy công an cũng như quan chức chính quyền trả giá cho tội ác.

Công điện ghi nhận, chính quyền và Đảng Cộng Sản Việt Nam *"chắc chắn sẽ sử dụng phiên tòa này để chứng tỏ họ thật sự muốn chống tham những. Phiên tòa cũng được sử dụng để cho công chúng thấy rằng quan chức chính quyền không miễn nhiễm trước luật pháp."*

Trước ngày phiên xử diễn ra, nhiều nhà báo quốc tế bị từ chối cho tham dự. Mà lý do rất có thể là: để bảo vệ chính mình, Năm Cam có thể tiết lộ mối quan hệ - mà dư luận tin là có - giữa ông ta với thân nhân của các quan chức rất cao cấp trong đảng và chính quyền.

Công điện do Đại Sứ Burghardt làm Tháng Mười Một năm 2002 viết rằng, sự trừng phạt quan chức đảng và chính phủ ở tất cả các cấp sẽ *"giúp lấy lại được niềm tin của công chúng."*

Thiếu tướng Bùi Quốc Huy, thứ trưởng Bộ Công An,
nguyên giám đốc Công An thành phố Hồ Chí Minh, bị kết án 4 năm tù.
(Hình: AFP/Getty Images)

Công điện: Another Ministerial-Level Victim of Nam Cam (Thêm Một Nạn Nhân Cấp Bộ của Năm Cam)

■ "Another Ministerial-Level Victim of Nam Cam," 18/11/2002, từ Raymond Burghardt, Đại sứ Hoa Kỳ tại Hà Nội. Loại bảo mật: Không bảo mật. http://wikileaks.org/cable/2002/11/02HANOI2777.html

■ "Nam Cam Trial In Final Stages," 5/6/2003, Emi Lynn Yamauchi, Tổng Lãnh Sự Hoa Kỳ tại thành phố Hồ Chí Minh. Loại bảo mật: Không bảo mật. http://wikileaks.org/cable/2003/06/03HOCHIMINHCITY492.html

■ "Nam Cam Receives Two Death Sentences, GVN Officials Receive 4-10 Years," 5/6/2003, từ Emi Lynn Yamauchi, Tổng Lãnh Sự Hoa Kỳ tại thành phố Hồ Chí Minh. Loại bảo mật: Không bảo mật. http://wikileaks.org/cable/2003/06/03HOCHIMINHCITY496.html

■ "Nam Cam Trial: A Step In The Right Direction For Judicial Reform In Vietnam?," 6/6/2003, từ Emi Yamauchi, Tổng Lãnh Sự Hoa Kỳ tại thành phố Hồ Chí Minh. Loại bảo mật: Không bảo mật. http://wikileaks.org/cable/2003/06/03HOCHIMINHCITY499.html

"Hơn nhau ở chỗ ai dùng mà thôi"

Quyền Sở Hữu Trí Tuệ tại Việt Nam

Đông Bàn

[**2002-2004**] Một loạt công điện gởi từ ngoại giao đoàn Hoa Kỳ tại Việt Nam trong các năm từ 2002 đến 2004 cho thấy cuộc chiến chống nạn vi phạm bản quyền và sản phẩm trí tuệ tại Việt Nam là cuộc chiến cực kỳ gay go, trong đó, các công ty phải dùng đủ mọi phương cách để đạt hiệu quả.

Cuộc chiến không chỉ chống lại các tiệm bán lẻ lan tràn tại Sài Gòn, cuộc chiến còn đối phó với cả hiện tượng cơ quan chính phủ Việt Nam và các cơ quan đa quốc gia làm việc tại Việt Nam không chịu dùng sản phẩm software hợp pháp.

Microsoft chơi trò "good cop - bad cop"

Công điện đầu tháng 11, 2002, từ Tòa Tổng Lãnh Sự Hoa Kỳ tại Sài Gòn kể lại những khó khăn mà Microsoft gặp phải khi cố gắng tẩy sạch nạn vi phạm quyền sở hữu trí tuệ tại thành phố này.

" Some of the shop owners complained, 'how can you do this when the government itself is using our (counterfeit) stuff?..."

Các cơ quan chịu trách nhiệm bảo vệ quyền sở hữu trí tuệ tại thành phố Hồ Chí Minh bố ráp các tiệm bán computer địa phương ngày 17 tháng 10, tịch thâu được gần 7 ngàn đĩa phần mềm lậu. Đây có thể được xem là lần bố ráp đầu tiên tại Việt Nam. Mặc dầu Microsoft cho đây là một *"chiến thắng,"* giới quan sát cho rằng sự thiếu thốn nhân lực, thiếu huấn luyện cần thiết... và cả *"nan đề nội tại"* của Microsoft, khiến vấn đề vẫn còn nằm ỳ ra đó. (Nan đề của Microsoft là không biết có nên *"làm tới bến"* hay không, hay cần phải duy trì mối quan hệ tốt với các nhà phân phối lẻ tại địa phương).

Microsoft có văn phòng đại diện tại Hà Nội trong năm 1996, và gần đây thì có văn phòng chi nhánh tại Sài Gòn. Microsoft có thể được xem là công ty software đầu tiên muốn thi hành thỏa thuận bản quyền do Việt Nam và Hoa Kỳ ký kết năm 1997.

Người đại diện của công ty tại Việt Nam, ông Ngô Phúc Cường, nói với giới ngoại giao Hoa Kỳ nhân dịp khai trương văn phòng Sài Gòn, rằng Microsoft có kế hoạch bố ráp các tiệm bán computer và giảm đến tối thiểu nạn ăn cắp sản phẩm trí tuệ tại Việt Nam.

Tỷ lệ ăn cắp sản phẩm trí tuệ tại Việt Nam vào thời điểm đó là 94%, giảm đôi chút so với một năm trước, 97%.

Kế hoạch bố ráp software lậu được mang ra bàn ở cấp cao, và cho thấy lý do tại sao việc chống nạn ăn cắp bản quyền tại Việt Nam lại khó đến như thế.

Sinh viên Đại Học Quốc Gia Hà Nội đón chào chủ tịch Microsoft, tỷ phú Bill Gates trong chuyến viếng thăm Việt Nam tháng 4, 2006. (Hình: Hoang Dinh Nam/AFP/Getty Images)

Kế hoạch của công ty như thế này: Microsoft sẽ dùng văn phòng đại diện luật pháp của họ tại Singapore trong vai trò *"bad cop,"* tức là làm mạnh với phía Việt Nam. Đồng thời, giữ ông Ngô Phúc Cường ở vai trò *"hiền lành"* - "good cop" - để ông này có thể dễ dàng làm việc với các công ty bán lẻ tại địa phương. Đại diện từ Singapore sẽ làm việc rất sát với các công ty luật tại Sài Gòn và người chịu trách nhiệm *"quản lý thị trường,"* thuộc chính quyền.

Về sau, tin riêng của ngoại giao Hoa Kỳ cho biết, thủ thuật sử dụng văn phòng luật tại Singapore thất bại. Lý do, văn phòng này có kinh nghiệm làm việc với các quốc gia như Thái Lan và Ấn Độ, và vì vậy họ *"không hiểu được những khó khăn khi làm việc với một quốc gia cộng sản như Việt Nam, nơi khái niệm sở hữu trí tuệ là hoàn toàn mới và vẫn còn bị nghi ngờ."*

Phía Microsoft sau đó tổ chức huấn luyện cho 40 người của Ban Quản Lý Thị Trường về cách thức phân biệt đĩa thật và đĩa giả. Tuy nhiên, người đứng đầu Ban Quản Lý Thị Trường lại miễn cưỡng tiến hành các bước xa hơn, vì không có lệnh trực tiếp từ Ủy Ban Nhân Dân thành phố Hồ Chí Minh. Phía Microsoft sau đó vận động và được ông Nguyễn Thiện Nhân, phó chủ tịch Ủy Ban Nhân Dân thành phố, ủng hộ cuộc bố ráp các tiệm bán software lậu. Thế nhưng, vào phút chót, người đứng đầu Ban Quản Lý Thị Trường cho lệnh tạm ngưng, mà không hề giải thích. *"Có lẽ ông ta muốn chứng minh vị thế độc lập của mình."*

Cuối cùng thì cuộc bố ráp cũng diễn ra. Đại diện Ban Quản Lý Thị Trường, đại diện Microsoft và các luật sư địa phương bố ráp đồng loạt 7 tiệm bán lẻ, thu được khoảng 7 ngàn đĩa phần mềm lậu. Các tiệm này thuộc đủ kích cỡ, từ nhỏ đến lớn, có tiệm thậm chí còn bán software trên website, là www.pclehoan.com.

Phía Ban Quản Lý Thị Trường có trách nhiệm giữ, và sau đó, sẽ hủy tất cả các đĩa lậu này. Chủ của một vài tiệm bị bố ráp phàn nàn: *"Tại sao quý vị lại bố ráp chúng tôi, khi mà chính quyền cũng dùng đồ giả của chúng tôi?"*

Luật sư đại diện Microsoft gọi cuộc bố ráp này là *"thành công."* Tuy nhiên, vẫn còn nhiều yếu kém trong tiến trình thi hành luật.

Thứ nhất, Ban Quản Lý Thị Trường chỉ tập trung tịch thu những đĩa có phần mềm lậu của Microsoft, và hoàn toàn không đếm xỉa gì đến sản phẩm của các công ty khác.

Thứ hai, mỗi người trong Ban Quản Lý Thị Trường có cách hành xử riêng. Chẳng hạn, có người không tịch thu những CD có nhãn *"MS*

Word," có người lại tịch thu tất cả mọi CD có sản phẩm của Microsoft, bất chấp nhãn hiệu gì.

Thứ ba, nhóm bố ráp chỉ tịch thu một số nhỏ CD, cho dầu các thống kê trước khi bố ráp cho thấy mỗi tiệm có từ 5 đến 10 ngàn đĩa lậu.

Luật sư đại diện yêu cầu Microsoft đòi Ban Quản Lý Thị Trường tịch thu nhiều hơn nữa, nhưng công ty này từ chối, vì *"sợ các chủ tiệm nổi giận."* Cuối cùng, cuộc bố ráp chỉ tịch thu được một số lượng nhỏ từ các tiệm nhỏ, với số bán chỉ có ảnh hưởng tối thiểu trên thị trường.

Thống kê cho thấy, mỗi tiệm lớn chỉ bị tịch thu khoảng 500 đĩa, còn các tiệm bán software lậu trên Internet thì bị tịch thu chưa tới 100 đĩa (một phần lý do là vì các chủ tiệm này phản đối Microsoft tịch thu các sản phẩm không phải của Microsoft). Ngoài ra, khi bố ráp một đầu nậu nổi tiếng tại đây, nhóm thi hành chỉ tịch thu được... 40 đĩa lậu.

Người đại diện Microsoft nói rằng, công ty muốn tiếp tục thực hiện các cuộc bố ráp trong tương lai, mà lần tới thì chĩa thẳng vào những tiệm cài đặt sẵn phần mềm vào computer cũng như những tay cài đặt nhiều lần cho dầu họ chỉ mua có 1 lần sử dụng.

Trường hợp của Microsoft cho thấy sự phức tạp trong nỗ lực bảo vệ quyền sở hữu trí tuệ tại thị trường hàng giả, hàng nhái tràn ngập của Việt Nam. Ghi nhận của ngoại giao Hoa Kỳ: Khoảng một nửa số đĩa tịch thu sẽ được trả lại cho các tiệm bán hàng, lý do là vì đây là các đĩa trắng hoặc chỉ có sản phẩm của các hãng không phải Microsoft.

Công điện viết: *"Nếu không nỗ lực huấn luyện để hiểu rõ về luật bản quyền và luật cầu chứng, mọi nỗ lực chỉ có giá trị nửa chừng."* Đại diện Microsoft phàn nàn là các hãng phần mềm khác không tích cực đẩy mạnh việc áp dụng quyền sở hữu trí tuệ tại Việt Nam. Các hãng khác, ngược lại, cố ý để Microsoft đi đầu, và qua đó sẽ phải gánh chịu sự khó chịu của các nhà phân phối lẻ.

Công điện kết luận: *"Trong khi sự mâu thuẫn giữa áp dụng triệt để luật sở hữu trí tuệ và duy trì mối quan hệ tốt với thị trường phản ánh rõ ràng rằng, Việt Nam thiếu các nhà phân phối hợp pháp và chuyên nghiệp, Microsoft và các hãng software sẽ phải giải quyết vấn đề cạnh tranh trước khi họ có thể đạt được mục tiêu bán hàng ở đây. Và ngay lúc này, vấn đề sở hữu trí tuệ sẽ tiếp tục làm thương tổn tham vọng của Việt Nam trở thành một trung tâm của ngành công nghệ thông tin."*

Nhà sản xuất nội địa cũng chết vì nạn ăn cắp

Công điện ngày 21 tháng 5, 2002, gởi từ Tòa Tổng Lãnh Sự Hoa Kỳ, cho biết doanh nhân Việt Nam cũng than trời, rằng *"nạn ăn cắp bản quyền và sở hữu trí tuệ khiến doanh nghiệp của họ bị ảnh hưởng nghiêm trọng."* Đặc biệt, nạn ăn cắp sản phẩm, nhất là các đĩa CD được sản xuất tại Trung Quốc, lan tràn khắp Sài Gòn.

"Cơ quan hữu trách tỏ ra thiếu hiệu quả và không phối hợp được với nhau."

Ngoại giao Hoa Kỳ, khi gặp giới hữu trách Việt Nam, nhấn mạnh, rằng chống nạn ăn cắp bản quyền là một trong những điều khoản quan trọng trong Hiệp Ước Thương Mại Song Phương Việt-Mỹ, sẽ ảnh hưởng mạnh lên sự phát triển kinh tế.

Phía Việt Nam tỏ ra đồng ý, nói rằng họ đã *"làm ở mức tốt nhất để ngăn chặn nạn vi phạm bản quyền, nhưng vẫn còn gặp khó khăn vì đây là vấn đề rất phức tạp, liên quan đến rất nhiều cơ quan khác nhau."*

Ngoài ra, khó khăn của họ còn ở chỗ, họ thiếu nhân lực, thiếu tiền, thiếu phương tiện, và bị hạn chế thẩm quyền khi thi hành công vụ.

Đó là chưa kể, tiền phạt cho nạn ăn cắp bản quyền còn thấp, và đây chính là một trong những yếu tố khiến việc chống nạn vi phạm bản quyền trở nên khó khăn.

Một giới chức Việt Nam nói với phía Hoa Kỳ, hệ thống chống nạn ăn cắp tài sản trí tuệ của Việt Nam có tính lý thuyết hơn thực hành. Nhưng cũng khẳng định, Sài Gòn có hệ thống chống nạn này tốt nhất Việt Nam. Giới chức này nói, cơ quan do bà ta điều hành thường áp dụng cách thức là đứng làm trung gian cho phía sở hữu với phía ăn cắp điều đình với nhau.

Về phía Việt Nam, các công ty âm nhạc địa phương cũng phàn nàn họ bị ảnh hưởng nặng của nạn ăn cắp bản quyền.

Cụ thể, ông Lê Hồng Thanh, giám đốc công ty Saigon Audio, nói rằng nạn ăn cắp khiến công ty không thể có lời khi phát hành các sản phẩm âm nhạc mới. Theo thống kê, cứ 30 CD âm nhạc bán trên thị trường Sài Gòn, có đến 20 đĩa lậu. Điều này đưa đến hậu quả, mỗi năm số CD âm nhạc của các ca, nhạc sĩ Sài Gòn được phát hành chỉ còn 40, thay vì 100 như trước đây. Saigon Audio và các công ty khác đã nộp đơn kiến nghị lên chính phủ, yêu cầu chính sách bảo vệ bản quyền chặt chẽ hơn nữa. Điều đáng nói là, các sản phẩm âm nhạc nội địa bị người Việt Nam làm giả, trong khi phim ảnh, âm nhạc nước ngoài, đặc biệt là Mỹ, thì có nguồn gốc từ... Trung Quốc.

Một công ty khác, chuyên phân phối loa *"Bose"* cũng bị tình trạng hàng giả làm cho khốn đốn. Ông Nguyễn Vĩnh Lộc, giám đốc công ty, than phiền hàng giả có nguồn gốc Trung Quốc và Đài Loan tràn ngập Sài Gòn. Loa Bose cũng thấy khắp các hang cùng ngõ hẻm. Ông Lộc cho biết, cách đây ít lâu, công ty Bose nỗ lực làm việc với giới hữu trách để ngăn chặn tình trạng này. Nhưng kết quả là mọi nỗ lực đều bỏ sông bỏ biển. Ông Lộc gợi ý, các cơ quan hữu trách phải được sự ủng hộ chính trị của các cấp cao hơn, để có thể làm việc hữu hiệu hơn. Ông cho rằng, Ủy Ban Nhân Dân các địa phương phải có lệnh từ trên xuống một cách rõ ràng, chứ đơn thuần các cơ quan chuyên môn đi chống nạn ăn cắp thì chắc chắn không có kết quả.

Câu chuyện "Hard Rock Café"

Công điện gởi đi hồi trung tuần tháng 6, 2002, từ Tòa Tổng Lãnh Sự Hoa Kỳ, viết rằng, trong khi băng, đĩa lậu lan tràn tại thành phố Hồ Chí Minh, thì một trường hợp khác cho thấy sự thành công của việc chống nạn ăn cắp bản quyền. Đó là trường hợp quán cà phê có tên *"The Hard Rock Café."*

Công ty Mỹ, vốn làm chủ tên gọi này, làm việc liên tục hơn 1 năm với các công ty luật tại Sài Gòn, đã đạt được kết quả là *"The Hard Rock Café"* tại Việt Nam phải gỡ bỏ bảng hiệu.

Các luật sư tại Sài Gòn tin rằng kết quả phần nào đến từ áp lực cũng như sự thăm viếng liên tục của giới chức Hoa Kỳ.

Đầu đuôi câu chuyện thế này: Một tuần đầu tháng 6, 2002, cơ quan thanh tra của Bộ Khoa Học, Công Nghệ và Môi Trường Việt Nam đến quán cà phê *"The Hard Rock Café."* Cơ quan hữu trách nhất định tháo gỡ bảng hiệu của quán này. Các ống đèn neon của bảng hiệu bị phá hủy trước sự hiện diện của phía luật sư bên nguyên. Bên cạnh đó, cơ quan hữu trách cũng yêu cầu chủ quán gỡ bỏ tất cả những gì mang nhãn hiệu *"Hard Rock Café"* ở trong quán.

Kết quả trước mắt là vậy. Theo công điện, mọi chuyện còn lâu mới được giải quyết rốt ráo. Luật sư bên nguyên sau đó gởi các *"thám tử tư"* đến hiện trường. Các thám tử này tường trình, bản hiệu thì đúng là biến mất, nhưng mọi thứ khác thì còn nguyên. Từ logo, đến áo thun, đồ móc chìa khóa,... vốn đã biến mất một cách bí mật trước cuộc bố ráp, nay xuất hiện trở lại. Quán vẫn hoạt động như bình thường, nội thất của quán vẫn không thay đổi, và thực đơn *"Hard Rock Café"* thì vẫn còn nguyên.

Bắt thật lớn, rồi sao?

Công điện hồi tháng 10, 2003 kể lại một cuộc bố ráp khác, bắt được 145 ngàn đĩa lậu tại một tiệm ở Sài Gòn. Cú bắt được xem là *"lớn nhất lịch sử,"* nhưng để lại nhiều câu hỏi lớn không kém cho tương lai của thị trường sở hữu trí tuệ tại đây.

Vào cuối tháng 9, 2003, cuộc bố ráp tịch thu hơn 100 ngàn đĩa CDs, DVDs, VCDs và videotape lậu tại Sài Gòn. Mặc dầu số lượng hàng lậu tịch thu rất lớn, giới ngoại giao quan sát và nhận định, rằng cách mà giới hữu trách nhắm vào tiệm, và chỉ một tiệm, bị bố ráp, cũng như những gì sẽ diễn ra tiếp theo, vẫn còn là *"một bí mật."*

Công điện, trích lời báo chí Việt Nam, nói rằng vụ bố ráp bắt hơn 100 ngàn đĩa lậu tại một tiệm ở Sài Gòn vào ngày 27 tháng 9, 2003 là *"lớn nhất trong lịch sử thành phố,"* và rằng *"tiệm này hoạt động dưới sự che chở của một công an địa phương, và là anh trai của chủ tiệm."*

Đại diện phía Việt Nam nói với Hoa Kỳ rằng đa số đĩa lậu bắt được gồm toàn nhạc Việt Nam. Và vụ này sẽ được chuyển giao cho công an điều tra, sau đó là truy tố.

Phía Hoa Kỳ hỏi đại diện Việt Nam tại sao lại chọn tiệm này để bố ráp, trong khi Sài Gòn chỗ nào cũng có tiệm bán đồ lậu, thì đại diện Việt Nam né, không trả lời, chỉ giải thích là "cơ quan điều tra" đã theo dõi hơn một tuần rồi. Điều quan trọng là tại sao tiệm này bị để ý thì không ai có thể trả lời. Đại diện Việt Nam cũng nói là ông ta không biết có công an địa phương bảo kê cho tiệm này.

Đại diện của Việt Nam cũng không tiết lộ các vụ bố ráp trong tương lai, nhưng nói đây không phải là vụ đơn lẻ. Nhân vật này cũng nói cuộc bố ráp không phải một vụ trình diễn, và trong quá khứ đã từng có nhiều vụ lớn hơn.

Phía Hoa Kỳ cũng đặt câu hỏi với Việt Nam, là *"liên cơ quan"* chống hàng giả gồm nhiều ban, ngành khác nhau, thế nhưng trong vụ bố ráp này, chỉ có toàn nhân viên Bộ Văn Hóa Thông Tin. Đại diện Việt Nam nói họ *"không có nhiều thời gian"* chuẩn bị, do đó nếu mang hết các ban, ngành vào thì không thực tế.

Đại diện Việt Nam sau đó nói với ngoại giao Hoa Kỳ là tất cả các đĩa lậu này sẽ được mang đi thiêu hủy. Tham tán kinh tế Hoa Kỳ xin được đi xem, thì được trả lời: TV sẽ chiếu lại, và cứ xem trên TV cũng được.

Đã có gậy, phải có cà rốt

Trong khi nỗ lực chống hàng giả, hàng nhái, hàng vi phạm sở hữu trí tuệ diễn ra tại các tiệm trên đường phố Sài Gòn, đại diện Microsoft nói với tổng lãnh sự Hoa Kỳ rằng họ sẽ nỗ lực yêu cầu chính phủ Việt Nam và các công ty đa quốc gia sử dụng software có *"licensed."*

Microsoft cũng lo, là nhiều công ty trước đây dùng hệ điều hành Linux, và vì hệ thống này khó sử dụng, họ sẽ quay lại với sản phẩm của Microsoft, và khi đó thì họ lại dùng đồ... lậu.

Công điện hồi tháng 4, 2004, gởi từ Tổng Lãnh Sự Hoa Kỳ tại thành phố Hồ Chí Minh, viết: *"Trong cuộc gặp giữa đại diện Microsoft tại Châu Á-Thái Bình Dương và Việt Nam cùng tham tán kinh tế Hoa Kỳ tại Sài Gòn, phía Microsoft nói họ có hai ưu tiên: 1. Yêu cầu cơ quan chính phủ Việt Nam dùng phần mềm Microsoft có licensed (tức là được mua), và 2. Yêu cầu các công ty nước ngoài làm việc tại Việt Nam cũng phải xài hàng hợp pháp."*

Công điện trích lời đại diện Microsoft, rằng hiện có rất ít máy com-puter của chính phủ Việt Nam dùng software Microsoft được mua đúng luật, và hầu hết các công ty nước ngoài, vốn tôn trọng luật ở nơi khác, khi đến Việt Nam được vài tháng thì họ bắt đầu xài hàng lậu.

Khó khăn lớn của Microsoft là họ không có sự linh động để điều chỉnh giá bán hệ điều hành Windows. Họ nói thêm, theo một thỏa thuận ký giữa Microsoft với Bộ Tư Pháp Hoa Kỳ, công ty phải hạ giá rất thấp khi bán sản phẩm vào thị trường Việt Nam cũng như một số thị trường khác. Thỏa thuận ấy cũng cho phép công ty điều chỉnh lại sản phẩm cho phù hợp thị trường Việt Nam, và nếu sản phẩm này rất khác với các phiên bản đang có, Microsoft được quyền bán ở bất cứ giá nào mà họ cho là phù hợp. Thế nhưng, vẫn theo đại diện công ty, thị trường Việt Nam còn nhỏ, chưa đủ để họ phát triển một sản phẩm riêng như vậy.

Đại diện công ty cũng bác bỏ lý luận rằng hệ thống Linux là một đe dọa cho sản phẩm của Microsoft tại Việt Nam (vì Linux rẻ, thậm chí miễn phí). Công ty nói rằng Linux rất khó sử dụng, đòi hỏi phải có sự huấn luyện phức tạp, đó là chưa nói cả thế giới gần như đều sử dụng sản phẩm của Microsoft, sự "tương thích" giữa các sản phẩm là rất quan trọng.

Microsoft nói rằng họ có kinh nghiệm với vấn đề Linux tại Thái Lan. Thống kê cho thấy, hơn 70% khách hàng Thái Lan sử dụng hệ điều hành Linux đã quay trở lại với Windows, chỉ sau vài tháng. Và lần này là sử dụng "Windows lậu." *"Việt Nam chắc chắn không phải ngoại lệ."*

Công ty Microsoft vẫn đang nỗ lực tìm ra phương cách tối ưu để làm việc với cơ quan hữu trách địa phương. Nhiều người cho rằng công ty này yêu cầu rất mạnh với chính phủ Việt Nam để đẩy mạnh bảo vệ quyền sở hữu trí tuệ.

Và ngạc nhiên hơn, trong một buổi họp với cơ quan hữu trách chính quyền, một công an kinh tế Việt Nam yêu cầu Microsoft nhận diện các tiệm bán đồ gian, để phía công an đi bố ráp. Microsoft từ chối nêu đích danh các tiệm này. Họ nói công ty không muốn tạo tiền lệ, là đi làm công việc của chính phủ, trong khi việc điều tra, theo dõi chẳng tốn bao nhiêu thời gian. Ngoài ra, họ cũng không muốn tạo ấn tượng là Microsoft làm việc quá gần với công an, có thể khiến khách hàng có thành kiến.

"Họ không muốn người Việt Nam, cứ mỗi khi thấy có công an bố ráp, thì lại nghĩ ngay đến Microsoft."

Sau khi dùng biện pháp "cây gậy," Microsoft bắt đầu dùng đến "củ cà rốt." Họ áp dụng chương trình "Tiệm Bán Đồ Sạch." Theo chương trình này, các nhà bán lẻ cam kết chỉ cài đặt software hợp pháp (licensed). Đổi lại, chủ tiệm được thưởng "điểm" cho mỗi một software được bán ra, tương tự các chương trình thưởng điểm cho hành khách đi máy bay. Chương trình tỏ ra không hiệu quả mấy: 30% tiệm tự nguyện theo chương trình *"bán đồ sạch"* đều vừa bán đồ sạch, vừa bán đồ dơ - software không có giấy phép.

Microsoft nỗ lực nhiều hơn là chỉ áp dụng bố ráp hoặc "cây gậy và củ cà rốt." Tháng 3, 2004, họ ký biên bản ghi nhớ với Sài Gòn, theo đó, Microsoft sẽ *"đóng góp vào sự phát triển kinh tế và xã hội của thành phố Hồ Chí Minh bằng cách triển khai các hệ thống công nghệ thông tin địa phương thông qua huấn luyện kỹ năng cần thiết cho các công ty, sinh viên, giáo viên và chuyên viên của chính phủ. Chương trình này được áp dụng cho các dự án chung, và cũng để giúp tạo công ăn việc làm tại thành phố Hồ Chí Minh."*

Microsoft cũng sẽ giúp phát triển dự án *"chính phủ điện tử"* tại thành phố này, và cùng làm việc để chính quyền sở tại đồng ý các điều khoản dùng phần mềm có giấy phép. Cuối cùng, Microsoft giúp thiết lập giáo trình dạy công nghệ thông tin và tổ chức hội thảo *"phù hợp với diễn giả."* *Đổi lại, Ủy Ban Nhân Dân thành phố Hồ Chí Minh đồng ý hợp tác với Microsoft để bảo đảm các cơ quan ban ngành của thành phố này đi đầu trong việc sử dụng phần mềm hợp pháp."*

Biên bản ghi nhớ rõ ràng là hay, nhưng nó *"không có răng:"* Không có điều khoản nào bắt buộc ai phải làm cái gì, mục đích ra sao, không có luật pháp đi kèm. Mọi chuyện có thể *"đâu sẽ lại vào đấy."* Biên bản này, dài 5 trang giấy, là một viễn kiến hay, cho tương lai, nhưng thiếu kế hoạch hành động.

Công điện:

- ■ "HCMC Faces Regional IPR Woes," 21/5/2002, từ Emi Lynn Yamauchi, Tổng Lãnh Sự Hoa Kỳ tại thành phố Hồ Chí Minh. Loại bảo mật: Không bảo mật. http://wikileaks. org/cable/2002/05/02HOCHIMINHCITY538.html

- ■ "Inspectorate Shatters Hard Rock Cafe - But The Phoenix Rises Again," 17/6/2002, từ Emi Lynn Yamauchi, Tổng Lãnh Sự Hoa Kỳ tại thành phố Hồ Chí Minh. Loại bảo mật: Không bảo mật. http://wikileaks.org/cable/2002/06/02HOCHIMINHCITY602.html

- ■ "Vietnam's IPR Enforcement: Microsoft Strikes Back," 6/11/2007, từ Emi Lynn Yamauchi, Tổng Lãnh Sự Hoa Kỳ tại Thành phố Hồ Chí Minh. Loại bảo mật: Không bảo mật. http://wikileaks.org/cable/2002/11/02HOCHIMINHCITY1123.html

- ■ "145,000 Pirated Discs/Tapes Confiscated In Ho Chi Minh City - What's Next?," 24/10/2003, từ Emi Lynn Yamauchi, Tổng Lãnh Sự Hoa Kỳ tại thành phố Hồ Chí Minh. Loại bảo mật: Không bảo mật. http://wikileaks.org/cable/2003/10/03HOCHIMINHCITY1035.html

- ■ "In Vietnam, The Government Is Microsoft's First Target," 5/4/2004, từ Emi Lynn Yamauchi, Tổng Lãnh Sự Hoa Kỳ tại thành phố Hồ Chí Minh. Loại bảo mật: Không bảo mật. http://wikileaks.org/cable/2004/04/04HOCHIMINHCITY367.html

Việt Nam và Trường Sa

"Nói thì ngon nhưng chơi thì kỹ"

Triệu Phong

[2002] Nhà cầm quyền Việt Nam tiếp tục giữ lập trường về chủ quyền quần đảo Trường Sa. Một công điện gởi từ tòa đại sứ ở Hà Nội về Bộ Ngoại Giao Mỹ đề ngày 30 tháng 5 năm 2002 tiết lộ cho thấy Việt Nam tiếp tục ủng hộ Qui Tắc Ứng Xử Biển Đông, một thỏa ước tạo niềm tin quan trọng.

Đảo Phan Vinh, một trong những đảo lớn nhất trong quần đảo Trường Sa mà Việt Nam tuyên bố có chủ quyền. (Hình: Hoangsa.org)

Các cuộc thảo luận cấp quốc gia và cấp tỉnh cho thấy, có sự ủng hộ mạnh mẽ việc duy trì hiện trạng (status quo) và giải quyết những vấn đề chưa giải quyết xong bằng *"đường lối hòa bình."*

Khánh Hòa: Nước nào nhận chủ quyền cũng mặc!

Khánh Hòa nằm dọc theo vùng duyên hải miền Trung, chịu trách nhiệm Trường Sa về mặt hành chánh và đặt quần đảo cách đất liền 200 hải lý này thành một huyện.

Chủ tịch ủy ban nhân dân tỉnh Khánh Hòa, Trần An Khánh, tuyên bố: *"Nước nào nhận chủ quyền cũng mặc, Trường Sa chính là một phần của Việt Nam, khẳng định là như vậy."*

Ông Khánh xác nhận hầu hết cư dân ở Trường Sa đều là bộ đội, và còn nhận là có sự hiện diện của một số *"đáng kể"* thường dân cùng hạ tầng cơ sở như trường học, ngân hàng và bưu điện. Tuy nhiên ông Khanh không cho biết có bao nhiêu thường dân hiện đang sinh sống, cũng như không nói rõ được những hạ tầng cơ sở như thế nào, mà chỉ nói rằng, các giới chức cấp huyện mới nắm đầy đủ các con số.

Khi tham tán chính trị yêu cầu được tiếp xúc với các giới chức cấp huyện thì ông Khánh nói, điều này *"không thể được"* vì họ *"bận vô cùng."*

Báo chí tường thuật cuộc bỏ phiếu Quốc Hội ngày 19 tháng 5, 2002 ở huyện Trường Sa, nhất loạt cho thấy các bộ đội đang bỏ phiếu. Họ được phép bầu sớm vì lý do ở xa.

Hà Nội: Nói thì cứng nhưng...

Theo bà Nguyễn Thị Thanh Hà, chuyên gia cao cấp tại Văn Phòng Luật Lệ Quốc Tế và Văn Phòng Hiến Chương, thuộc Bộ Ngoại Giao, *"lịch sử và pháp lý chứng minh rõ ràng chủ quyền là của Việt Nam."*

Bà nêu điều khoản Bộ Ngoại Giao đưa ra năm 1988 nói rõ việc nhận chủ quyền của Việt Nam là hoàn toàn hợp pháp.

Bản văn Bộ Ngoại Giao công bố, tái khẳng định *"Việt Nam xác nhận chủ quyền Trường Sa là điều không thể tranh cãi."*

Theo Tiến Sĩ Nguyễn Quang Ngọc, khoa sử, trường Đại Học Hà Nội, trong khi Việt Nam hiểu rằng nhiều nước cũng nhận chủ quyền về quần đảo này, nhưng *"không còn nghi ngờ gì nữa, sự xác nhận chủ quyền của Việt Nam được minh chứng có tính cách lịch sử."*

Tương tự, Lê Quý Quỳnh, phó vụ trưởng Đông Nam Á Vụ, thuộc Ủy Ban Biên Giới Chính Phủ nói, chủ quyền của Việt Nam đối với Trường Sa là *"không thể tranh cãi,"* nhưng công nhận *"vấn đề còn phức tạp."*

Giữ nguyên trạng và tránh đối đầu

Giám đốc văn phòng đặc trách vấn đề Trung Quốc thuộc Bộ Ngoại Giao, ông Trần Duy Hải, nói với tham tán chính trị, rằng trong những cuộc viếng thăm cấp cao gần đây giữa Việt Nam với Trung Quốc, các lãnh đạo có nêu lên vấn đề Trường Sa, nhưng nay vẫn luôn trong ngữ cảnh cam kết *"duy trì nguyên trạng, tự chế để đừng gây thêm rắc rối, và giải quyết tranh chấp qua đường lối hòa bình."*

Thông cáo chung được công bố sau cuộc viếng thăm Việt Nam của Chủ Tịch Giang Trạch Dân hồi tháng 2 vừa qua, theo đó đôi bên *"cam kết tăng thêm nỗ lực duy trì hòa bình và ổn định trong vùng Biển Đông."*

> **"**According to … the Khanh Hoa provincial People's Committee, "It is irrelevant which countries make claims-the Spratlys are part of Vietnam and always will be..."

Một văn bản Bộ Ngoại Giao đưa ra sau chuyến viếng thăm Trung Quốc của Chủ tịch nước Trần Đức Lương vào tháng 12 năm 2000; cũng lập lại sự cam kết *"tìm kiếm một giải pháp lâu dài có thể chấp nhận được giữa đôi bên, qua thương thuyết ôn hòa."*

Các nước trong vùng và Quy Tắc Ứng Xử Biển Đông

Việt Nam muốn giải quyết mọi tranh chấp qua thương thuyết ôn hòa, dựa theo việc tuân thủ các luật lệ quốc tế, đặc biệt là Qui Ước của Liên Hiệp Quốc (LHQ) về Luật Biển 1982, và Bản Tuyên Bố Manila 1992 về Biển Đông.

Theo Phạm Cao Phong, giám đốc phòng nghiên cứu Đông Bắc Á thuộc Viện Quan Hệ Quốc Tế của Bộ Ngoại Giao, Việt Nam duy trì việc theo đuổi Qui Tắc Ứng Xử Biển Đông, vốn là một sáng kiến của khối ASEAN.

Một tham tán Tòa Đại Sứ Philippines cho tham tán chính trị hay rằng, sau một vài vụ đụng độ giữa thập niên 1990 giữa lực lượng Hải Quân Philippines với Việt Nam, cấp lãnh đạo quân đội đôi bên đã gặp nhau và triển khai *"qui tắc ứng xử"* riêng giữa quân đội hai nước, hầu tránh xảy ra đụng độ khác trong tương lai.

Viên tham tán người Philippines cho biết thêm, chính quyền nước ông đi đầu trong việc triển khai bản thảo qui tắc ứng xử, và hy vọng nó sẽ được chấp thuận *"vào mùa Hè này ở Brunei."*

Một tham tán Tòa Đại Sứ Malaysia nói, nước ông đang thực hiện cuộc nghiên cứu khoa học và du lịch trên năm hòn đảo mà nước ông nhận chủ quyền, ngoài ra có cả binh sĩ đồn trú trên đó nữa.

Chính quyền Malaysia mạnh mẽ ủng hộ Qui Tắc Ứng Xử Biển Đông và đồng ý việc các tranh chấp phải được giải quyết bằng *"đường lối hòa bình."*

Theo tham tán Tòa Đại Sứ Trung Quốc, toàn khu vực Biển Đông thuộc chủ quyền của Trung Quốc *"không thể chối cãi"* vì đây là một *"sự kiện lịch sử."* Viên tham tán lưu ý thêm, đằng nào thì Trung Quốc cũng đồng ý với Việt Nam và các nước Đông Nam Á khác, rằng việc tranh chấp phải được *"giải quyết một cách ôn hòa."*

Viên tham tán Trung Quốc tuyên bố, Qui Tắc Ứng Xử Biển Đông là một *"biện pháp tạo niềm tin quan trọng đóng góp cho sự ổn định ở trong vùng."*

Một giới chức thuộc Văn Phòng Văn Hóa và Kinh Tế Đài Bắc ở Hà Nội lưu ý rằng Đài Loan xem việc họ nhận chủ quyền toàn bộ quần đảo Trường Sa là *"có giá trị,"* nhưng cũng cam kết giải quyết mâu thuẫn bằng đường lối hòa bình." Giới chức này nói ông *"kỳ vọng"* Đài Loan sẽ tôn trọng Qui Tắc Ứng Xử một khi nó được thông qua.

Giải quyết mâu thuẫn còn phức tạp

Nguyễn Hữu Quý giám đốc Viện Nghiên Cứu Trung Quốc gọi Qui Tắc Ứng Xử là một *"bước đi đúng hướng,"* trong khi lưu ý rằng nó chỉ được xem như một *"biện pháp tạo niềm tin,"* không có nghĩa là nhờ nó mà tranh chấp được giải quyết ổn thỏa. Theo ông Quý, vì nhiều nước cùng nhận chủ quyền Trường Sa, khả năng giải quyết mâu thuẫn xem ra còn *"rất phức tạp."*

Trong khi đó Tiến Sĩ Ngọc nhận định, vấn đề căn bản là *"không bên nào có được sáng kiến để giải quyết tranh cãi vì ai cũng nhận chủ quyền về phần mình."* Ông kết luận: *"Tôi không tin vấn đề sẽ giải quyết xong trong đời tôi."*

Ông Phạm Cao Phong nói, mọi phe phái đều *"muốn giữ nguyên trạng và cùng cổ động một sự ổn định trong khu vực, không ai muốn dàn xếp về vấn đề chủ quyền,"* bởi thế một thỏa ước trường cửu là điều *"khó thể có được."*

Việc ủng hộ Qui Tắc Ứng Xử của Việt Nam là một thành phần quan trọng, trong chiến lược giao hảo tốt với các nước láng giềng có từ cả thập niên của mình, và việc tạo ổn định trong khu vực và quân bình là ưu tiên hàng đầu của Việt Nam. Hy vọng Việt Nam tiếp tục tự chế để tránh xảy ra thêm những khiêu khích quân sự mới.

Công điện:

- "Vietnam and the Spratlys: Strong talk, but playing it safe," 30/5/2002, từ Robert C. Porter, Phó Đại sứ Hoa Kỳ tại Hà Nội. Loại bảo mật: Không bảo mật. http://wikileaks.org/cable/2002/05/02HANOI1379.html

Tranh Chấp Trường Sa
Căng Thẳng Vì Dầu

Hà Giang

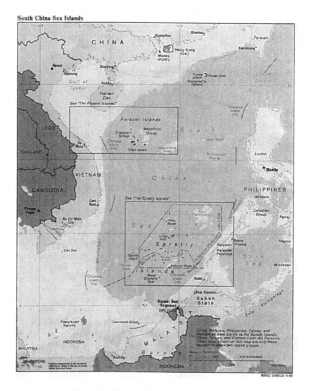

Bản đồ toàn bộ khu vực biển Đông. (Hình:nationmaster)

[**2008 - 2010**] Vào đầu mùa Hè năm 2008, tình trạng giá dầu tăng vọt cộng với hạn nộp bản đồ phân định đường ranh cơ sở theo luật biển (UNCLOS) cho Liên Hiệp Quốc gần kề khiến cho những tranh luận công khai tại Philippines về tranh chấp lãnh thổ trên quần đảo Trường Sa của 6 quốc gia trong vùng bùng nổ.

Tranh cãi về chủ quyền là điều nhạy cảm chạm vào niềm tự hào quốc gia của người dân Philippines và tạo ra một loạt phản ứng mạnh mẽ bất ngờ. Giải thích sự kiện này, giới phân tích đưa ra hai lý do: trước tiên là vì người dân Philippines có mặc cảm quân đội của họ không đủ sức bảo vệ chủ quyền quốc gia ở quần đảo này; thứ hai là vì mối quan ngại mỗi ngày một sâu sắc về ảnh hưởng đang bành trướng của Trung Quốc trong khu vực. Thêm vào đó, người dân Philippines còn ngờ rằng nạn tham nhũng ngày càng lan rộng trong chính quyền có thể ảnh hưởng đến chính sách của chính phủ Philippines về lãnh thổ.

> **"**...controversy over control of the Spratlys' resources seems likely to continue...**"**

Các bè phái chính trị tại Philippines có những quan điểm khác nhau về việc Philippines nên khẳng định chủ quyền như thế nào trên vùng đảo này.

Trong một động thái ít ra là để phần nào xoa dịu chỉ trích về việc Philippines hợp tác khai thác tài nguyên khoáng sản ở quần đảo Trường Sa với Trung Quốc và Việt Nam, chính quyền Arroyo đã để cho thỏa thuận *"thực hiện khảo sát địa chấn chung"* với các nước này hết hiệu lực đúng vào ngày hết hạn 30 Tháng Sáu, mà không gia hạn. Thế nhưng biện pháp này chưa đủ để giảm mọi căng thẳng.

Một công điện do đại sứ Hoa Kỳ tại Manila Kristie A. Kenney viết, và cũng do chính ông xếp hạng *"mật"* gửi cho Bộ Ngoại Giao tại Washington ngày 1 Tháng Tám, 2008 do Wikileaks tiết lộ, cho thấy tình hình tại Philippines được Hoa Kỳ theo dõi rất kỹ càng và sát nút.

Công điện *"mật"* nói trên là một bản tường trình đầy đủ của ông đại sứ về những diễn biến xung quanh tranh chấp chủ quyền trên quần đảo Trường Sa, và dự định chỉ được bạch hóa vào Tháng Tám năm 2018, mười năm sau ngày viết. Điều này cho thấy tầm quan trọng của tranh chấp Biển Đông đối với Hoa Kỳ.

Phần đầu của công điện nói về bối cảnh của tranh chấp Trường Sa, luật biển, các khuynh hướng giải quyết khác nhau trong chính quyền và tâm lý người dân Philippines, được tóm lược như sau:

Tranh chấp Trường Sa

Quần đảo Trường Sa ở Biển Đông, nơi có những hòn đảo dầu tài nguyên thiên nhiên, phần lớn là mỏ dầu, khí đốt, và hải sản là trung tâm của những *"tuyên bố chủ quyền chồng chéo giữa Trung Quốc, Philippines, Việt Nam, Đài Loan, Malaysia, và Brunei."*

Trường Sa bao gồm khoảng 100-230 hòn đảo nhỏ, đảo san hô, quặng san hô, trải rộng một vùng hơn 250,000 km2, mặc dù diện tích mặt đất ở các chuỗi đảo này chỉ khoảng năm cây số vuông.

Trong năm 1988 và năm 1992, những tranh chấp chủ quyền tại đây đã dẫn đến cuộc đụng độ giữa Hải Quân Trung Quốc và Việt Nam. Đến năm 2002, bản *"Tuyên bố về cách ứng xử của các bên ở Biển Đông"* (DOC) được ký kết giữa các nước thành viên ASEAN và Trung Quốc, kêu gọi sự tự chế, hợp tác, và cam kết không sử dụng vũ lực, đã phần nào giảm được căng thẳng trong khu vực.

Tháng Chín năm 2004, các công ty dầu mỏ quốc gia Philippines và Trung Quốc đồng ý cùng thực hiện thăm dò địa chấn tại Biển Đông. Tháng Ba năm 2005, thỏa thuận thực hiện khảo sát địa chấn chung giữa Trung Quốc, Việt Nam, và Việt Nam phối hợp hoạt động "trước khi thăm dò" (pre-exploration) ở những nơi được cho là chứa lượng hydrocarbon, và một hợp đồng độc quyền đã được trao cho công ty quốc doanh Trung Quốc để xúc tiến việc nghiên cứu.

Tuy nhiên, những thỏa thuận nói trên không làm giảm nhẹ tranh chấp. Trong Tháng Tư năm 2007, Bắc Kinh cáo buộc Việt Nam vi phạm chủ quyền Trung Quốc khi Việt Nam cho phép một tập đoàn dầu khí do British Petroleum của Anh quốc dẫn đầu, phát triển các mỏ khí ngoài khơi bờ biển phía Đông Nam Việt Nam. Tháng Bảy năm 2007, tàu Hải Quân Trung Quốc bắn vào một tàu đánh cá Việt Nam, giết chết một thủy thủ.

Luật Biển (UNCLOS)

Theo quy định của Công ước Liên Hợp Quốc về Luật biển (UNCLOS), Philippines, cùng với Brunei, Malaysia, và Việt Nam, tuyên bố chủ quyền chồng chéo trên toàn phần hay một phần của quần đảo Trường Sa.

Philippines phải nộp bản đồ phân định đường ranh cơ sở theo luật biển (UNCLOS) của quần đảo Philippines trước khi hết hạn ngày 12 Tháng Năm, năm 2009.

Vấn đề được đặt ra cho chính phủ Philippines là nên bao gồm quần đảo Trường Sa trong bản đồ phân định đường ranh cơ sở theo định nghĩa của UNCLOS, hay nên hạn chế đường ranh này theo hiệp ước năm 1898 của Paris, theo đó sau khi chiến tranh giữa Tây Ban Nha và Mỹ chấm dứt, Tây Ban Nha nhượng Philippines cho Hoa Kỳ.

Ngay cả trong trường hợp thứ hai, theo UNCLOS, Philippines vẫn còn một vùng đặc quyền kinh tế (EEZ) 200nm (hải lý), và có thể yêu cầu một thềm lục địa mở rộng là 350 nm; thềm lục địa mở rộng này sẽ bao gồm hầu hết tất cả quần đảo Trường Sa. Ngay cả ranh giới của vùng đặc quyền kinh tế 200 nm của Philippines cũng bao gồm hầu hết các hòn đảo, trong khi vùng đặc quyền kinh tế 200 nm của Trung Quốc, Đài Loan, và Việt Nam bao gồm rất ít hoặc không có hòn đảo nào.

Yếu tố Trung Quốc

Bên cạnh việc phải quyết định vẽ bản đồ đường ranh cơ sở như thế nào, các xì căng đan tham nhũng liên quan đến đầu tư Trung Quốc và tài trợ phát triển đã gây nhiều ảnh hưởng đến tranh luận về quần đảo Trường Sa.

Vào Tháng Chín năm 2007, cáo buộc là Mike Arroyo, chồng Tổng Thống Arroyo nhận đút lót hàng triệu đô la từ Trung Quốc để tạo điều kiện thuận lợi cho hợp đồng viễn thông trị giá 349 triệu đô la giữa công ty ZTE của Trung Quốc và Philippines bắt đầu xuất hiện. Hợp đồng này ngay sau đó đã bị loại bỏ.

Tiếp theo, cáo buộc về việc chính quyền Arroyo nhận tiền đút lót từ Trung Quốc để thỏa thuận việc "thực hiện khảo sát địa chấn chung" bắt đầu tràn ngập Quốc Hội và trên mọi phương tiện truyền thông. Còn có tin là cũng vì nhận hối lộ Trung Quốc mà chính phủ Arroyo đã tăng áp lực ép Quốc Hội bỏ ý định bao gồm quần đảo Trường Sa trong bản đồ đường ranh cơ sở của Philippines.

Trong giữa Tháng Năm năm 2008, các cơ quan truyền thông nhà nước dồn dập đưa tin là có nhiều nhân chứng nhìn thấy có những cuộc họp mật giữa Tổng Thống Arroyo và các viên chức công ty ZTE của Trung Quốc tại Shenzhen, Trung Quốc trong năm 2006, khiến cái gai Trung Quốc càng thêm vướng víu trong mắt quần chúng.

Trước đó, căng thẳng lãnh thổ giữa hai bên khiến công trình xây cất một đường rầy dài 80 Km từ vùng thị tứ Manila đến cảng Clark Freeport thuộc dự án North Luzon Railways, do Trung Quốc tài trợ và trúng thầu, cũng phải bị hủy bỏ.

Ba giải pháp khác nhau

Trong Tháng Tám năm 2007, Thượng Nghị Sĩ Antonio Trillanes nộp dự luật Thượng Viện số 1467, xác định bản đồ đường ranh cơ sở của Philippines bao gồm các quần đảo chính được mô tả trong Hiệp Ước 1898 Paris, cộng với Scarborough Shoal, và phân loại quần đảo Trường Sa theo "chế độ hòn đảo" nằm ngoài các đường ranh cơ sở.

Tuy nhiên, trong tháng 12 năm 2007, dự luật Hạ Viện số 3216 do Chủ Tịch Ủy Ban Ngoại Vụ, Dân Biểu Antonio Cuenco nộp, thì đường ranh cơ sở của Philippines không những chỉ bao gồm các quần đảo chính (theo Hiệp Ước Paris), mà còn cả quần đảo Trường Sa và Scarborough Shoal. Dân Biểu Cuenco nói công khai rằng một "note" từ Trung Quốc gửi đến Tòa Đại Sứ Philippines tại Bắc Kinh Tháng Mười Hai năm 2007 bày tỏ sự *"kinh ngạc và quan tâm"* là dự luật của ông bao gồm cả quần đảo Trường Sa bên trong đường ranh cơ sở.

E ngại rằng việc bao gồm quần đảo Trường Sa trong đường ranh cơ sở lãnh thổ của Philippines sẽ khiêu khích Trung Quốc, làm tăng căng thẳng trong vùng Biển Đông, và phá vỡ "tình trạng y nguyên" (status quo), chính quyền Arroyo đưa ra giải pháp thứ ba, thúc đẩy Quốc Hội xem xét lại đường ranh cơ sở, để chỉ bao gồm các quần đảo chính, bỏ ra ngoài Trường Sa và Scarborough, và phân loại như "chế độ hòn đảo."

Giới ủng hộ chính quyền lập luận rằng Philippines không có hy vọng giành chiến thắng nếu có một cuộc chiến tranh chống lại Trung Quốc.

Quốc Hội nhốn nháo

Chuyến viếng thăm được đưa tin rầm rộ của Tổng Thống Đài Loan Trần Thủy Biển đến quần đảo Trường Sa vào ngày 2 Tháng Hai lại làm bùng cháy các cuộc tranh luận về quần đảo này. Vào Tháng Ba, Tư Lệnh Không Quân Philippines, lúc đó là Trung Tướng Pedrito Cadungog thông báo là đường băng (airstrip) sẽ được nâng cấp tại Pagasa Island (còn được gọi là Thitu or Zhongye Dao), nơi có căn cứ quân đội của Philippines và dân số khoảng 300 người. Tham mưu trưởng quân đội Philippines, Tướng Hermogenes Esperon, nhấn mạnh rằng sự hiện diện quân sự được tăng cường ở các đảo sẵn sàng để bảo vệ chủ quyền quốc gia.

Mặc dù dự luật hạ viện của Dân Biểu Cuenco bao gồm cả quần đảo

Trường Sa và Scarborough Shoal bị tạm gác qua một bên từ ngày 21 Tháng Tư trong sự phản đối của tác giả, vào ngày 22 Tháng Tư, Thượng viện Lãnh đạo Thiểu số Aquilino Pimentel lên án hành động loại bỏ quần đảo Trường Sa ra khỏi lằn ranh cơ sở Philippines của chính quyền Arroyo là phản quốc, và kêu gọi việc thông qua toàn thể dự luật 3216.

Ngay sau đó ít lâu, các cuộc đối thoại đã đến điểm tệ hại nhất, khi Thượng Nghị Sĩ Miriam Defensor-Santiago, một người ủng hộ chính quyền, chỉ trích các dân biểu là "nỏ mồm" và gọi các phe lập pháp đối nghịch nhau trước tranh chấp quần đảo Trường Sa là "những kẻ ngốc."

Hoa Kỳ khẳng định trung lập

Sau phần khi trình bày về hiện tình Philippines trong tranh chấp Trường Sa, Đại Sứ Kristie A. Kenney tường trình cho Hoa Thịnh Đốn biết về phản ứng của tòa Đại Sứ Hoa Kỳ tại Manila.

Khi được giới truyền thông Philippines hỏi về quan điểm của Mỹ trên quần đảo Trường Sa, đại sứ và tất cả các viên chức chính phủ Hoa Kỳ đã liên tục nhấn mạnh rằng "Hoa Kỳ không phải là một bên trong tranh chấp lãnh thổ trong khu vực," và rằng "Hoa Kỳ hy vọng là mọi xung đột sẽ được giải quyết một cách hòa bình giữa các bên liên quan theo quy định và luật pháp quốc tế."

Một tình huống cụ thể được Đại Sứ Kenney đơn cử:

Tại buổi lễ khai mạc cuộc tập dượt hải quân song phương có tên "U.S.-Philippine Cooperation Afloat and Readiness Training (CARAT)" được tổ chức ngày 26 Tháng Năm ở Puerto Princesa, Palawan Island, khi truyền thông nhà nước Philippines cố tình hỏi Đô Đốc Nora Tyson và vị đại sứ quán đặc trách báo chí Hoa Kỳ về việc liệu sự hiện diện của một lực lượng Hải Quân Mỹ hùng hậu (năm tàu, bao gồm hai tàu khu trục có tên lửa) trong khu vực quần đảo Trường Sa có phải là một động thái chứng tỏ Hoa Kỳ ủng hộ tuyên bố chủ quyền của Philippines hay không, các vị này cẩn thận trả lời rằng "mục đích của tập trận hải quân song phương là để xây dựng khả năng tương tác và hợp tác song phương," và rằng "cuộc tập trận sẽ không được thực hiện trong khu vực quần đảo Trường Sa, và Hoa Kỳ kêu gọi tất cả các bên giải quyết tranh chấp một cách hòa bình."

Đánh giá tình hình, Đại Sứ Kenney viết:

"Tranh chấp tại quần đảo Trường Sa đẩy chính quyền Arroyo vào một thế khó xử về mặt chiến lược. Niềm tự hào dân tộc và sự nghi ngờ

của đa số dân chúng về mưu đồ của Trung Quốc đòi hỏi chính quyền phải khẳng định chủ quyền quốc gia một cách cứng rắn hơn. Thêm vào đó các điều khoản của luật biển UNCLOS cũng thuận lợi cho việc khẳng định chủ quyền của Philippines."

Đại Sứ Kenney lập luận rằng vì thế, chính quyền Arroyo buộc lòng phải để cho thỏa thuận *"thực hiện khảo sát địa chấn chung"* mất hiệu lực khi nó hết hạn vào ngày 30 Tháng Sáu, dù biết rằng làm thế sẽ tạo ra một trở ngại ngoại giao với Trung Quốc.

Mặt khác, cũng theo nhận định của Đại Sứ Kenney, Philippines là về yếu hơn trong một quan hệ ngày càng bất đối xứng, và quân đội Philippines hiện đang phải đối phó với các lực lượng nổi dậy, nên sẽ khó rảnh tay để có mặt ở Biển Đông. Hiển nhiên để cho căng thẳng leo thang đến mức độ phải đối đầu quân sự không có lợi cho Philippines.

Trong phần kết của công điện, Đại Sứ Kenney đưa ra một dự đoán, mà giờ đây nhìn lại chúng ta thấy thật chính xác:

"Trong bối cảnh dầu tăng giá cả và nhu cầu phải có năng lượng dự trữ ngoài khơi ngày càng cao, có nhiều nguy cơ tranh chấp chủ quyền ở Biển Đông sẽ ngày càng trở nên căng thẳng."

Công điện:

- "Controversy over Spratly Islands territorial dispute continues to simmer," 01/8/2008, từ Kristie A. Kenney, Đại Sứ Hoa Kỳ tại Manila, Philippines. Loại bảo mật: Confidential. http://www.wikileaks.org/cable/2008/08/08MANILA1838.html

Siết mạng, chặn Facebook, cấm nói "Trường Sa"

Vũ Quí Hạo Nhiên

[**2009**] Quyết tâm siết chặt Internet, nhà nước Việt Nam ra lệnh chặn Facebook và cấm không cho nói chuyện Trường Sa trên mạng, dù là đang chơi game - đó là những tiết lộ trong công điện ký tên Đại Sứ Michael Michalak và gởi ngày 25 tháng 11, 2009, bị tiết lộ trong kho công điện ngoại giao của Wikileaks.

Khách hàng vừa uống cà phê vừa dạo Internet, tại Sài Gòn năm 2004.
Việt Nam tìm cách siết thông tin bằng cách ngăn chặn mạng Internet
và cụ thể là Facebook, theo một công điện của tòa đại sứ Mỹ bị Wikileaks
tiết lộ ra. (Hình: Hoang Dinh Nam/AFP/Getty Images)

Việc chặn Facebook không phải là chuyện bí mật. Ngay từ Mùa Hè năm 2009, đã có tin đồn Việt Nam ra lệnh chặn Facebook, và một văn bản - tới nay vẫn chưa được kiểm chứng - mang số 693/CV/KTNVI (P7), để ngày 27 tháng 8, 2009, được lưu truyền trên mạng trong đó có danh sách các trang web cần chặn và có Facebook trong đó.

"Vào tháng 10, người dùng bắt đầu gặp khó khăn khi truy cập Face-

book, trang mạng có trên 1.1 triệu người sử dụng tại Việt Nam. Lúc đầu, người ta tự giải thích là chính quyền Việt Nam đang thử nghiệm một loại kỹ thuật mới để chặn một số trang web và tình hình sẽ không kéo dài mãi."

"Giả dụ này có vẻ đúng," công điện viết tiếp, *"khi mà vài ngày sau đó, Faceook lại tái xuất hiện như phép lạ, dù chỉ là trong vài giờ".*

Cũng vào tháng 10, báo Người Việt liên lạc với công ty Facebook để phối kiểm tin Facebook bị chặn tại Việt Nam. Giám đốc Thông tin Quốc tế và Chính sách Công của Facebook là bà Debbie Frost vào lúc đó chưa quả quyết Facebook đang bị chặn. Tuy nhiên, bà cũng lên tiếng:

❝Vinagame ... has been required to modify software to prevent users from entering certain banned words or phrases, such as "Spratley Islands," in either Vietnamese or English."

"Chúng tôi tin rằng mọi người ở khắp thế giới cần được dùng trang mạng này để truyền tin và chia sẻ thông tin với bạn bè, gia đình và đồng nghiệp, và thật là đáng xấu hổ, nếu người dân ở Việt Nam hoặc bất cứ nước nào khác không có quyền vào trang Facebook, là trang giúp người ta chia sẻ tin tức với người quan tâm."

Chặn Facebook trong ý đồ kiểm soát thông tin

Tới lúc Đại Sứ Michalak viết công điện này vào tháng 11, chuyện Facebook bị chặn đã rõ ràng. *"Không còn thắc mắc gì nữa, rõ ràng là trang mạng này đang bị chặn bởi các công ty cung cấp dịch vụ Internet tại Việt Nam, và chỉ thị cho các công ty này đồng loạt chặn trang mạng này rất có thể đến từ nhà cầm quyền trung ương."*

Thông tấn xã AP đưa tin Facebook bị chặn. Báo chí thế giới rầm rộ tin tức về vụ này. Thông tấn xã Đức DPA trích lời viên chức của FPT và VNPT, hai công ty cung cấp dịch vụ Internet lớn của Việt Nam, xác nhận có lệnh của nhà nước bắt buộc chặn Facebook.

Bộ Trưởng Thông Tin Truyền Thông Lê Doãn Hợp phát biểu tại Quốc Hội, và lời phát biểu này được báo chí quốc tế loan đi khắp nơi, cho thấy ông xem mạng Internet như là một mối đe dọa: Ông gọi mạng này là nơi phát tán những thông tin sai lạc và luận điệu xuyên tạc của các thế lực thù địch. (Ông Hợp cũng là tác giả của hai chữ "lề phải".)

Tuy chú trọng vào Facebook vì là một công ty Mỹ, điều mà công điện của Đại Sứ Michalak quan tâm hơn là ý đồ kiểm soát thông tin.

Nhiều người được tòa đại sứ hỏi ý kiến thì cho rằng chuyện chặn trang mạng Facebook *"là một phần khuynh hướng của Việt Nam đang dần dần giống Trung Quốc hơn - nơi mà Facebook, Twitter và Youtube đều bị chặn,"* công điện viết.

Nhưng tại sao lại chặn Facebook trong muôn vàn trang web khác? Công điện đặt câu hỏi, và đưa ra hai giả thuyết. Một giả thuyết là Việt Nam chặn Facebook để chừa sân cho một sản phẩm nội hóa như www. Zing.com. Tuy nhiên, Đại Sứ Michalak cho rằng giả thuyết này không hợp lý vì Zing.com là của Vinagame và, theo ông, *"Vinagame là một công ty thuần túy tư nhân không có liên hệ gì đặc biệt hơn các công ty khác, với chính phủ Việt Nam."*

Chơi game cũng bị cấm "Trường Sa"

Giả thuyết khác, là việc chặn Facebook chỉ là một bước trong một loạt các biện pháp mà Việt Nam sử dụng để siết chặt thông tin qua Internet. Facebook là nơi nhiều người dùng để thảo luận các để tài chính trị ngoài luồng, và chính phủ Việt Nam không thích điều đó.

Đại Sứ Michalak nhắc tới một trong những để tài mà nhà nước Việt Nam muốn cấm: Hoàng Sa và Trường Sa.

Trang web của Vinagames. Công ty này nói họ bị bắt phải sửa phần mềm để ngay cả khi chơi game người Việt Nam cũng không được dùng những chữ như "Trường Sa". (Hình: vng.com.vn)

Công điện tiết lộ, là người trong nước chơi game online cũng bị cấm dùng những chữ nhạy cảm như Trường Sa-Hoàng Sa:

"Công ty game online lớn nhất Việt Nam, Vinagame, xác nhận là bị bắt buộc phải sửa đổi lại phần mềm để chặn một số chữ cấm, thí dụ như 'Trường Sa' - cả tiếng Anh lẫn tiếng Việt."

Trước khi Vinagame thay đổi phần mềm, nhiều game thủ dùng chức năng "chat" của game online như là một cách để thảo luận những đề tài nhạy cảm, đã bị cấm không thảo luận được trong các "chat room" của Việt Nam, công điện viết.

Riêng với Facebook, tuy bị chặn, nhưng dân Việt Nam vẫn có cách leo tường lửa để vào. *"Tất cả những cách (vượt tường lửa) này được đăng tải rộng rãi trên Internet và được chuyền tay nhau ồ ạt khắp nước."*

Tuy vậy, sự thật vẫn là *"chính quyền Việt Nam đang mong muốn kiểm soát Internet chặt chẽ hơn,"* công điện viết. *"Vào cuối năm 2007, Bộ Thông Tin Truyền Thông ra một văn bản đại ý cấm hết tất cả những cuộc thảo luận trên mạng mà có liên quan tới chính trị, kinh tế, hay bất cứ cái gì có thể gọi là 'tin tức.'"*

"Trong hai năm 2007 và 2008, rất nhiều blogger nổi tiếng bị bắt hoặc bị đuổi việc và nhiều người khác bị cảnh cáo là sẽ bị truy tố nếu không ngừng viết blog," công điện cho biết.

Tuy nhiên, việc cấm hẳn một trang mạng hàng đầu của thế giới, theo công điện này, *"là một bước gia tăng đáng kể"* trong việc siết chặt thông tin.

Đại Sứ Michalak cho biết ông sẽ phản đối với Bộ Thông Tin Truyền Thông, và cũng sẽ mang điều này ra nói với các nước khác đang viện trợ cho Việt Nam: Tại Hội Nghị Nhóm Tư Vấn Các Nhà Tài Trợ Cho Việt Nam, và trong cuộc đối thoại về Công Nghệ Thông Tin Truyền Thông

Công điện:

- Công điện: "Vietnam 'Unfriends' Facebook," 25/11/2009, từ Michael Michalak, Đại sứ Hoa Kỳ tại Hà Nội. Loại bảo mật: Confidential. http://wikileaks.org/cable/2009/11/09 AMEMBASSYHANOI909.html#

Tướng Kỳ bị Nguyễn Tấn Dũng chặn đường về

Vũ Quí Hạo Nhiên

[**2003**] Lần đầu tiên phía Mỹ đề nghị Việt Nam cấp visa cho cựu Thủ Tướng Nguyễn Cao Kỳ về nước, ông Nguyễn Tấn Dũng giận dữ, đỏ mặt, mất bình tĩnh và gọi tất cả các cựu viên chức chính quyền miền Nam là *"tội đồ"* và sẽ *"không bao giờ được chào đón"* về Việt Nam, theo tiết lộ của các công điện ngoại giao được Wikileaks tiết lộ. Các công điện này cũng cho thấy, trong hai lần đầu về Việt Nam, Tướng Kỳ dành nhiều thời giờ vận động cho việc tu bổ Nghĩa Trang Quân Đội Biên Hòa.Chuyện ông Nguyễn Tấn Dũng, khi đó là phó thủ tướng, nổi giận với Đại Sứ Raymond Burghardt được tường thuật lại trong một công điện từ tòa đại sứ ở Hà Nội gởi về Bộ Ngoại Giao, ngày 11 tháng 3, 2003, và sau đó lại được nhắc lại trong một công điện khác, ngày 28 tháng 3, 2003.

Cựu Phó Tổng Thống Nguyễn Cao Kỳ (trái) cùng vợ ông, bà Lê Kim, trả lời báo chí trong lần đầu ông về lại Việt Nam, tháng 1 năm 2004. Công điện ngoại giao Hoa Kỳ cho biết trước đó khi phía Mỹ đề nghị Việt Nam cấp visa cho Tướng Kỳ, ông Nguyễn Tấn Dũng đã giận dữ bác bỏ và gọi ông Kỳ và các viên chức Việt Nam Cộng Hòa là "tội đồ". (Hình: Hoàng Đình Nam/AFP/Getty Images)

Wikileaks không có toàn bộ các công điện ngoại giao của Hoa Kỳ, nhưng trong số những công điện mà Wikileaks có được, lần đầu tiên danh tánh Tướng Kỳ xuất hiện là trên bức công điện 11 tháng 3. Công điện đó tường thuật cuộc họp giữa Phó Thủ Tướng Nguyễn Tấn Dũng với Đại Sứ Burghardt, một cuộc họp do ông Dũng yêu cầu, để tìm cách nâng cao quan hệ hai nước.

Diễn viên điện ảnh Lý Huỳnh, trước 1975 là cận vệ của tướng Kỳ, đón ông Nguyễn Cao Kỳ tại phi trường Tân Sơn Nhất.
(Hình: Hoàng Đình Nam/AFP/Getty Images)

Trong buổi họp, ngoài nhiều đề tài khác, Phó Thủ Tướng Dũng phàn nàn về những nghị quyết cờ vàng ở California và Virginia. Ông nói ông hiểu rằng hiến pháp Mỹ không cho phép Bộ Ngoại Giao ngăn chặn những nghị quyết đó, nhưng yêu cầu Bộ Ngoại Giao Mỹ *"tác động nhiều hơn"*.

Đại Sứ Burghardt cho rằng lý do cốt yếu là vì phía chính quyền Việt Nam chưa hết lòng kết nối với cộng đồng người Việt tại Mỹ. Ông đề nghị một số biện pháp, và nói thêm, *"thậm chí mời cựu Phó Tổng Thống Nguyễn Cao Kỳ về thăm quê hương"*.

Lúc đó, theo công điện này, *"PTT Dũng phản ứng đầy xúc cảm, cho rằng các viên chức chế độ Sài Gòn cũ phải chịu trách nhiệm đã đưa 1 triệu lính Mỹ vào và gây chết chóc cho 3 triệu người Việt Nam; họ là 'tội đồ' và sẽ không bao giờ được chào đón trở về."*

Cái gọi là *"phản ứng đầy xúc cảm"* của ông Dũng được miêu tả kỹ hơn trong công điện ngày 28: *"Mặt ông bất thình lình rắn lại và ông phó thủ tướng gần như nổ tung vì giận dữ."*

Thấy vậy, Đại Sứ Burghardt bàn rằng chắc phải *"nhiều thế hệ nữa"* mới có sự hàn gắn giữa hai bên, và ông Dũng *"đồng ý".*

Hơn hai tuần sau, Đại Sứ Burghardt gặp thứ trưởng ngoại giao Lê Văn Bàng, kể lại chuyện này. Ông Bàng tỏ ý là ông đại sứ nên nói những chuyện như vậy với bên ngoại giao, như *"Phó Thủ Tướng Vũ Khoan, Bộ Trưởng Ngoại Giao Nguyễn Dy Niên, cựu Phó Thủ Tướng Nguyễn Mạnh Cầm, hơn là với những người từng trong quân đội hay an ninh như PTT Dũng."*

❝ ...Dung reacted emotionally, noting that the officials of the former regime in Saigon ... are "criminals" and would never be welcomed back.

Chẳng bao lâu sau đó, quan điểm của ông Dũng bị thất bại. Chính quyền Việt Nam cấp visa cho Tướng Kỳ, và ông về thăm Việt Nam trong một chuyến đi được quảng bá rầm rộ vào tháng 1, 2004.

Nghĩa Trang Quân Đội Biên Hòa

Sau chuyến đi đó, tới cuối năm 2004 ông Kỳ trở lại Việt Nam lần thứ nhì. Trong lần này, ông có gặp phó tổng lãnh sự và tham tán chính trị Mỹ, và buổi gặp mặt này được ghi lại trong một công điện đề ngày 9 tháng 11, 2004.

Trong cuộc nói chuyện, Tướng Kỳ cho biết trong chuyến về đầu tiên, ông đã đề cập tới việc sửa sang lại Nghĩa trang Quân đội, nhưng những người ông gặp đều không muốn làm chuyện này. Họ cho rằng việc làm này *"quá nhạy cảm"* đối với phái bảo thủ và quân đội. Khi đó, ông Kỳ đã nói với họ, *"Nếu các ông muốn hòa giải với Việt kiều, các ông phải hòa giải với người đã chết, trước đã."*

Ba tuần trước khi về lại Việt Nam lần thứ nhì, Tướng Kỳ tổ chức một buổi tiếp tân tại nhà ở Quận Cam, cho thứ trưởng ngoại giao Nguyễn Phú Bình. Lúc đó, ông Bình mới loan báo chính quyền Việt Nam đã đồng ý sẽ sửa sang lại Nghĩa trang Quân đội. Theo lời ông Bình, người được giao trách nhiệm trong việc này là Phó Thủ Tướng Phạm Gia Khiêm và Bộ Quốc Phòng.

Ông Kỳ nói, sau khi nghĩa trang được sửa sang xong, ông sẽ dẫn đầu một phái đoàn người Việt hải ngoại làm lễ khai mạc.

Trong công điện này, Tổng Lãnh Sự Seth Winnick chú thích thêm là chính phái đoàn ngoại giao Mỹ cũng nhiều lần đề nghị phía Việt Nam tu bổ Nghĩa Trang Quân Đội Biên Hòa như một cách mở cửa với cộng đồng người Việt hải ngoại.

Đó là chuyện xảy ra năm 2004. Tuy nhiên, sau đó, không có dấu hiệu gì là phía chính quyền Việt Nam đứng ra tu bổ Nghĩa Trang Quân Đội Biên Hòa. Nghĩa trang vẫn nằm trong quyền cai quản của Quân khu 7 và không ai được vào *"khu vực quân sự"* này. Phải tới năm 2006 mới có một quyết định của ông Nguyễn Tấn Dũng, lúc đó đã là thủ tướng, *"chỉ đạo việc quản lý khu nghĩa địa Bình An (tức Nghĩa Trang Quân Đội Biên Hòa) bình thường như các nghĩa địa khác theo quy định của pháp luật"*.

Sau khi quyết định đó được đưa ra, có những nhóm người Việt hải ngoại đứng ra tự bỏ công sức sang sửa các ngôi mộ trong nghĩa trang, và đó là những nỗ lực duy nhất tu bổ nghĩa trang này.

Công điện:

- "Reviewing bilateral relations with DPM Dung," ngày 11/3/2003, từ Raymond Burghardt, Đại sứ Hoa Kỳ tại Hà Nội. Loại bảo mật: Không bảo mật. http://wikileaks. org/cable/2003/03/03HANOI567.html
- "Deputy Foreign Minister on Iraq, Relations with U.S.," ngày 28/3/2003, từ Raymond Burghardt, Đại sứ Hoa Kỳ tại Hà nội. Loại bảo mật: Không bảo mật. http://wikileaks. org/cable/2003/03/03HANOI785.html
- "Nguyen Cao Ky visits HCMC Again - Advising the GVN? ," 9/11/2004, từ Seth Winnick, Tổng Lãnh sự Hoa Kỳ tại Thành phố Hồ Chí Minh. Loại bảo mật: Không bảo mật. http://wikileaks.org/cable/2004/11/04HOCHIMINHCITY1404.html

Quốc phòng Việt-Mỹ
xích lại trước chuyến thăm
của Phạm Văn Trà

Nam Phương

[**2003**] Ngày 29 tháng 10 năm 2003, Đại Sứ Raymond Burghardt gửi công điện phúc trình một số biến cố chứng tỏ mối quan hệ quốc phòng giữa Việt Nam và Hoa Kỳ ngày một phát triển mặc dù có thể có những biến cố khác gây nghi ngờ nhưng vẫn không chậm lại.

Một trong những lý do chính được nhận định là Việt Nam muốn mở rộng mối quan hệ với các nước lớn khác để cân bằng ảnh hưởng và áp lực của Bắc Kinh.

Bản phúc trình của đại sứ Burghardt cho rằng chuyến thăm viếng sắp diễn ra của bộ trưởng quốc phòng Việt Nam, Đại Tướng Phạm Văn Trà, đến Hoa Kỳ gặp bộ trưởng quốc phòng và các viên chức khác của Hoa Kỳ là dấu hiệu mới nhất và rõ nhất trong một loạt những dấu hiệu tích cực từ phía Việt Nam liên quan đến sự phát triển mối quan hệ quốc phòng giữa hai nước.

Những dấu hiệu đó nằm ở nhiều phạm vi khác nhau từ trao đổi quân y; hội thảo; cùng tham dự các cuộc hội họp và thao dượt quân sự ở khu vực; công tác cứu trợ nhân đạo, dò tìm và phá hủy mìn và các loại bom đạn còn chưa nổ, tìm kiếm người mất tích (POW/MIA); và chuyến thăm viếng sắp tới của một chiến hạm Mỹ.

Các giới chức của Việt Nam xác nhận rằng điều này tượng trưng cho chính sách mới về công khai mối quan hệ quân sự với các quốc gia khác.

Theo bản phúc trình của Đại Sứ Burghardt, sự nghi ngờ nước Mỹ vẫn còn nằm sâu trong lòng một số tầng lớp viên chức cầm quyền Việt Nam và có thể sâu nhất ở trong ngành quân sự và an ninh.

Tuy nhà cầm quyền Việt Nam to tiếng chống chiến tranh (Mỹ đánh) Iraq, việc Quốc Hội Mỹ thông qua Dự Luật Nhân Quyền Việt Nam, vụ trừng phạt bán phá giá cá ba sa, rồi lại có chuyện nhiều thành phố và tiểu bang công nhận lá cờ vàng ba sọc đỏ (cờ Việt Nam Cộng Hòa), nhà cầm quyền Việt Nam và Bộ Quốc Phòng vẫn duy trì tiến trình phát triển mối quan hệ quốc phòng với Hoa Kỳ.

Ý định chiến lược của nhà cầm quyền Việt Nam và các mục tiêu của họ thay đổi (và nhiều phần đặt trọng tâm vào khả năng cân bằng áp lực của Trung Quốc) nhưng hiển nhiên là có quyết định từ cấp Bộ Chính Trị khi cổ võ quan hệ quốc phòng với Hoa Kỳ.

"The two sides would "not yet touch upon issues of defense cooperation" during his counterpart visit to the U.S, he said.

Sự cam kết này tượng trưng cho tiến bộ trong nỗ lực của Hoa Kỳ nhằm mở rộng ngành quân sự của Việt Nam xưa nay vẫn đóng kín và phòng vệ, trở nên hợp tác trong khu vực và trên hết, đưa Việt Nam tham gia vào các chủ trương yểm trợ an ninh và chiến lược của Hoa Kỳ trong vùng.

Bộ Trưởng Quốc Phòng Phạm Văn Trà, nói với nhà báo bên lề một cuộc họp Quốc Hội ngày 21 tháng 10 năm 2003, nhấn mạnh đến sự quan trọng của việc cải thiện bang giao giữa Việt Nam và Hoa Kỳ. Tuy nhiên, ông phân biệt giữa hai điều là *"Quan hệ quốc phòng"* và *"Hợp tác quốc phòng"*.

Hai bên *"chưa đụng chạm đến các vấn đề hợp tác quốc phòng"* trong chuyến thăm viếng Hoa Kỳ sắp tới, theo lời ông nói, nhưng sẽ chú trọng đến rà phá bom mìn (sót lại sau chiến tranh), nghiên cứu tác động của hóa chất Da Cam, và mở đường cho *"cuộc thăm viếng của các phái đoàn quân sự và các tàu chiến"*.

Chuyến thăm đầu tiên

Chuyến đi của Bộ Trưởng Trà sẽ là chuyến thăm viếng đầu tiên của đại diện quân sự cao cấp nhất của Việt Nam đến Mỹ kể từ năm 1975, một biến cố mà báo chí ở Việt Nam loan báo rộng rãi.

Báo chí Việt Nam nhấn mạnh chuyến thăm viếng của Tướng Trà tiêu biểu cho một chuỗi tiếp nối những những cuộc thăm viếng cấp cao bắt đầu bằng cuộc thăm viếng của Bộ Trưởng Quốc Phòng William Cohen tháng 3 năm 2000 rồi đến chuyến thăm của Tổng Thống Clinton tháng 11 năm 2000. Về phía Việt Nam, Phó Thủ Tướng Nguyễn Tấn Dũng sang Mỹ tháng 12 năm 2001 rồi bây giờ mở rộng sang các cuộc thăm viếng khác như chuyến đi của bộ trưởng Thương Mại, Kế Hoạch và Đầu Tư, Ngoại Giao và có thể có chuyến đi của Phó Thủ Tướng Vũ Khoan vào tháng 12.

Về phía Mỹ đang chuẩn bị, và đã được phía Việt Nam chấp thuận trên nguyên tắc, cho chuyến thăm viếng của Đô Đốc Fargo vào đầu năm

Bộ trưởng quốc phòng Việt Nam, Đại Tướng Phạm Văn Trà đến thăm Mỹ hôm 10 tháng 10 năm 2003. (Hình: LUKE FRAZZA/AFP/Getty Images)

2004. Phụ tá Bộ trưởng Quốc phòng Peter Rodman sẽ nhiều phần có thể đến Việt Nam trong một tương lai gần.

Các cuộc thăm viếng cấp cao không chỉ là mặt cải thiện bang giao giữa Việt Nam-Hoa Kỳ. Các cuộc hội thảo, cứu trợ nhân đạo, dò phá bom mìn, tìm kiếm lính/hài cốt mất tích trong chiến tranh, y tế và các trao đổi khác cũng là những yếu tố của sự hợp tác liên quan đến quốc phòng giữa hai nước.

Bản phúc trình của Đại Sứ Burghardt tóm tắt một số biến cố để chứng minh.

Trung Tướng Phạm Hồng Lợi, phó tham mưu trưởng Quân đội CSVN dự hội nghị của các tư lệnh quân sự ở khu vực, tổ chức tại Hàn

Quốc do Bộ Tư Lệnh Mỹ Thái Bình Dương bảo trợ từ ngày 31 tháng 8 đến 4 tháng 9. Đây là lần đầu Việt Nam cử một tướng lãnh tham dự cuộc họp cấp tướng do Mỹ tổ chức và bảo trợ. Sự tham dự cấp cao này chứng tỏ Việt Nam nhấn mạnh đến hợp tác quân sự khu vực và hội nhập cũng như bớt sợ hãi những lời đả kích nội bộ liên quan đến sự tham dự một biến cố quân sự của Mỹ.

Việt Nam cũng đã cử đại diện tham dự cuộc họp về Các Hoạt Động Đặc Biệt Vùng Thái Bình Dương (PASOC) tổ chức ở Hawaii. Việt Nam cũng thường xuyên cử các sĩ quan cấp đại tá đi dự huấn luyện ở Trung Tâm Nghiên Cứu An Ninh Á Châu Thái Bình Dương và các cuộc hội thảo khác do Bộ Tư Lệnh Thái Bình Dương tổ chức.

Trong năm 2003, viên chức quân đội cũng như chính phủ Việt Nam và Hoa Kỳ đã sắp đặt hoặc đã tham dự hơn 50 cuộc trao đổi, thăm viếng và các biến cố liên quan đến quan hệ quốc phòng. Việt Nam đã tham dự nhiều cuộc họp đa phương năm 2003 với sự trợ giúp của Hoa Kỳ, như 2 cuộc hội thảo về phát triển thủ tục hành quân lực lượng đa quốc gia tổ chức ở Hawaii; hội thảo về Hợp Tác Quốc Tế và môi trường trong quốc phòng tổ chức ở Bangkok; Chương trình xây dựng khả năng hành quân hòa bình vùng Á Châu Thái Bình Dương tổ chức ở Tokyo.

Việt Nam cũng đã tham dự (với sự trợ giúp tài chính của Mỹ) các cuộc họp và hội thảo trong khu vực về bệnh HIV/AIDS; quản trị hành chánh trong quân đội, hoạt động quân sự và luật pháp; cũng như quản trị tiếp vận quân đội.

Lần đầu tiên, nhà cầm quyền Việt Nam đã chấp thuận cho một chiến hạm Mỹ đến thăm viếng Việt Nam, dự trù ở cảng Sài Gòn vào giữa tháng 11. Đại Sứ Burghardt dự trù bay vào Sài Gòn để dự buổi lễ đón tiếp mà nhiều phần sẽ được báo chí đưa tin rộng rãi.

Đô Đốc Fargo, tư lệnh lực lượng Mỹ tại Thái Bình Dương, dự tính đến thăm Việt Nam nhân dịp chiến hạm đến Sài Gòn nhưng viên chức Bộ Quốc Phòng Việt Nam yêu cầu dời lại. Lý do là nếu diễn ra sẽ rất gần với chuyến đi của viên chức Bộ Quốc Phòng, lại trùng với dịp tàu chiến đến, sẽ là có quá nhiều biến cố nổi bật dính đến người Mỹ trong một khoảng thời gian ngắn có 2 tuần lễ.

Quân đội Việt Nam và quân đội Mỹ cũng đang có chương trình trao đổi quân y. Việt Nam chính thức đồng ý tổ chức cuộc họp Quân Y Á Châu Thái Bình Dương năm 2005, một thứ khác *"cũng lần đầu"* trong mối quan hệ quốc phòng Việt Nam-Hoa Kỳ.

Việt Nam đã cử quan sát viên tới cuộc tập luyện hành quân đa quốc gia Rắn Hổ Vàng (Cobra Gold) ở Thái Lan hai năm qua. Đây là dịp giúp cho các sĩ quan quân đội Việt Nam cơ hội tương tác với quân đội các nước trong vùng qua các cuộc tập trận cũng như tương tác với các sĩ quan Hoa Kỳ điều khiển cuộc tập trận.

Sự phối hợp hoạt động của toán số 2 về tìm kiếm hài cốt/người mất tích (JPAC Detachment 2) ở Hà Nội và Sở Tìm Người Mất Tích của quân đội Cộng Sản Việt Nam tiếp tục là sự hợp tác thành công giữa hai kẻ từng là đối thủ.

Hoa Kỳ yểm trợ tài chính và dụng cụ cho các tổ chức phi chính phủ (NGO) và các cơ quan của Việt Nam giải quyết vấn đề bom mìn còn sót lại sau chiến tranh ở Việt Nam. Các nỗ lực của Hoa Kỳ đã có thể cứu được nhiều người nhờ các dụng cụ tối tân và trợ giúp y tế trực tiếp. Ngoài ra còn hỗ trợ tăng cường sự cảnh giác của dân chúng qua các dự án thông tin công cộng và các dự án cộng đồng. Những nỗ lực này tạo ra sự thiện chí từ phía quân đội Việt Nam cũng như các người dân địa phương.

Các chương trình trợ giúp nhân đạo (thuộc các toán dân sự vụ của quân đội Mỹ) cũng cung cấp thêm chiều kích cho mối quan hệ quốc phòng hai nước. Tặng phẩm vật cho nạn nhân lũ lụt các năm 1999-2000 ở Thừa Thiên; xây 8 trung tâm cứu trợ thiên tai và y tế trong 3 năm, kể cả một cơ sở y tế 3 tầng lầu năm 2003. Các toán dân sự vụ đã trang bị cho các trung tâm đó với máy phát điện và các dụng cụ y khoa căn bản; một bệnh viện ở Cần Thơ cũng được cung cấp một số máy kích tim (defibrillators) và trang bị y khoa cho phòng giải phẫu. Tòa đại sứ được báo cáo là từ khi có các dụng cụ đó, đã có 18 người thoát chết.

Qua những sự việc xảy ra *"lần đầu"* rất nhiều trong thời gian gần đây hoặc sắp xảy ra *"lần đầu"*, đặc biệt là chuyến đi Mỹ của Tướng Trà, sự đồng ý tổ chức hội nghị quân y năm 2005, các cuộc hội thảo hay họp cấp tướng là những thành quả cụ thể đến từ quyết định của Việt Nam mở rộng mối quan hệ quân sự ra các nước khu vực và thế giới, đặc biệt là với *"nước lớn"* như Hoa Kỳ.

Tuy nhiên, công điện viết, mối quan hệ với Mỹ cũng được cân bằng với các cuộc thăm viếng, trao đổi với Trung Quốc và các nước khác như Nhật, Ấn Độ và các nước khác.

Dù là chú trọng với Hoa Kỳ hay là áp dụng đồng đều với lực lượng quân đội các nước trong khu vực, sự gia tăng cởi mở của quân đội Việt Nam qua trao đổi và tiếp xúc với các nước khác là một bước tiến tới trong nỗ lực cải thiện, hiện đại hóa và chuyên nghiệp hóa quân đội Việt Nam. Hoa Kỳ nên khuyến khích và nuôi dưỡng sự phát triển tích cực này bằng cách giao tiếp người Việt qua các cuộc hội thảo có sự tham dự của quân đội Việt Nam ở tầm Bộ chỉ huy Á Châu Thái Bình Dương; các cuộc thăm viếng của các lãnh đạo cao cấp, đặc biệt các sĩ quan cao cấp quốc phòng cùng các hoạt động khác.

Công điện:

- "U.S.-Vietnam military relations on the eve of General Tra's visit to Washington," 29/10/2003, từ Raymond Burghardt, Đại sứ Hoa Kỳ tại Hà Nội. Loại bảo mật: Không bảo mật. http://wikileaks.org/cable/2003/10/03HANOI2765. html

Hà Nội kiểm soát
Ngành Xuất Bản

"Kinh Tế Thị Trường lấn lướt Ý Thức Hệ"

Triệu Phong

[**2003**] Công điện gởi từ Tòa Đại Sứ Mỹ ở Hà Nội về Washington DC, để ngày 11 tháng 8 năm 2003, do WikiLeaks tiết lộ cho thấy, chính quyền trong nước tiếp tục kiểm soát xuất bản sách in nội địa lẫn sách nhập từ nước ngoài, phải có nội dung trong khuôn khổ có thể chấp nhận được.

"...a weekly student magazine (Sinh Vien Vietnam) for, inter alia, lampooning Vietnamese currency by showing a banknote flushing down a toilet..."

Công điện viết rằng, *"Tiểu thuyết ngày càng được bày bán nhiều hơn tại các tiệm sách ở Hà Nội, thay vì sách chuyên về ý thức hệ hay chính trị như trước đây. Tuy nhiên một số ấn phẩm chính trị vẫn còn bày bán, nhưng đều nặng về tư tưởng Hồ Chí Minh và Marxism. Sách mang những đề tài tranh luận về chính trị và kinh tế, hầu như không hiện hữu. Sức mạnh của kinh tế thị trường dường như lấn lướt ý thức hệ."*

Ngày 15 tháng 7, Bộ Văn Hóa và Thông Tin đình bản tuần báo Sinh Viên Việt Nam vì dám phỉ báng đồng bạc nhà nước, qua việc đăng hình ảnh một tờ giấy bạc bị xả xuống bồn cầu, cũng như đăng trang bìa hình chụp bức tượng người đàn ông và đàn bà khỏa thân từ di tích của dân tộc Chàm.

Hồi tháng 5, Ủy Ban Bảo Vệ Ký Giả có trụ sở ở New York, liệt kê Việt Nam là *"một trong 10 nước ít khoan dung với nhà báo nhất thế giới."*

Kiểm soát in ấn

Cục Xuất Bản thuộc Bộ Văn Hóa và Thông Tin chịu trách nhiệm theo dõi và cấp giấy phép in ấn mọi ấn phẩm ở Việt Nam.

Theo thủ tục, người nhập cảng loại sách mang nội dung xã hội, không chính trị, chỉ việc thông báo với cơ quan này là đủ, tuy nhiên đối với ấn phẩm chính trị thì tiến trình khắt khe hơn nhiều.

Người nhập cảng sách chỉ được xúc tiến việc nhập sách khi nào nhận được giấy phép có chữ ký của Bộ Văn Hóa Thông Tin. Thủ tục này áp dụng cả ở cơ quan chính phủ, cơ sở nghiên cứu và các thư viện.

Nhà xuất bản cũng phải theo thủ tục tương tự trước khi in những ấn phẩm cá nhân. Trên thực tế, nhiều nhà xuất bản phớt lờ không xin giấy phép đối với những sách không mang nội dung nhạy cảm.

Một giáo sư thuộc Viện Khoa Học Lịch Sử cho rằng, việc kiểm duyệt sách báo in ấn khuyến khích người ta càng lên Internet nhiều hơn, để đọc tin tức hay vấn đề thời sự, thay vì xem các ấn phẩm đã duyệt sửa kỹ lưỡng hoặc đã quá lỗi thời. Ông thêm rằng bức tường lửa có vẻ như không ngăn chặn hữu hiệu được bao nhiêu.

Sách nào được lưu hành?

Hà Nội có sáu nhà sách quốc doanh lớn ở trung tâm thành phố cùng với vô số tiệm sách nhỏ của tư nhân nằm rải rác khắp nơi.

Một tiệm bán sách báo Anh ngữ do một người ngoại quốc làm chủ, cũng như nhiều sạp báo người Việt, chuyên bán tạp chí, sách bìa mỏng và sách giáo khoa bằng tiếng nước ngoài. Ấn phẩm tại những nơi này thường rẻ hơn ở các nhà sách quốc doanh từ 15% đến 30%, vì chúng được in lậu và không tuân theo luật bản quyền.

Các tác phẩm văn chương thường được trưng bày ở lối vào các nhà sách lớn tại Hà Nội, với truyện ngắn và tiểu thuyết dịch từ ngoại ngữ chiếm gần hết.

Các tác giả được ưa chuộng gồm Pearl Buck, Alfred Hitchcock, Agatha Christie, George Simenon, Conan Doyle, Danielle Steele, Sidney Sheldon, Ernest Hemingway, Gabriel Garcia Marquez, và Jack London. Tiểu thuyết quốc nội cũng rất nhiều.

Vào đầu năm 2003, độc giả người Việt đổ xô đi mua loạt sách mới về những truyện ma nhưng rồi sau đó lại bị cấm. Một trong những lý do được biết không chính thức, là đồng tác giả của cuốn sách là một diễn giả người Việt sống ở Canada.

Đầu năm 2001, một tiểu thuyết có câu chuyện xoay quanh cuộc sống của những người đồng tính trở nên thịnh hành; rõ ràng đây là lần đầu tiên một chủ đề về đồng tính được xuất bản và bày bán công khai ở Việt Nam.

Độc giả ở Việt Nam thường không được đọc những tác phẩm văn chương mới nhất ở nước ngoài, có lẽ do đòi hỏi phải trả tiền tác quyền khi muốn in lại. Giám đốc nhà xuất bản Trẻ qua phỏng vấn xác nhận rằng, ông phải bỏ qua không in bộ sách ba tập *"Lord of the Rings"* của tác giả JRR Tolkien, do nhà xuất bản HarperCollins đòi *"tiền quá cao."*

Giám đốc nhà xuất bản Tri Thức, ông Chu Hảo cầm cuốn "Dân Chủ và Giáo Dục" của John Dewey, một tác giả người Mỹ, được dịch sang tiếng Việt. Hình chụp hôm 31 tháng 8, 2010. (Hình: Hoang Dinh Nam/AFP/Getty Images)

Dù sao thì cuối cùng nhà xuất bản Trẻ cũng ký hợp đồng dịch lại và xuất bản bộ truyện Harry Potter, sau khi đã đồng ý trả tác quyền 10% trên giá bán lẻ.

Hồi tháng 7, các nhật báo địa phương tường thuật: 90% của 30,000 cuốn *"Order of the Phoenix"* trong bộ Harry Potter thuộc đợt in đầu tiên, được bán sạch trong ngày đầu phát hành ở Việt Nam, ngày 21 tháng 7. Truyền thông Việt Nam khoe Việt Nam là nước đầu tiên trên thế giới được quyền dịch lại cuốn sách này.

Ngoài sách nói về các điều luật của Việt Nam, Hiến Pháp, qui định về lao động, sách học ở bậc đại học về tư tưởng Hồ Chí Minh và chủ nghĩa Marx, vốn chiếm lĩnh đa số; trong khi dưới 10% các ấn phẩm chính trị toàn là về tiểu sử các danh nhân, gồm Trọn Bộ Tiểu Sử Các Đời Tổng

Thống Mỹ, Hồi Ký của Winston Churchill.

Sách về tiểu sử của Đặng Tiểu Bình, Chu Dung Cơ, Hồ Cẩm Đào, Mao Trạch Đông, Bill Gates, Lý Quang Diệu, Fidel Castro, Che Guevara, Yasser Arafat, Vladimir Putin, và Yevgeni Primakov là nổi bật hơn cả, bên cạnh các cuốn về tiểu sử của các Tổng Thống Bush và Clinton.

Đáng ngạc nhiên, ngoài Hồ Chí Minh, Võ Nguyên Giáp, Lê Duẩn, và Phạm Văn Đồng, ít có ấn phẩm nào nói về các nhân vật cộng sản tên tuổi khác của Việt Nam.

Theo lời một giới chức tại một tiệm sách, ấn phẩm về chính trị chỉ chiếm 15% doanh thu.

Sách về chiến tranh Việt Nam hay chiến tranh nói chung cũng khá hiếm hoi.

Ấn phẩm về lịch sử chỉ giới hạn không những về lượng mà còn về thể loại nữa. Nhiều sách chủ đề không tập trung vào một thời kỳ lịch sử đặc biệt, mà lại trải dài qua nhiều thập niên hay nhiều thế kỷ, theo tính cách một toàn khoa thư.

Người Mỹ thường được để cập đến như những kẻ giết người man rợ, tuy nhiên, trên những kệ sách chất đầy những sách về quản trị và kinh tế thì lại để cập toàn các tác giả Hoa Kỳ hay trích thuật các ví dụ của Mỹ.

Sách về tôn giáo cũng rất hiếm. Chỉ sách Phật Giáo chiếm đa số, với một ít về Khổng Giáo. Khó mà kiếm thấy một cuốn về đạo Ki Tô, Hồi Giáo hay các tôn giáo khác, chứ đừng nói đến Thánh Kinh hay Kinh Koran.

Tại một tiệm sách lớn có một cuốn in hình Chúa Jesus ở ngay trang bìa nhưng nội dung chỉ nói về tiểu sử của Chúa, chứ không bàn gì đến triết thuyết của ngài.

Ấn phẩm về các chủ đề tranh luận như chính trị đa nguyên hay kinh tế tư nhân hầu như không hiện hữu. Ngoài một số sách về Thỏa Ước Mậu Dịch Song Phương Mỹ-Việt, vài cuốn khác về để tài tương tự hoặc về những nền kinh tế trong khu vực như Nhật và Nam Hàn. Không có sách về cải tổ kinh tế ở Trung Quốc hay những bài viết của Đặng Tiểu Bình, mặc dù Việt Nam cũng đang có những nỗ lực tương tự.

Sách giáo khoa về kinh tế lại bày bán rất nhiều, thường chỉ nói tổng quát hay về kinh tế vĩ mô, thay vì về các vấn để kinh tế đặc biệt.

Gần phân nửa không gian trong các tiệm sách lớn ở Hà Nội, ngay cả ở các tiệm chuyên về sách luật pháp và chính trị, được dành để bày bán tự điển, sách giáo khoa ngoại ngữ (hầu hết là tiếng Anh), sách nhi đồng, du lịch, nấu ăn, và trang trí nội thất.

Tiến trình đổi mới kinh tế ở Việt Nam tạo cơ hội cho phát triển và thịnh vượng, khiến người dân trình độ trung bình thích tìm đọc về kiến thức tổng quát và giáo dục, cũng như giải trí. Ngay khu vực quốc doanh cũng hoạt động đáp ứng theo nhu cầu của thị trường này và cung ứng những gì công chúng đòi hỏi, thay vì những gì *"họ phải biết."*

Công điện kết luận, *"Đây là một dấu hiệu khác về sự yếu đi của ý thức hệ trong đời sống của người Việt trung bình, và là một dấu hiệu đón nhận sự chọn lựa của cá nhân, trong khuôn khổ ràng buộc vẫn còn duy trì."*

Công điện:

- "What's (Not) Available at Hanoi's Bookstores," 11/8/2003, từ Robert C. Porter, Phó Đại sứ Hoa Kỳ tại Hà Nội. Loại bảo mật: Không bảo mật. http://wikileaks.org/cable/2003/08/03HANOI2042.html

Quan hệ của Việt Nam
với các nước "Gây Rối"

Triệu Phong

[2003] Việt Nam cố duy trì quan hệ tốt với một số quốc gia hay *"gây rối"* nhất thế giới, gồm Cuba, Iraq, Bắc Hàn, Iran, Libya, Sudan và Syria.

Công điện ngoại giao đề ngày 26 tháng 2 năm 2003 mà WikiLeaks tiết lộ cho thấy toàn cảnh mối quan hệ này.

"Vietnam has strived to maintain good ties with a number of the world's most troubling states, including Cuba, Iraq, North Korea (DPRK), Iran, Libya, Sudan, and Syria..."

Công điện viết, "Ngoại trừ Sudan và Syria, các nước trên đều có tòa đại sứ tại Hà Nội. Mối quan hệ này được duy trì vì họ từng yểm trợ về vật chất, tài chánh, chính trị, và tinh thần cho Việt Nam trong thời chiến. Duy chỉ Iraq là có trao đổi mậu dịch, hầu hết các nước kia không mang đến cho Việt Nam giá trị kinh tế nào. Họ không đóng góp bao nhiêu về mặt chính trị, trong khi Việt Nam tiếp tục đẩy về hướng dòng chính của cộng đồng ngoại giao thế giới."

Dù sao các nước này vẫn được truyền thông lẫn quan chức chính quyền Việt Nam tiếp tục khua chiêng đánh trống ủng hộ, kể cả cử phái đoàn cao cấp sang thăm.

Chính sách "làm bạn với tất cả các nước"

Theo chính sách được Đại Hội Đảng lần thứ 7 thông qua từ năm 1991, Việt Nam đều đặn áp dụng chính sách theo đuổi mục tiêu thiết lập và duy trì quan hệ ngoại giao và kinh tế tốt đẹp với tất cả các nước.

Trong phần tổng kết năm 2002, Ngoại Trưởng Nguyễn Dy Niên tái xác nhận: *"Việt Nam sẵn sàng là bạn và đối tác đáng tin cậy của tất cả quốc gia trong cộng đồng thế giới."*

Ví dụ đáng chú ý là Việt Nam duy trì quan hệ thân thiết với Do Thái (nước này có một tòa đại sứ nhỏ tại Hà Nội), trong khi lại tỏ ra có thiện cảm và nể vì đối với Yasser Arafat (người từng viếng thăm Việt Nam nhiều lần.)

Theo Đoàn Ngọc Bội, phó vụ trưởng Vụ Tây Á và Phi Châu thuộc Bộ Ngoại Giao, *"Việt Nam duy trì chính sách 'quan hệ tốt với càng nhiều nước càng hay.'"*

Fidel Castro (phải) trong chuyến thăm Việt Nam tháng 12 năm 1995.
Phía trái là Đỗ Mười, tổng bí thư đảng CSVN.
(Hình: Hoang Dinh Nam/AFP/Getty Images)

Ông Bội nói, Việt Nam *"cảm thông"* với cuộc chiến chống khủng bố do Mỹ lãnh đạo, nhưng *"điều này không ảnh hưởng gì đến quan hệ của chúng ta với bè bạn truyền thống. Hiện nay chúng ta không có kẻ thù."*

Quan hệ với Cuba "anh em"

Cuba và Việt Nam có quan hệ gần gũi và lâu đời, tự nhận là cùng chia sẻ một tinh thần cách mạng đồng chí. Để tỏ cho thấy Cuba quan trọng đối với Việt Nam, trong hai năm 2001 và 2002, Ngoại Trưởng Nguyễn Dy Niên rồi Thủ Tướng Phan Văn Khải ghé thăm Cuba.

Fidel Castro cũng đến Việt Nam hai lần vào năm 1973 và 1995, ngoài ra, các quan chức cao cấp ghé thăm thường xuyên.

Phụ Tá Ngoại Trưởng Nguyễn Đức Hùng nói, hai nước *"tiếp tục hướng đến giúp đỡ lẫn nhau."* Ông giải thích, Cuba từng giúp Việt Nam trong các lãnh vực như y khoa, huấn luyện y tế, và chương trình học tiếng Tây Ban Nha.

Theo một nguồn tin báo chí, trong cuộc viếng thăm của Thủ Tướng Khải, Việt Nam đồng ý bán thêm gạo cho Cuba. Số gạo Cuba nhập từ Việt Nam trong năm 2003 dự trù lên đến 150,000 tấn. Một nguồn tin khác nói rằng gạo được bán với điều kiện rất dễ dàng. Ngoài gạo Việt Nam còn xuất cảng qua Cuba: trà, giày dép, và vải vóc.

Tuy nhiên, trao đổi mậu dịch hai chiều vẫn còn khá khiêm tốn với mức $50 triệu mỗi năm.

Trần Thanh Huấn, chuyên viên cao cấp trong Vụ Châu Mỹ Latin thuộc Bộ Ngoại Giao nói, Việt Nam *"hoàn toàn chống lại"* việc cấm vận Cuba và rằng *"chỉ có Mỹ"* mới xem Cuba như là *"quốc gia lừa đảo."*

Ông Huấn thêm, không có chứng cớ nào cho thấy Cuba đang tàng trữ hay tìm cách có vũ khí nguyên tử hoặc hóa học.

Chủ tịch Hội Hữu Nghị Việt Nam-Cuba hôm 29 tháng 1 nói, Việt Nam *"lên án mạnh mẽ chính sách cấm vận đã lỗi thời đối với Cuba, đồng thời đòi hỏi chấm dứt tức khắc."*

Bênh vực và quan hệ kinh tế với bạn cũ Iraq

Độc nhất trong quan hệ với các quốc gia *"đáng quan tâm,"* Việt Nam trao đổi mậu dịch đáng kể với Iraq. Theo ông Bội, mậu dịch song phương trong năm 2001 là $750 triệu và có thể lên đến $1 tỉ trong năm 2002. Ông tái khẳng định, việc mua bán song phương *"nằm trong qui định của Liên Hiệp Quốc , và Việt Nam còn nợ Iraq $100 triệu từ thời chiến."*

Tham tán Tòa Đại Sứ Ai Cập nói, Saddam Hussein có *"cảm tình đặc biệt"* đối với Việt Nam vì bác sĩ Việt Nam đã giúp cho con của ông được hồi phục, sau tai nạn xe hơi thập tử nhất sinh trước đây nhiều năm.

Một mặt *"đồng ý"* Iraq nên tuân thủ nghị quyết của Liên Hiệp Quốc, một mặt Việt Nam phản đối mọi hành động quân sự chống lại Iraq.

Quan hệ "trồi sụt" với Bắc Hàn

Quan hệ của Việt Nam với Bắc Hàn khi lên khi xuống trong những năm gần đây. Hai nước bắt đầu có bang giao với nhau từ thập niên 1950, và vẫn giữ quan hệ tốt suốt thời gian chiến tranh Việt Nam.

Sau cuộc chiến, quan hệ trở nên căng thẳng vì chính sách của Việt Nam đối với Cambodia. Bấy giờ Bắc Hàn đứng về phía Trung Quốc chống lại việc Việt Nam mang quân vào Cambodia. Quan hệ này biến thành xấu hẳn đi vào năm 1992, khi Việt Nam bắt đầu thiết lập ngoại giao với Nam Hàn.

Chủ tịch Quốc Hội Bắc Hàn ghé Việt Nam năm 2001, sang tháng 5, 2002, Chủ Tịch Trần Đức Lương sang thăm Bắc Hàn.

Ngô Xuân Bình, giám đốc Trung Tâm Nghiên Cứu Triều Tiên cho rằng, hoạt động song phương gia tăng trong thời gian gần đây bắt nguồn từ việc Bắc Hàn công nhận Việt Nam đã đạt được thành tựu nơi chương trình mở cửa thị trường. Ông Bình than thở nền kinh tế của Bắc Hàn *"quá bết bát đến nỗi không có gì để trao đổi"* nói theo nghĩa mậu dịch song phương.

Giới chức Bộ Ngoại Giao Việt Nam cho biết Việt Nam sẽ tiếp tục phụ giúp Bắc Hàn. Năm 2002, Việt Nam tặng không 5,000 tấn gạo. Ông này thêm, với tình trạng tài chánh khốn đốn như hiện nay, *"không dễ gì"* Việt Nam đòi được $10 triệu Bắc Hàn còn nợ trong đợt mua gạo năm 1996. Giới chức này nói bán đảo Triều Tiên *"ổn định hơn"* sẽ có tác động tốt trong quan hệ của Việt Nam đối với hai miền Nam Bắc.

Iran: người bạn truyền thống

Theo cách nhìn của Việt Nam, Iran vẫn còn nằm trong số những bạn bè truyền thống và tín cẩn. Ông Đoàn Ngọc Bội của Bộ Ngoại Giao miêu tả quan hệ giữa hai nước là "tuyệt vời," khoe rằng *"chúng tôi có nhiều quan điểm và quyền lợi chung, gồm một giải pháp ôn hòa cho cuộc khủng hoảng ở Iraq."*

Năm 1995, chủ tịch Việt Nam sang thăm Iran và tổng thống Iran qua Việt Nam vào năm sau. Nông Đức Mạnh đi Iran năm 1999 khi còn là chủ tịch Quốc Hội. Tháng 10, 2002, Chủ Tịch Trần Đức Lương ghé Iran và ký kết nhiều thỏa ước hợp tác kinh tế, kỹ thuật và văn hóa.

Ông Bội than, mặc dù *"nhiều tiềm năng về kinh tế,"* mậu dịch song phương chỉ ở mức $40 triệu. Lý do ông đưa ra gồm: Iran liên hệ chặt chẽ với các nước có cùng hàng xuất khẩu tựa Việt Nam, như gạo và vải vóc; kế đến là doanh nhân đôi bên *"không hiểu nhau."*

Thân thiện với Libya nhưng không là bạn truyền thống

Ông Đoàn Ngọc Bội cho biết, quan hệ với Libya từ "tốt đến bình thường." Tuy đôi bên đều có cơ sở ngoại giao ở thủ đô mỗi nước nhưng hoạt động hỗ tương "không được bao nhiêu."

Ông này nói Việt Nam "biết ơn" Libya đã yểm trợ về chính trị lẫn kinh tế trong thời gian chiến tranh, và rằng hai bên đều có chung một "quá trình cách mạng."

Theo ông Bội, mậu dịch song phương ở mức "dưới $10 triệu" nhưng không có triển vọng tăng cao. Với ông, lý do vì Libya là thị trường nhỏ, bị cạnh tranh khốc liệt với Trung Quốc, xa xôi, và khí hậu quá khắc nghiệt.

Báo chí Việt Nam rầm rộ loan tin cuộc viếng thăm của phái đoàn Quốc Hội Libya vào tháng 12, 2002. Phó Thủ Tướng Vũ Khoan thúc giục đôi bên phải nỗ lực hơn nữa để đẩy mạnh "tiềm năng quan hệ kinh tế."

Sudan và Syria: ít thân thiện nhất

Theo ông Bội, đại sứ hai nước Sudan và Syria (ở Jakarta và Bắc Kinh) chỉ ghé qua Hà Nội để trình ủy nhiệm thư. Tham tán Tòa Đại Sứ Ai Cập trích thuật lời đại sứ Sudan, rằng ông ta không mấy quan tâm đến việc mở rộng ngoại giao với Việt Nam.

Phụ tá ngoại trưởng Nguyễn Phú Bình ghé Sudan năm 2001, trong chuyến thăm chung hai nước Tanzania và Angola. Ông Bội ước tính trao đổi mậu dịch song phương với Sudan "có thể khoảng chừng $1 triệu." Năm 2003, Việt Nam dự trù gửi chuyên viên nông nghiệp sang Sudan giúp cải tiến kỹ thuật trồng lúa. Theo ông Bội, Việt Nam "biết ơn" Sudan vì đã ủng hộ "chính trị và tinh thần" trong thời gian chiến tranh.

Trần Viết Tú, chuyên gia về Á Châu của Bộ Ngoại Giao gọi quan hệ giữa Việt Nam và Syria là "êm ru." Ông Tú nói trong khi Syria ủng hộ Việt Nam vào thời chiến nhưng quan hệ không "tiến triển" đáng kể. Chủ Tịch Lê Đức Anh viếng thăm Syria năm 1995 nhưng chưa hề có cuộc thăm viếng hỗ tương. Về mậu dịch song phương, ông Tú nói mức độ trao đổi "quá thấp không thể phỏng định được." Trần Viết Tú khẳng định Syria không phải là quốc gia tán trợ khủng bố.

Theo một nhân vật ngoại giao cao cấp, Việt Nam tiếp tục thân thiện với "các bạn xấu" trên thế giới, bởi "lý do lịch sử." Những quốc gia này từng ủng hộ Việt Nam trong thời chiến về chính trị và tinh thần, có khi cả vật chất và tài chánh nữa. Việt Nam sẽ tiếp tục duy trì tình thân hữu với những nước này trong khi lại gia nhập nhiều hơn vào cộng đồng thế giới.

Cấp lãnh đạo nhà nước Việt Nam cho rằng, việc vừa cải thiện quan hệ với Hoa Kỳ và các nước Tây Âu, vừa tiếp tục giữ liên lạc và lên tiếng yểm trợ *"bạn bè cũ,"* cả hai chẳng có gì mâu thuẫn nhau.

Công điện:

■ "Vietnam's 'Traditional Friends.'" 26/2/2003, từ Robert C. Porter, Phó Đại sứ Hoa Kỳ tại Hà Nội. Loại bảo mật: Không bảo mật. http://wikileaks.org/cable/2003/02/03HANOI264.html

Bên trong một nhà tù trọng án

Hà Tường Cát

[**2004**] Nhân viên Tòa Đại Sứ Hoa Kỳ lần đầu tiên được dẫn đến thăm một nhà tù loại 1 ở Việt Nam, nơi đây giam giữ những phạm nhân trọng án. Trong bản báo cáo chi tiết gởi về Hoa Thịnh Đốn ngày 3 Tháng Ba năm 2004, đáng chú ý là những dữ kiện về tội phạm ma túy và tù nhân bị nhiễm HIV.

Công điện cho hay, các giới chức Bộ Công An và Ngoại Giao Việt Nam hôm 2 Tháng Ba 2004 đưa một tham vụ chính trị của Tòa Đại Sứ đến nhà tù Vĩnh Quang ở tỉnh Vĩnh Phúc, cách Hà Nội khoảng 2 giờ xe về phía Tây Bắc.

Đây là một nhà tù loại 1, giam những phạm nhân án tù từ 15 năm đến chung thân. Để có chuyến viếng thăm này, Tòa Đại Sứ đã phải xin phép 14 tháng trước đó.

Chuyến viếng thăm này tiếp nối những cuộc thăm viếng hồi năm 2002 đến các nhà tù loại 2 (hay hạng B) giam những phạm nhân án tù từ 5 đến 20 năm - ở Thanh Hóa và Hải Dương vào Tháng Mười Hai năm 2002.

Theo lời ông Trần Mạnh Hùng, quản đốc nhà tù Vĩnh Quang, chưa có một viên chức ngoại giao nước ngoài nào đến thăm nơi đây cũng như không bao giờ có một tù nhân nước ngoài nào bị giam ở nhà tù này. (Tuy nhiên, theo công điện, một phái đoàn luật sư Đan Mạch có đến thăm vào năm 2003 đem theo tặng phẩm như quần áo và những thứ khác.)

Ông Hùng giải thích rằng, Vĩnh Quang là một trong hai nhà tù loại 1 duy nhất trên toàn quốc, nhà tù kia tại *"Miền Nam"* và ông từ chối không nói ở đâu. Nhà tù bắt đầu xây dựng từ năm 1972 tuy nhiên nhiều căn nhà có vẻ mới hơn nhiều. Giám thị Hùng giải thích là chính quyền Việt Nam có chương trình 60 triệu đô la để cải thiện các nhà tù trên toàn quốc và Vĩnh Quang cũng xây những khu phòng giam mới thay thế cơ sở cũ.

Ông Hùng yêu cầu không được chụp hình và nói chuyện với tù nhân (mặc dầu một viên chức trẻ tuổi thu vào băng video toàn bộ cuộc thăm viếng và bữa ăn trưa sau đó).

Những thực tế mới về ma túy và HIV

Theo công điện, nhà tù Vĩnh Quang hiện có khoảng 800 tù nhân tuổi từ 18 đến 75, con số này tăng lên đều đặn trong 30 năm giám thị Hùng làm việc tại đây. Trong số tù nhân, có từ 30 đến 40% là tội phạm liên quan đến ma túy, tăng khoảng 50% trong vòng 10 năm vừa qua. Những phạm nhân nghiện ngập bắt buộc phải cai nghiện với một vài trợ giúp bằng châm cứu và trị liệu cổ truyền khác.

Cảnh các tù nhân trong nhà tù Vĩnh Quang xếp hàng trước khi đi lao động.
(Hình: Hà Nội Mới)

Ông Hùng nhấn mạnh rằng chưa bao giờ có một biến cố về buôn bán lậu hay sử dụng ma túy trong nhà tù, và không thể nghĩ tới chuyện những nhân viên gác tù tham gia vào việc buôn bán trái phép hoặc nhắm mắt làm ngơ. Thân nhân đến thăm viếng được khám xét rất kỹ lưỡng. Gia đình được phép thăm mỗi tháng một lần nhưng có thể nhiều hơn tùy theo khả năng của họ.

Một phát triển mới liên quan đến sử dụng ma túy là con số gia tăng các phạm nhân có HIV dương tính, khoảng 25% tù nhân hiện nay. Giám thị Hùng cho biết trường hợp đầu tiên mới chỉ được phát hiện 3 năm trước. Tù nhân mới đến trại được xét nghiệm và được báo cho biết có lây nhiễm hay không. Họ cũng nhận được một số săn sóc căn bản tại bệnh xá nhỏ của nhà tù, có bác sĩ, dược sĩ và nhiều y tá, cung cấp cả thuốc tây y và đông y. Những trường hợp bệnh nặng (ví dụ giải phẫu) được gởi đi bệnh viện tỉnh hay Hà Nội. Việc trị liệu y tế miễn phí.

Những chứng bệnh khác thường thấy bao gồm viêm phổi và viêm gan Hepatitis-B. Nhân viên nhà tù cảnh báo không nên tiếp xúc với phạm nhân nhiễm bệnh vì đó là những bệnh hay lây. Tù nhân nhiễm HIV không bị cách ly. Những người bệnh AIDS ở giai đoạn cuối đôi khi được cho về để chết ở nhà, theo lời giám thị Hùng.

❝It is not impossible that this may be only a 'Potemkin-type' prison (probably at least spruced up for our visit)...❞

Biện pháp an ninh ở trại Vĩnh Quang không có vẻ là chặt chẽ đặc biệt so với nhà tù loại 2 ở Thanh Hóa. Tường bao quanh bên ngoài và cổng chỉ khác hầu hết những cơ sở chính quyền ở rào kẽm gai phía trên. Xung quanh khu phòng giam có một hàng rào kẽm gai khác cao hơn với lính gác ở mỗi góc. Lính gác, rất nhiều, nhưng có vẻ không võ trang. Sân trại sạch sẽ, có lẽ đã được dọn dẹp cho cuộc viếng thăm này, có trồng cây, hoa cảnh và hồ nước.

Mỗi phòng giam 30 tù nhân, ngủ trên sàn 2 tầng trải chiếu. Nhà tù cung cấp tấm đắp mùa Đông, gia đình có thể cung cấp thêm mền hay tấm đắp khá hơn. Nhà tù cũng cung cấp hai bộ đồ sọc và hai bộ đồ lót mỗi năm. Tuy nhiên tù nhân có thể mặc quần áo riêng (như áo gió) vào buổi chiều tối hay cuối tuần. Mỗi tù nhân có một rương nhỏ có khóa chứa vật dụng cá nhân. Mỗi phòng giam có một phòng vệ sinh nhỏ sử dụng chung. Cửa sổ có trấn song sắt. Mỗi phòng có một máy truyền hình nhỏ.

Các tù nhân bầu một trưởng phòng và bình bầu mỗi đồng phạm, xếp hạng "tốt," "khá," trung bình" hay "kém." Khoảng 20% tù nhân hạng tốt có thể được cho gặp vợ đến thăm qua đêm trong một căn "phòng hạnh phúc" riêng biệt. Giám thị Hùng nói rõ thêm là những tù nhân có HIV dương tính không được phép gần gũi vợ. Tù nhân gặp người tới thăm ở một phòng có hai lớp kính ngăn với thân nhân và dưới sự giám sát của nhân viên bảo vệ.

Ông Hùng nhấn mạnh rằng khoảng 10 đến 20% tù nhân xếp vào hạng kém "không bao giờ bị trừng phạt thể xác." Nhà tù không có phòng biệt giam cho cá nhân, chỉ có những tù nhân cực kỳ kém đôi khi có thể bị biệt giam, tuy nhiên ông không giải thích thêm.

Làm việc, nghỉ cuối tuần

Tất các tù nhân phải đi lao động không lãnh tiền công. Khác với những nhà tù khác có thể có một vài công nghiệp giản dị (ví dụ may mặc ở nhà tù Thanh Hóa) hoặc huấn nghệ, ở nhà tù Vĩnh Quang công việc làm duy nhất là ở các nông trại và hồ nước. Tù nhân trồng lúa và rau xanh, nuôi cá, gà, vịt, lợn và trâu bò (một số tù nhân làm việc đẽo đá). Giám thị Hùng cho biết hầu hết lương thực tiêu thụ trong nhà tù sản xuất từ đất trại. Đồ ăn được phát đến từng phòng.

Trên nguyên tắc tù nhân lao động 8 giờ mỗi ngày, có hai giờ nghỉ ăn và ngủ trưa, trong thực tế họ thường không làm việc quá 6 giờ. Ngày cuối tuần được nghỉ và có thể chơi thể thao (thường có những trận bóng đá giữa phạm nhân và cai tù), "sinh hoạt văn hóa," đọc sách báo,...

Ông Hùng nói là tù nhân và cai tù có "quan hệ tốt." Cai tù cũng ở tại nhà tù (không có gia đình) nhưng trong một khu khác với nhà cửa khá hơn. Tù nhân có thể viết và nhận thư, có thể mua một số hàng tiêu dùng (thuốc lá, xà bông, bánh kẹo, đường) tại nhà tù hoặc gia đình họ có thể cung cấp những món đó. Tuy vậy ông Hùng cho biết ít có phạm nhân hút thuốc.

Không có tù nhân chính trị

Giám thị Hùng xác định rằng ngoài tội ma túy, giết người là một tội thường gặp, ở đây không có những phạm nhân bị kết án về những tội danh liên quan đến "an ninh quốc gia," "phá hoại mối đoàn kết dân tộc" hay "gián điệp." Tuy vậy tất cả các tù nhân đều mất quyền công dân, không được quyền bầu cử ứng cử. Không tù nhân nào ở trại giam Vĩnh Quang được khoan hồng trong dịp Tết năm nay và ông Hùng dự đoán một số sẽ được khoan hồng vào lễ 30 tháng 4. Năm 2003 có 12 tù nhân được phóng thích và 400 được giảm án (đôi khi chỉ có một tháng).

Theo lời giám thị Hùng, mục tiêu của nhà nước là giáo dục cải tạo tất cả mọi tù nhân. Tất cả những người mới tới phải dự một lớp học tập huấn luyện căn bản từ 7 đến 10 ngày để hiểu những quy định và giá trị. Một khẩu hiệu lớn trong phòng ngủ nêu rõ huấn thị cơ bản: "Trước hết là phục tùng, sau đó tới văn hóa." Những tù nhân mù chữ, chỉ có rất ít, được dạy đọc và viết.

Bình luận

Nhà tù loại 1 này sạch sẽ, trật tự nhưng cũng được trang bị với những tiện nghi cơ bản và rất giống trại tù hạng 2. Với những điều kiện có thể coi là chấp nhận được (có lẽ đã cải thiện cho chuyến thăm viếng này), có điều đáng thắc mắc là chính quyền Việt Nam đã chậm cho phép đến, ngoài lý do đơn giản là chưa có tiền lệ.

Thời điểm thăm viếng đúng vào lúc bản Báo cáo Nhân quyền 2003 vừa được đưa ra là rất trớ trêu. Giám thị nhà tù tỏ ra không hài lòng với bản báo cáo và sự mô tả về các nhà tù. Tùy viên chính trị của đại sứ quán nhấn mạnh với các viên chức nhà tù và các đại diện Bộ Công An và Ngoại Giao rằng chỉ có thêm những cuộc thăm viếng như thế này chúng tôi mới có thể báo cáo một cách chính xác về tình trạng và quy định giam giữ tù nhân, và rằng sự am hiểu và cởi mở ấy phù hợp với việc cải thiện quan hệ giữ hai quốc gia.

Nhà tù thực sự có không khí như một "ngôi làng Potemkin" (được dựng lên giả tạo để trình diễn), tổng cộng chúng tôi không trông thấy quá 50 tù nhân (khoảng 20 ở lớp dạy nhập trại cho những tù nhân mới tới, hơn một chục trong nhà bếp và bệnh xá và một số rất ít đang làm việc ở khu đất kế cận). Với một diện tích trên 260 hecta, không phải là không thể có những người khác đi làm ở xa, nhưng có vẻ kỳ quặc khi chỉ thấy ít người như vậy ở một nhà tù đông đúc. Cũng khó để tin là chỉ có 2 nhà tù như thế trên toàn quốc cho những phạm nhân án trên 15 năm.

Bản công điện kết luận, "hiểu rằng chính quyền Việt Nam có thiên hướng muốn giám sát hết mọi thứ, không phải không có vẻ như nhà tù được sắp xếp chu đáo này là phản ánh của một hệ thống những quy định chặt chẽ. Lời trình bày của giám thị Hùng về việc chỗ ở của tù nhân cũng như khẩu phần gạo, thịt, rau xanh mỗi ngày, tất cả đều do nhà nước quy định, xem ra có thể tin được."

Nhìn toàn bộ, cái nặng nề nhất trong vấn đề thực thi pháp luật ở Việt Nam có lẽ không phải là điều kiện trong các nhà tù hiện nay mà là thủ tục xét xử yếu kém, đồng thời các viên chức tư pháp và cảnh sát thiếu tôn trọng quyền của bị cáo trong sự định đoạt số phận tù nhân.

Công điện:

- "A prison for the worst offenders," 3/3/2004, từ Raymond Burghardt, Đại sứ Hoa Kỳ ở Hà Nội. Loại bảo mật: Không bảo mật. http://wikileaks.org/cable/2004/03/04HANOI638.html

Báo chí Việt Nam
đưa ra hình ảnh sai về Mỹ

Hà Tường Cát

[2004] Ngày 14 Tháng Mười Một các viên chức Văn phòng Dân Sự Vụ, Tòa Đại Sứ Hoa Kỳ tại Hà Nội (PAO) tới trụ sở Trung Ương Đảng CSVN thảo luận với Tiến Sĩ Vũ Duy Thông, cục trưởng Cục Báo Chí và Xuất Bản thuộc Ban Tư Tưởng Văn Hóa Trung Ương về sự tường trình những biến cố sau khủng bố 9/11 của các cơ quan truyền thông Việt Nam. Hiện diện trong buổi thảo luận còn có các ông Quế Liêm, phó giám đốc báo chí; Mai Y Văn, chuyên viên và bà Nguyễn Thị Quyên, chuyên viên. Không khí trong cuộc thảo luận là thân mật.

"The PAO said that the U.S. appreciated actions taken by Vietnam in support of the anti-terrorism campaign..."

PAO nói rằng Hoa Kỳ tán dương những hành động của việt Nam ủng hộ cuộc chiến chống khủng bố, bao gồm tăng cường an ninh cho tòa đại sứ, kiểm tra danh tánh những cá nhân đi qua trạm kiểm soát di trú và chỉ thị cho những ngân hàng truy tầm tài khoản thuộc các tổ chức khủng bố.

Đồng thời phía Hoa Kỳ bày tỏ sự quan tâm về tình trạng các cơ quan truyền thông Việt Nam, trong khi lấy tin tức từ các hãng tin và truyền hình Tây phương, đã có khuynh hướng cường điệu những chuyện về tổn thất dân sự do Taliban tố giác. Đồng thời báo chí Việt Nam cũng gây một ấn tượng sai lạc, đặc biệt là bằng những để mục, rằng một số ít những cuộc biểu tình phản đối hành động quân sự của liên minh chống khủng bố ở một số quốc gia là dư luận của đa số (*"Thế giới chống chiến dịch quân sự"*). PAO yêu cầu truyền thông Việt Nam nên thận trọng đưa ra một hình ảnh cân bằng và tin tưởng Hoa Kỳ và đồng minh trong nỗ lực tránh gây tổn thất cho thường dân bất cứ khi nào có thể được, trái với phía địch quân của chúng ta là Al-Qaeda và Taliban cố ý nhắm vào những mục tiêu dân sự.

Tiến Sĩ Thông nói rằng theo luật báo chí của Việt Nam, các cơ quan truyền thông đặt dưới sự quản lý của nhà nước nhưng được "tự do"; mỗi tổng biên tập có thể quyết định trình bày cái gì và như thế nào, nhưng phải chịu trách nhiệm tuân thủ luật lệ. Không có phóng viên tại những nơi hẻo lánh và xa lạ ở Afghanistan, tường trình của truyền thông Việt Nam phần lớn dựa vào các hãng tin Tây phương, CNN và những nguồn tin nước ngoài khác.

Theo lời ông, dân Việt Nam coi trọng mạng sống và đã từng chịu nhiều mất mát trong những cuộc chiến tranh trước đây. Họ quyết tâm tham gia vào cuộc chiến đấu chống khủng bố nhưng muốn làm sao đừng gây thương vong cho những cá nhân vô tội hay đưa dân chúng đến nạn đói. Ông nói rằng chính Việt Nam cũng đã là nạn nhân của khủng bố, và nêu lên sự kiện mới xảy ra về vụ một Việt kiều ở nước ngoài âm mưu đặt bom các tòa đại sứ Việt Nam ở Đông Nam Á (dù chưa gây tổn thất gì) [1].

Ông Thông cũng kêu gọi sự gia tăng trao đổi thông tin để chống lại hình ảnh tiêu cực về Việt Nam do những người Việt tị nạn và một số ít nhà báo *"hãy còn cay đắng"* đưa ra. Ông ghi nhận là PAS (Phòng Thông Tin?) thành phố Hồ Chí Minh sáng nay đã "được phép" tổ chức một cuộc hội thảo truyền hình với một chuyên viên chống khủng bố và các tổng biên tập báo chí địa phương.

Trả lời ông Thông, PAO nói rằng cuộc chiến chống khủng bố không phải chỉ mới khởi sự sau ngày 11 Tháng Chín, mà bắt đầu ít nhất là từ vụ khủng bố đạt bom tại Trung Tâm Mậu Dịch Thế Giới (ở New York) năm 1993. Và Osama bin Laden cùng đồng phạm đã bị truy tố về vụ nổ bom hai Tòa Đại Sứ Hoa Kỳ ở Đông Phi (Kenya và Tanzania). Hoa Kỳ đã sử dụng những biện pháp phi quân sự từ lâu trước 9/11 để thuyết phục Taliban trao Bin Laden cho pháp luật xét xử. Tới khi Al Qaeda, mà Hoa Kỳ biết là đang tìm kiếm những vũ khí giết người hàng loạt, gây nên vụ tấn công tàn bạo tại Hoa Kỳ, thì thế giới không còn chọn lựa nào khác ngoài cách phải đánh trả và diệt trừ mối đe dọa ấy, hoặc sẽ phải chịu thêm những hành động tàn ác như vậy trong thời gian rất gần.

---

[1] Vụ Võ Đức Văn liệng một vật cho là chất nổ vào Tòa Đại Sứ Việt Nam ở Thái Lan.

PAO hy vọng rằng trong vai trò có tầm ảnh hưởng quan trọng đối với truyền thông, Tiến Sĩ Thông có thể khuyến cáo các tổng biên tập xem xét toàn bộ hình ảnh trình bày và cân bằng những tường trình cùng bình luận của họ một cách khách quan. Chẳng hạn, họ đừng nên chấp nhận không phê phán những tố giác của Taliban về tổn thất dân sự và nên trình bày minh bạch chính sách dứt khoát của Hoa Kỳ là không nhắm gây hại cho thường dân. Về nạn đói ở Afghanistan, Hoa Kỳ đã và sẽ tiếp tục làm hơn bất cứ một quốc gia nào khác trong việc cung cấp lương thực cho dân chúng Afghanistan.

Về việc Việt Nam cho rằng mình là nạn nhân của khủng bố, PAO bày tỏ sự vui mừng thấy các cơ quan công lực Hoa Kỳ đã có thể đóng góp vào việc bắt giữ các nghi can ở Đông Nam Á và một nghi can khác ngay ở California.

Các viên chức PAO ra về sau khi đưa ra đề nghị với 4 giới chức Cộng Sản Việt Nam là sẽ cung cấp những thông tin mới nhất bằng tiếng Việt về chiến dịch chống khủng bố.

Công điện nhận xét: Trong môi trường báo chí Việt Nam bị hạn chế bằng khuôn khổ ý thức hệ, Tiến Sĩ Thông, ban tham mưu của ông và các cấp trên là những người canh cửa tối hậu. Khi ông ta nói, các tổng biên tập phải nghe. Vấn đề còn lại là liệu ông ta có chọn cách hướng dẫn họ tới một quan điểm bớt hoài nghi về chiến dịch chống khủng bố và vai trò của Hoa Kỳ trong đó hay không.

Một chuyển biến rõ rệt một hai ngày vừa qua trong một số những luận điệu gay gắt nhất của truyền thông Việt Nam là những tường trình muốn tránh đứng về phía kẻ bại, sau những sụp đổ quân sự dồn dập của Taliban.

Bản công điện ghi chú thích: Tiến Sĩ Thông, khoảng 50 tuổi, cho biết đã học tại Nga 3 năm, nhưng không trả lời được rành rẽ khi nói bằng tiếng Nga. Ông cũng cho biết đã ở Trung Quốc nhiều năm, và chỉ nói được ít tiếng Anh.

Công điện 01HANOI2985:

- "PAO discusses coverage of anti-terror campaign with senior Communist Party Press Official," 1/11/2001, từ Robert C. Porter, Phó Đại sứ Hoa Kỳ tại Hà Nội. Loại bảo mật: Không bảo mật. http://wikileaks.org/cable/2001/11/01HANOI2985.html

"Chơi với Mỹ chỉ có lợi"

Đông Bàn

[**2005**] Mâu thuẫn Việt Nam-Trung Quốc tại Vịnh Bắc Bộ và quần đảo Trường Sa được phía Việt Nam mang lên báo chí khai thác mạnh từ mùa Hè 2004, và điều này khiến quan hệ Hà Nội-Bắc Kinh bị "thương tổn."

Thủ tướng Trung Quốc, Ôn Gia Bảo, cũng trong năm 2004, nói rằng quan hệ này *"đi xuống."*

Người dân Hà Nội dựng cổng chào và biểu ngữ đón mừng sự kiện Việt Nam gia nhập Tổ Chức thương Mại Thế Giới vào năm 2006.
(Hình: Hoang Dinh Nam/AFP/Getty Images)

Cùng thời điểm này, chuyến viếng thăm của ông Michael Green, giám đốc Châu Á Vụ, thuộc Ủy Ban An Ninh Quốc Gia Hoa Kỳ, là *"rất đúng thời điểm"* để nhắc lãnh đạo Việt Nam về *"lợi ích khi (Hà Nội) duy trì mối quan hệ lành mạnh với Hoa Kỳ cũng như sự hữu dụng do sự hiện diện mạnh mẽ và liên tục của Hoa Kỳ tại Đông Nam Châu Á."*

Các nhận định trên được Đại Sứ Hoa Kỳ Michael Marine viết trong công điện gởi về Washington D.C. ngày 28 Tháng Giêng, 2005.

Công điện ghi nhận rằng nhiều quan chức Bộ Ngoại Giao Việt Nam muốn Hoa Kỳ *"phản ứng"* để chống lại ý muốn thống lĩnh Đông Nam Châu Á của Bắc Kinh.

Phía Mỹ ghi nhận, cũng có những ý kiến ngược lại trong Đảng, là hãy cứ gần gũi với Trung Quốc và để cho Mỹ trả giá.

Nhưng nhiều xung đột liên tục trong năm 2004 khiến ngoại giao Hoa Kỳ tại Hà Nội tin là đã đến lúc Mỹ nói cho Việt Nam biết, rằng chơi với Mỹ chỉ có lợi chứ không có hại.

Liên tục va chạm

Công điện kể lại sự kiện xảy ra ngày 8 Tháng Giêng, 2005, trên một quần đảo nằm giữa đảo Hải Nam của Trung Quốc và cảng Hải Phòng của Việt Nam. Trong vụ này, Cảnh Sát Biển Trung Quốc bắn vào các tàu đánh cá của ngư dân Việt Nam, giết chết 9 người và làm bị thương nhiều người khác.

Ngay sau vụ này, ngoại giao 2 nước gởi công điện chỉ trích lẫn nhau. Phía Việt Nam, vẫn theo công điện, *"dùng lời lẽ nặng nề, chỉ trích phía Trung Quốc."*

Bộ Ngoại Giao Việt Nam còn đi xa hơn, nói công khai rằng *"những ngư dân bị tấn công, bị giết, bị thương, bị bắt... đều là người lương thiện..."* và sự sử dụng vũ lực của Bắc Kinh *"vi phạm nghiêm trọng luật quốc tế"* cũng như những thỏa thuận *"giữa lãnh đạo cao cấp 2 quốc gia,"* và điều này làm *"tổn thương quan hệ hữu nghị."*

Vụ Trung Quốc bắn vào tàu ngư dân Việt Nam xảy ra sau một rắc rối ngoại giao khác. Ngày 19 Tháng Mười Một, Trung Quốc và Việt Nam tranh cãi về vụ Bắc Kinh cho lắp đặt dàn khoan dầu Kantan 3, cũng tại địa điểm xảy ra vụ bắn ngư dân.

Hà Nội nói vị trí đặt dàn khoan nằm trong lãnh hải của Việt Nam, và yêu cầu Bắc Kinh ngưng ngay công việc.

Theo Viện Nghiên Cứu Trung Quốc, một cơ quan nghiên cứu tại Hà Nội, thì phía Trung Quốc rút Kantan 3 về phía họ *"chỉ sau khi công việc lắp đặt hoàn tất."*

Chưa hết, 2 tháng trước vụ Kantan 3, Việt Nam phản ứng gay gắt trước tuyên bố của Trung Quốc và Philippines, rằng 2 quốc gia này ký hiệp ước khai thác chung khu vực quần đảo Trường Sa.

Bắc Kinh mời Hà Nội tham gia, nhưng Việt Nam từ chối, với lý do điều ấy *"vi phạm Công Bố Nguyên Tắc Ứng Xử tại Biển Nam Trung Hoa"* (Việt Nam gọi là Biển Đông - NV).

> **"**The recent string of incidents, combined with the arrogant and dismissive Chinese responses, creates a window in which the GVN will be more receptive ... to support[ing] a continuing, dynamic role for the United States..."

Vụ ký thỏa ước giữa Trung Quốc và Philippines từng được phía Việt Nam mang ra nói với Trung Quốc hồi Tháng Mười, 2004. Công điện viết: *"Thủ Tướng Phan Văn Khải từng yêu cầu Thủ Tướng Trung Quốc Ôn Gia Bảo, ngưng dự án với Philippines. Ôn Gia Bảo từ chối, trả lời lại rằng hiệp ước khai thác chung với Philippines không vi phạm 'Nguyên Tắc Ứng Xử' và 'không ảnh hưởng đến quyền lợi quốc gia của Việt Nam.'"*

Về chuyện lãnh hải là như thế, trong vấn đề mậu dịch, Trung Quốc cũng không mặn nồng lắm trong việc hậu thuẫn Việt Nam.

WTO? Với điều kiện...

Thời điểm ấy, một trong những quan tâm hàng đầu của Hà Nội là được vào Tổ Chức Mậu Dịch Thế Giới - WTO[1]. Khi Ôn Gia Bảo đi thăm Việt Nam hồi Tháng Mười, họ Ôn cũng chỉ nói ủng hộ Việt Nam bằng thứ ngôn ngữ mờ nhạt, và thậm chí có điều kiện đi kèm.

Công điện viết, trong tuyên bố chung, được đưa ra trong chuyến đi của Ôn Gia Bảo, Việt Nam phải theo điều kiện của Trung Quốc. Đó là: Để được Bắc Kinh ủng hộ vào WTO, Việt Nam phải hứa không viện dẫn nguyên tắc của WTO liên quan đến các lĩnh vực chống phá giá, chống hỗ trợ của nhà nước, và những chương trình bảo hộ liên quan đến hàng vải và may mặc nhập khẩu từ Trung Quốc.

---

[1] Tổ Chức Mậu Dịch Thế Giới - WTO - chuẩn thuận đơn xin gia nhập WTO của Việt Nam ngày 7 Tháng Mười Một, 2006. Việt Nam chính thức trở thành thành viên thứ 150 của WTO vào ngày 11 Tháng Giêng, 2007.

Phía Việt Nam đã rất thất vọng khi từng hy vọng chuyến thăm của họ Ôn bao gồm cả các cuộc nói chuyện liên quan đến việc gia nhập WTO của Việt Nam. Điều này đã không xảy ra!

Việt Nam cũng thất vọng khi không được Trung Quốc cam kết loại bỏ hàng rào thuế quan liên quan đến mậu dịch cấp tỉnh, mà điều này thì ngăn chặn nông phẩm của Việt Nam xuất sang Trung Quốc.

Ngay cả mong muốn của Việt Nam, là định ngày giờ cho chuyến thăm Việt Nam của Chủ Tịch Trung Quốc Hồ Cẩm Đào, cũng thất bại nốt. Ông Ôn không chịu hứa sắp xếp chuyến đi của ông Hồ.

Chơi với Mỹ chỉ có lợi

Bất kể những khó khăn mà Bắc Kinh gây ra cho Hà Nội, Việt Nam vẫn không dám thách thức các quyền lợi trực tiếp của Trung Quốc. Nhìn vào Thượng Đỉnh Đông Á (East Asia Summit) thì rõ: Việt Nam không ủng hộ Thượng Đỉnh Đông Á, cũng không ủng hộ Cộng Đồng Đông Á (East Asia Community) vào thời điểm này, vì Hà Nội tin rằng Bắc Kinh đang nỗ lực để "đúc" lại cơ chế "ASEAN 3" mà không làm cho khối ASEAN đoàn kết lại.

Công điện dẫn lời đại sứ Singapore tại Hà Nội, rằng Việt Nam định phối hợp với Indonesia để yêu cầu *"nghiên cứu kỹ hơn"* khái niệm Thượng Đỉnh Đông Á nhân hội nghị ASEAN 2004 tại Vientiane, Lào. Ý của Việt Nam là *"mua thời gian,"* tức là kéo dài thời gian thêm tối thiểu một năm nữa. Thế rồi, bất ngờ, Indonesia đổi ý, và thế là Hà Nội cũng bỏ luôn ý định này.

Giới ngoại giao Singapore nhận định, Lào là xứ thân Trung Quốc, *"và Việt Nam vẫn còn sợ phản ứng của Trung Quốc nếu Hà Nội lại là người đứng đầu trong một nỗ lực ngăn giò một trong những ưu tiên ngoại giao của Bắc Kinh."*

Cựu đại sứ Việt Nam tại Hoa Kỳ, Lê Văn Bàng, nói với phía Hoa Kỳ: *"Bắc Kinh chỉ cần một ngày"* để làm Indonesia đổi ý.

"Chúng ta," vẫn theo công điện, *"thường xuyên nghe các quan chức cao cấp của Bộ Ngoại Giao Việt Nam nói là Hoa Kỳ cần làm nhiều hơn nữa để 'phản công' (counter) ý định của Trung Quốc 'khống chế' Đông Nam Châu Á."*

Tuy nhiên, *"vẫn chưa rõ là các nhận định của Bộ Ngoại Giao được Bộ Chính Trị và văn phòng Thủ Tướng chia sẻ ở mức độ nào."*

"Tổng Bí Thư Nông Đức Mạnh, cùng một số khác, tin rằng tốt nhất là cứ đứng sát với Trung Quốc và để cho Mỹ trả giá."

"Tuy nhiên, Việt Nam hiểu rất rõ giá trị của độc lập và quyền tự do hành động của họ. Vì lý do này, sau hàng loạt sự kiện, bao gồm cả thái độ hách dịch của Trung Quốc, chính phủ Việt Nam (và rất có thể cả lãnh đạo Đảng Cộng Sản Việt Nam) sẽ nhận thức rõ hơn những gợi ý của chúng ta (người Mỹ - NV). Gợi ý đó là: Về mặt chiến lược mà nói, ủng hộ vai trò năng động và liên tục của Hoa Kỳ tại Đông Nam Châu Á thì chắc chắn Việt Nam sẽ có lợi. Để chuẩn bị cho chuyến thăm Mỹ của ông Khải, và cũng để chuẩn bị cho chuyến thăm Việt Nam trong tuần này của Giám Đốc Châu Á Vụ thuộc Ủy Ban An Ninh Quốc Gia, Michael Green, 'chúng ta sẽ nằm ở vị trí để đẩy mạnh kế hoạch này.'"

Công điện:

- "Chinese Missteps In Vietnam Are A U.S. Opportunity," 28/1/2005, từ Michael Marine, Đại Sứ Hoa Kỳ tại Hà Nội. Loại bảo mật: Confidential. http://wikileaks.org/cable/2005/01/05HANOI247.html

Bạo loạn ở Trung Tâm Cai Nghiện Củ Chi

Nam Phương

[2005] Bản công điện ngày 14 tháng 10, 2005 từ Sài Gòn gửi về Washington phúc trình cuộc bạo loạn xảy ra trước đó gần hai tuần ở *"Trung tâm giáo dục dạy nghề thanh thiếu niên 2"* thuộc thành phố Sài Gòn đặt tại ấp 3, xã Phạm Văn Cội, huyện Củ Chi.

Trung tâm này giam giữ cưỡng bách cai nghiện cho thanh thiếu niên nghiện ma túy và những người bán dâm thuộc khu vực Sài Gòn và một số tỉnh lân cận. Quá phân nửa trong số gần 1,500 người cai nghiện đã thoát ra khỏi trung tâm sau cuộc bạo loạn.

Học viên trong trại cai nghiện Củ Chi. Năm 2005,
đã có một cuộc nổi loạn lớn trong trại cai nghiện này.

Bản phúc trình thuật lại tin của báo Thanh Niên nói khoảng 800 người cai nghiện đã tham gia vào cuộc bạo loạn kéo dài 2 giờ, gây nhiều thiệt hại tài sản đáng kể và làm bị thương cho một số người cai nghiện khác.

Nguyên nhân vụ bạo loạn được mô tả là do hai phe nhóm người cai nghiện đánh nhau. Số người tham gia đánh nhau càng lớn dần, vượt bên trên sự kiểm soát của nhân viên bảo vệ. Họ đã phá cửa sổ, cửa và cổng sắt bên ngoài để chạy trốn.

Hai giờ sau, khi hơn 100 cảnh sát cơ động và công an huyện Củ Chi đến nơi thì đã có 798 học viên cai nghiện thoát ra ngoài. Chỉ còn lại 684 người cai nghiện tại Trung tâm.

Đến trưa ngày hôm sau thì khoảng 500 người hoặc tự nguyện quay lại hoặc bị bắt trở lại. Vẫn còn khoảng gần 300 người không tìm thấy.

Thiếu Tá Trà Văn Lào, phó công an huyện Củ Chi, tỏ vẻ nghi ngờ vụ bạo loạn và chạy trốn có thể có dự mưu từ trước.'

"The incident appears to have resulted from a fight between rival gangs, but may also have been part an escape plan.

Bà Nguyễn Thị Thanh Mai ở Sở Lao Động-Thương Binh-Xã Hội thành phố Sài Gòn xác nhận có chuyện bạo loạn xảy ra. Bà cho hay *"Trung tâm giáo dục dạy nghề thanh thiếu niên 2"* qui tụ các học viên là những thanh thiếu niên các tỉnh bên ngoài Sài Gòn nên sẽ mất nhiều thời gian hơn để tìm bắt chúng trở lại. Bà cho biết người bị thương trong vụ bạo loạn ít hơn 10 người.

Bác Sĩ Lê Trường Giang, Giám đốc Trung tâm Phòng chống bệnh AIDS của Sài Gòn nói với viên chức tòa tổng lãnh sự ngày 12 tháng 10, 2005 là vụ bạo loạn là do mấy tên cầm đầu các nhóm học viên cai nghiện tổ chức. Trung tâm được thành lập để cai nghiện cho các thanh thiếu niên từ 18 tuổi trở xuống. Nhưng tuổi của những tên làm trưởng toán có thể đến 25 tuổi và đã bị giam giữ một thời gian khá lâu rồi.

Ban phòng chống AIDS của Sài Gòn cho hay tất cả các kẻ trốn chạy đã bị bắt hết và đưa trở lại trung tâm số 2. Nhà cầm quyền sẽ áp dụng một qui tắc thanh lọc mới để lựa những kẻ cầm đầu và đưa tới những cơ sở an ninh cao hơn.

Ông Giang cho hay thêm là chính phủ để ra *"chương trình ân xá"* cho những ai bỏ trốn, bảo đảm họ sẽ không bị hình phạt bổ sung hay kéo dài thêm thời gian bị giam giữ cai nghiện nếu họ hợp tác và quay trở lại trung tâm ngay. Những kẻ không hợp tác sẽ bị kéo dài thêm thời gian giam giữ khi bị bắt lại.

Bà Mai cho hay đây là lần thứ hai mà bạo loạn xảy ra ở trung tâm số

2. Vào ngày 17 tháng 9 đã có 170 học viên cai nghiện đánh nhau, đập phá hư hỏng một số tài sản.

Theo người cho tin, vụ bạo loạn và trốn chạy xảy ra ngày 2 tháng 10, 2005 là kết quả *"bài học rút kinh nghiệm"* của vụ việc xảy ra hồi tháng 9. Thêm nữa, những người thông tin cho tòa đại sứ ở Hà Nội cho hay vào tháng 5 năm 2005, khoảng 300 học viên cai nghiện cũng đã trốn khỏi trung tâm cai nghiện do Thành đoàn Thanh Niên Hải Phòng cai quản.

Ông Giang cho rằng tỉ lệ nhân viên của trung tâm rất thấp so với số học viên cai nghiện tại tất cả các trung tâm nên gần như khó có thể ngăn chặn được các vụ chạy trốn.

Công điện:

- "Riot at HCMC drug rehabilitation center," 14/10/2005, từ Seth Winnick, Tổng lãnh sự Hoa Kỳ tại TPHCM. Loại bảo mật: Không bảo mật. http://www.wikileaks.org/cable/20 05/10/05HOCHIMINHCITY1073.html

Lũng đoạn ở Khánh Hòa

Vũ Quí Hạo Nhiên

[**2005**] Trước khi có Vinashin, Việt Nam đã từng có nhiều vụ án kinh tế tham nhũng khác tai tiếng không kém. Một trong những vụ này là vụ án Rusalka tại Khánh Hòa.

Một dự án xây dựng to lớn mang tên Rusalka - Nàng Tiên Cá - được chính quyền địa phương và Bộ Kế Hoạch và Đầu Tư cho phép, cuối cùng sụp đổ năm 2005. Trong vụ này, doanh gia Nguyễn Đức Chi bị tố cáo đã hối lộ 700,000 USD cho các quan chức.

"After a flurry of investigations, ... most of those implicated remain in important positions...."

Ngay sau khi lên làm thủ tướng năm 2006, ông Nguyễn Tấn Dũng ra lệnh điều tra ráo riết vụ án này. Tuy nhiên, chỉ ít lâu sau đó, theo một công điện đề ngày 22 tháng 5, 2007, những nhân vật trong các vị trí đủ để nhận hối lộ từ ông Chi, đã được hạ cánh an toàn ở những chức vụ mới.

Ông Nguyễn Trọng Hòa, giám đốc Sở Kế Hoạch Đầu Tư Khánh Hòa và sau đó là phó chủ tịch tỉnh, được bố trí làm trưởng ban quản lý khu kinh tế Vân Phong (VPEZ). Ông Hòa nói với tổng lãnh sự Seth Winnick, ông được chính Thủ Tướng Nguyễn Tấn Dũng chọn để đứng đầu VPEZ.

Một nhân vật khác trong vụ Rusalka, chủ tịch UBND Phạm Văn Chi, được chuyển qua đứng đầu một công ty được trao trọng trách tìm nguồn đầu tư cho VPEZ.

Khu kinh tế Vân Phong cũng là một dự án xây dựng khổng lồ, với rất nhiều cơ hội để đưa và nhận hối lộ, với những công trình khổng lồ như xây cảng nước sâu, nhiều khu du lịch, và cả một xưởng đóng tàu cho Vinashin. Chính xưởng đóng tàu này, tới tháng 4 năm 2011, bị công an

Khánh Hòa tố cáo xả chất lỏng độc hại vào vịnh Vân Phong.

Báo cáo của tổng lãnh sự Winnick cũng nhắc đến một vụ bê bối khác ở Khánh Hòa: Công trình dây cáp treo từ đất liền ra khu du lịch VinPearl. Do tháp treo này không đủ độ cao, cảng Nha Trang bị kẹt, thay vì tàu vào được từ hai phía chỉ còn vào được từ một phía.

Chủ tịch tỉnh Võ Lâm Phi nói với ông Winnick là lý do tàu không phải vào được phía bên kia không phải vì cáp treo mà *"vì quy định của cảng"*. Công điện của ông Winnick cho rằng giới chủ nhân VinPearl *"có liên hệ với xã hội đen Ukraine."*

Công điện:

■ "Corruption in Khanh Hoa province: Will the beach beat bad governance," 22/5/2007, từ Seth Winnick, Tổng lãnh sự Hoa Kỳ tại TPHCM. Loại bảo mật: Không bảo mật. http://wikileaks.org/cable/2007/05/07HOCHIMINHCITY547.html

TNS Jim Webb bí mật thăm Nghĩa Trang Quân Đội Biên Hòa

Vũ Quí Hạo Nhiên

[2005] Qua các công điện ngoại giao của Mỹ bị Wikileaks công bố, tới bây giờ người ta mới biết Thượng Nghị Sĩ Jim Webb từng bí mật tới viếng Nghĩa Trang Quân Đội Biên Hòa trong chuyến đi Việt Nam năm 2008.

Thượng Nghị Sĩ Jim Webb và vợ, bà Hồng Lê Webb, trong buổi họp báo tại Hà Nội năm 2007 khi ông tới Việt Nam lần đầu tiên trong tư cách thượng nghị sĩ. (Hình: Hoàng Đình Nam/AFP/Getty Images)

Chuyến viếng thăm nghĩa trang này tiết lộ trong công điện đề ngày 9 tháng 1, 2009 đánh đi từ tòa Tổng Lãnh Sự Mỹ tại Sài Gòn.

Những chuyến đi của TNS Jim Webb, đảng Dân Chủ tiểu bang Virginia, về Việt Nam thường được báo chí quan tâm, vì ông không chỉ là một vị dân cử cao cấp, thành viên Ủy Ban Ngoại Giao và Ủy Ban Quân Vụ Thượng Viện, mà còn có những mối quan hệ đặc biệt với Việt Nam.

Ông từng là trung úy thủy quân lục chiến phục vụ tại Việt Nam, đoạt nhiều huy chương cao quý trong chiến đấu kể cả huy chương Navy Cross.

Ông đại diện một tiểu bang nhiều người Việt sinh sống; "khu Eden" nằm trong tiểu bang Virginia. Vợ ông là người Việt Nam, và ông nói rành tiếng Việt.

Chuyến đi đầu tiên của ông trong tư cách thượng nghị sĩ năm 2007 chẳng hạn, hay chuyến đi mới đây vào tháng 8 năm 1011 khi chuyện biển Đông và quan hệ với Trung Quốc đang nóng bỏng, đều được báo chí đưa tin dồn dập.

Nhưng chuyến đi cuối năm 2008 đặc biệt thầm lặng. Báo chí ít đưa tin, và văn phòng ông cũng không đưa ra một thông cáo báo chí nào. Việc ông viếng Nghĩa Trang Quân Đội Biên Hòa được giữ kín từ đó tới khi công điện ngoại giao bị Wikileaks tung ra.

> **"**...some graves had faded white tombstones while others were little more than dirt mounds with a single brick placed as a marker..."

Trong bức công điện, Tổng Lãnh Sự Kenneth Fairfax cho biết, chính nhờ ông Webb được phép viếng nghĩa trang mà nhân viên lãnh sự được trở lại nơi này lần đầu tiên kể từ đầu năm 2007.

Thượng Nghị Sĩ Webb tới Sài Gòn ngày 29 tháng 12, và ngay hôm đó đi thăm nghĩa trang. Theo lời TLS Fairfax, chính quyền cho phép ông Web tới viếng nơi này vì *"nguyện vọng cá nhân"* của ông, và với điều kiện được xem là một chuyến đi *"riêng tư,"* không có nhân viên chính quyền nào đi theo. Thượng Nghị Sĩ Webb đồng thời cũng tới thăm một nghĩa trang liệt sĩ của quân đội cộng sản.

Nhại theo tựa cuốn tiểu thuyết của Charles Dickens, TLS Fairfax đặt tựa cho đoạn viết về hai nghĩa trang này là *"A Tale of Two Cemeteries"* - *"Chuyện của hai nghĩa trang"* để so sánh giữa một bên là nghĩa trang liệt sĩ được bảo toàn đẹp đẽ (ông dùng chữ *"immaculate"* - sạch không một vết nhơ) với tình trạng của Nghĩa Trang Quân Đội Biên Hòa.

Theo hồ sơ của Việt Nam Cộng Hòa, tính tới ngày 30 tháng 4, 1975, có khoảng 16,000 ngôi mộ trong khuôn viên nghĩa trang, được dự trù xây cho 30,000 mộ. Trong số này, có một nửa đã kịp xây mộ bia bằng xi măng, còn một nửa thì chưa.

Tới nay, có khoảng 12,000 mộ, *"trong nhiều tình trạng khác nhau"* trên miếng đất 58 hectares này. Năm 2006, Thủ Tướng Nguyễn Tấn Dũng ký quyết định lấy khu vực này ra khỏi quyền cai quản của Quân khu 7, chuyển cho chính quyền địa phương, đổi tên lại thành nghĩa trang Bình An.

Nghĩa Trang Quân Đội Biên Hòa

Phải tới khi đó, công điện viết, "nhiều gia đình vào được để sửa sang mộ bị hư hỏng." Nhờ vậy, khi Thượng Nghị Sĩ Webb tới viếng, *"nhiều bia mộ đã được chùi rửa, sửa sang, hoặc xây lại"*. Có cả những người mở quán trước cửa nghĩa trang, họ nhận dịch vụ sửa sang mộ cho những gia đình ở xa không tới thường xuyên được, hoặc giúp người nhà tìm mộ của thân nhân.

Nhưng, ngoài những ngôi mộ được gia đình quan tâm sang sửa riêng, còn lại thì nghĩa trang tàn phế. Tổng Lãnh Sự Fairfax miêu tả:

"Một số mộ có bia trắng trong khi những mộ khác chỉ là một gò đất với cục gạch làm dấu. Nhiều ngôi mộ có vẻ như chưa từng được đụng tới từ năm 1975. Những tượng đài đổ vỡ và nhà cầu đứng trụ ngay giữa nghĩa trang, và đường đi chỉ là đất với sỏi."

Bên ngoài nghĩa trang cũng không khá hơn, *"cửa tiệm và nhà dân lấn đất nghĩa trang, cột đá và cầu thang trước đây là lối vào nghĩa trang thì nay bị cây cối, dây leo lấn hoàn toàn."*

Đền Tử Sĩ trên đồi cũng hoang phế: *"Một vài con bò nhởn nhơ gặm cỏ trong lúc Thượng Nghị Sĩ Webb và nhân viên tòa lãnh sự đi xem đền trên đỉnh đồi."*

Một nhóm người, có thể là nhân viên nghĩa trang hoặc là an ninh theo dõi, lặng lẽ đi theo đoàn nhưng không can thiệp.

Họp mặt với Bí thư Thành ủy Lê Thanh Hải và Chủ tịch Thành phố Lê Hoàng Quân, TNS Webb nêu vấn đề cựu chiến binh Việt Nam Cộng Hòa. Trong lúc khen Sài Gòn tiến bộ nhiều về kinh tế, ông kể chuyện ông đến Sài Gòn thời thập niên 1990 (lúc đó ông làm cố vấn thương mại cho các công ty Mỹ muốn làm ăn ở Việt Nam), công viên đối diện khách sạn New World, tức bùng binh Phù Đổng Thiên Vương, đầy rẫy cựu chiến binh miền Nam vô gia cư đi ăn xin, mà nay ông chứng kiến người dân Sài Gòn tuôn ra đó vui vẻ mừng đá banh thắng Thái Lan.

Ông khuyến khích chính quyền giảng hòa với cựu quân nhân Việt Nam Cộng Hòa. Hai ông Hải và Quân, khi đáp lời ông Webb, không nhắc gì tới quân đội cũ. Cả hai nói tới vai trò quan trọng của Mỹ trong việc phát triển kinh tế Việt Nam.

Và cả hai đều nhắc tới những bước tiến trong quan hệ hai nước, để người Việt ở Mỹ có thể trở về nước làm ăn.

Công điện:

- "Senator Webb promotes reconciliation and continued economic growth during december visit," 9/1/2009, từ kenneth fairfax, tổng lãnh sự hoa kỳ tại thành phố hồ chí minh. loại bảo mật: không bảo mật. http://www.wikileaks.org/cable/2009/01/09hochiminhcity19.html

Bộ Chính Trị coi Trung Ương Đảng như "con nít"

Đỗ Dzũng

[**2006**] *"Tất cả mọi cố gắng để gia tăng quyền lực Ban Chấp Hành Trung Ương Đảng Cộng Sản Việt Nam, đồng thời giảm ảnh hưởng của Bộ Chính Trị, nếu có, chỉ là giả tạo, vì Bộ Chính Trị coi trung ương đảng như 'con nít.'"*

Đại Sứ Michael Marine (phải) và Bộ Trưởng Ngoại Giao Phạm Gia Khiêm tại khách sạn Willard InterContinental, Washington, DC, hồi Tháng Sáu, 2007. Ông Marine cho rằng Bộ Chính Trị đảng Cộng Sản Việt Nam coi thường Trung Ương Đảng. (Hình: Đỗ Dzũng/Người Việt)

Đó là nhận xét của đại sứ Hoa Kỳ tại Việt Nam, Michael Marine, về những gì diễn ra tại Hội Nghị Ban Chấp Hành Trung Ương Đảng Cộng Sản Việt Nam lần thứ 3, khóa 10, dựa trên những nguồn tin thận cận giới ngoại giao Mỹ, qua một công điện ngoại giao gởi về Washington D.C., được Wikileaks tung ra gần đây.

Ông Michael Marine là đại sứ Mỹ tại Việt Nam từ Tháng Chín, 2004 đến Tháng Tám, 2007.

Hội Nghị Ban Chấp Hành Trung Ương Đảng lần thứ ba họp từ ngày 24 đến 27 Tháng Bảy, 2006 và chuẩn thuận quy chế làm việc mới của Ban Chấp Hành Trung Ương, Bộ Chính Trị và Ban Bí Thư.

Ban Chấp Hành Trung Ương cũng chấp thuận một nghị quyết gia tăng vai trò lãnh đạo của đảng trong công tác phòng, chống tham nhũng và lãng phí, đưa ra nội quy liên quan đến việc đảng viên hoạt động kinh doanh cá nhân và thảo luận nhiều vấn đề khác liên quan đến nhân sự và kỷ luật cán bộ.

"Any shift in the balance of power will more likely than not be superficial…..."

Quy chế mới nhằm làm sáng tỏ một số chức năng, công tác và quyền hạn của Ban Chấp Hành Trung Ương, Bộ Chính Trị và Ban Bí Thư, nhằm mục đích nhấn mạnh vai trò "lãnh đạo tập thể" của đảng, đồng thời khuyến khích vai trò và trách nhiệm của từng cá nhân trong hệ thống đảng, và trao quyền nhiều hơn cho các tiểu ban và tổ chức của đảng.

Để thực hiện nghị quyết của Đại Hội 10 liên quan đến phòng chống tham nhũng và lãng phí, Ban Chấp Hành Trung Ương cũng thảo luận và đưa ra nghị quyết (chưa công bố) về "gia tăng sự lãnh đạo của đảng" trong lãnh vực này.

Công điện cho biết, theo ông Nguyễn Chí Dũng (công điện viết là "Dzũng"), phó chủ nhiệm Văn Phòng Quốc Hội, cuộc hội thảo chuẩn thuận quy chế làm việc mới được thực hiện theo ý muốn của các ủy viên Ban Chấp Hành Trung Ương vì họ muốn có thêm quyền lực và được quyền tiếp cận thêm thông tin.

Đề nghị này do các cựu ủy viên trung ương đảng đưa ra, vì trước đây tất cả quyền hành đều nằm trong tay Bộ Chính Trị; và Bộ Chính Trị là nơi đưa ra quyết định liên quan đến mọi vấn đề cũng như những rắc rối liên quan đến quan chức cao cấp của đảng, theo công điện.

Trong suốt thời gian trước đại hội đảng vào Tháng Tư, các thành viên Ủy Ban Trung Ương được cho biết Bộ Chính Trị chỉ xem xét những trường hợp "có vấn đề," còn ngoài ra không cần làm gì cả.

Nhà ngoại giao hàng đầu của Mỹ tại Việt Nam cho biết thêm, sử gia

Ngô Văn Hoa (Ngo Van Hoa), một người quen biết nhiều ủy viên Trung Ương Đảng, nói thêm rằng quy chế làm việc mới được soạn thảo theo yêu cầu của đảng viên muốn có "dân chủ và công khai hơn" trong tiến trình đưa ra quyết định của đảng.

Mặc dù điều lệ đảng quy định Ban Chấp Hành Trung Ương là cơ quan cao nhất trong các kỳ đại hội, trên thực tế, cơ quan này thường bị Bộ Chính Trị qua mặt, nhất là khi liên quan đến những vấn đề hệ trọng.

"Đảng sẽ không đưa ra quy định làm việc mới, ông Dzũng nói cho chúng ta biết như vậy," Đại Sứ Marine viết trong công điện.

Và ông Michael Marine giải thích: *"Kể từ khi vụ tham nhũng PMU-18 bị đổ bể ngay trước đại hội đảng vào Tháng Tư, cả đảng Cộng Sản và chính phủ Việt Nam đều cho công chúng thấy một cách công khai, cả thật lòng lẫn mang tính biểu tượng, rằng họ thật sự muốn ngăn chặn tham nhũng và gia tăng công khai hóa."*

Nhưng theo ông Michael Marine, trong khi *"một đảng dân chủ và công khai hơn"* là khẩu hiệu chính của đại hội đảng, việc Ban Chấp Hành Trung Ương gia tăng được ảnh hưởng của mình tới đâu so với vai trò của Bộ Chính Trị đầy quyền lực vẫn còn là một điều chưa rõ ràng.

"Bất cứ sự thay đổi nào để cân bằng quyền lực, nếu có, cũng chỉ là giả tạo, vì Bộ Chính Trị vẫn giữ vai trò chủ đạo trong đảng."

Công điện:

■ Công điện "Party Central Committee sets sights on corruption, seeks stronger role for itself," 23/8/2006, từ Michael Marine, Đại Sứ Hoa Kỳ tại Hà Nội. Loại bảo mật: Confidential. http://wikileaks.org/cable/2006/08/06HANOI2143.html

Mỹ nhắc Việt Nam
đối xử tốt với tị nạn Bắc Hàn

Triệu Phong

[**2006**] Đặc Sứ Hoa Kỳ Jay Lefkowitz gặp Đại Sứ Việt Nam tại Liên Hiệp Quốc, Lê Lương Minh, để thảo luận về vấn đề người tị nạn Bắc Hàn. Ông Minh ghi nhận sự quan tâm của phía Mỹ, hứa sẽ trình lại với Hà Nội. Hồ sơ WikiLeaks cho thấy Mỹ biết rõ Việt Nam sẽ không hợp tác về vấn đề dân tị nạn Bắc Hàn.

Người tị nạn Bắc Hàn.

Ông Jay Lefkowitz, đặc sứ về nhân quyền Bắc Hàn, gặp Đại Sứ Lê Lương Minh trong cuộc họp hôm 11 Tháng Tám, 2006, tại văn phòng đại diện của Việt Nam ở Liên Hiệp Quốc. Cùng hiện diện trong buổi gặp gỡ, về phía Hoa Kỳ có ông Christian Whiton, cố vấn cao cấp của đặc sứ về vấn đề nhân quyền ở Bắc Hàn và người lập biên bản tại văn phòng đại diện của Mỹ ở Liên Hiệp Quốc, Bridget Lines. Phía Việt Nam có thêm Bí Thư thứ hai Nguyen Ha An.

Đặc Sứ Lefkowitz mở đầu bằng việc giới thiệu chức vụ của ông do sự đề cử của tổng thống Hoa Kỳ. Ông nhấn mạnh sự quan tâm của TT George W. Bush về người tị nạn Bắc Hàn lẫn vấn đề nhân quyền ở quốc gia này.

Ông Lefkowitz đề cập đến mối quan tâm của Mỹ, qua sự làm việc âm thầm với các chính quyền trong vùng, trong đó có Việt Nam, về việc bảo đảm an toàn cho dân tị nạn Bắc Hàn, gồm việc cho một số sang tái định cư ở Hoa Kỳ.

"Minh noted that, in principle, any refugees in Vietnam would have entered the country illegally and would have to be 'sent back...'"

Đại Diện Thường Trực Lê Lương Minh nói, ông không được biết về mối quan tâm của Mỹ về vấn đề này.

Để đáp lại một câu hỏi do Đặc Sứ Lefkowitz nêu lên, ông Minh nói ông không rõ có bao nhiêu người Bắc Hàn đang có mặt ở Việt Nam. Ông nhấn mạnh, trên nguyên tắc, bất kỳ người tị nạn nào có mặt ở Việt Nam đều coi như nhập cảnh bất hợp pháp và sẽ bị trả về nguyên quán.

Sau đó ông Minh nói, thảo luận việc chuyển giao người tị nạn chỉ thuần túy có tính cách giả thuyết, vì hiện vẫn chưa rõ có người Bắc Hàn nào đang ở Việt Nam hay không. Đồng thời ông Minh hỏi, liệu Mỹ có nêu vấn đề này với chính quyền các nước khác trong khu vực không, và ông Lefkowitz đáp là đã có.

Cố vấn cao cấp Whiton trình bày tin tức về việc người Bắc Hàn bỏ nước ra đi và sự đối xử của người Trung Quốc đối với dân tị nạn Bắc Hàn.

Sau khi nhắc đến sự kiện Việt Nam đã cho phép hàng trăm người Bắc Hàn sang tái định cư ở Nam Hàn vào năm 2004, Đặc Sứ Lefkowitz nói ông vừa mới khởi sự mang một số nhỏ người tị nạn Bắc Hàn sang Hoa Kỳ. Ông nói, khi người tị nạn Bắc Hàn kêu gọi sự giúp đỡ của Hoa Kỳ, Hoa Kỳ muốn giúp họ đến nơi được an toàn, đồng thời cảm tạ sự hợp tác của chính quyền Việt Nam về vấn đề này. Ông nhấn mạnh mọi hành động Hoa Kỳ thực hiện đều được cân nhắc kỹ lưỡng.

Đại Diện Thường Trực Lê Lương Minh nhấn mạnh, Việt Nam có quan hệ tốt với Hoa Kỳ, ông còn thêm rằng, ông trông đợi đến cuộc viếng thăm của TT Bush vào Tháng Mười Một, và rằng ông sẽ chuyển mối quan tâm của Mỹ đến Hà Nội.

Công điện:

- "S/E Lefkowitz meeting with Vietnamese perm rep," 15/8/2006, từ John Bolton, Đại sứ Hoa Kỳ tại Liên Hiệp Quốc. Loại bảo mật: Confidential. http://wikileaks.org/cable/2006/08/06USUNNEWYORK1542.html

Ai đưa Nguyễn Tấn Dũng
lên đỉnh quyền lực?

Hà Giang

[**2006**] Trong một chuyến viếng thăm tỉnh Kiên Giang vào hai ngày 6 và 7 tháng 4 năm 2006, ông Seth Winnick, tổng lãnh sự Hoa Kỳ tại Sài Gòn, đã tìm hiểu qua giới chức địa phương về thân thế một nhân vật từng có thời niên thiếu ở vùng này, đó là ông Nguyễn Tấn Dũng, khi đó là phó thủ tướng Việt Nam.

Những dữ kiện thu thập trong chuyến đi được ông Seth Winnick tường trình trong công điện ngày 13 tháng 4 năm 2006, gửi về cho Bộ Ngoại Giao Hoa Kỳ ở Hoa Thịnh Đốn, vẽ nên chân dung ông Dũng như một người con yêu của Kiên Giang, và giải thích lý do tại sao sự nghiệp chính trị của ông Dũng chỉ trong một thời gian ngắn đã lên như diều gặp gió.

"Người con Kiên Giang"

Công điện cho biết, theo lời ông Bùi Ngọc Sương, chủ tịch Ủy Ban Nhân Dân tỉnh Kiên Giang, ông Dũng ra đời tháng 11 năm 1949 ở tỉnh Cà Mau, và sau đó theo gia đình dọn hẳn về Kiên Giang.

Ông Sương cho hay, cha của ông Dũng là một lãnh đạo cao cấp của Mặt Trận Giải Phóng Miền Nam (MTGPMN), bị giết chết khi ông Dũng còn tấm bé. Sau cái chết của cha, ông Dũng cũng gia nhập MTGPMN. (Lý lịch của ông Dũng ghi rằng ông gia nhập Quân Đội Nhân Dân Việt Nam vào năm 1961, khi mới được khoảng mười hai, mười ba tuổi, và gia nhập đảng Cộng Sản vào năm 1967.)

Vẫn theo lời chủ tịch Ủy Ban Nhân Dân tỉnh Kiên Giang, ông Dũng từng là y tá cứu thương cho MTGPMN, và trong thời kỳ chiến tranh, được lên chức đội trưởng đội phẫu thuật Kiên Giang. Địa bàn hoạt động của ông Dũng lúc đó là rừng U Minh, nơi một thời là thành trì vững chắc của MTGPMN.

Sau 20 năm phục vụ trong quân đội, ông Dũng giải ngũ năm 1981 với

chức vụ thiếu tá, rồi được đưa về đào tạo ở Học Viện Chính Trị Nguyễn
Ái Quốc của đảng CSVN tại Hà Nội, nơi ông đã lấy được bằng cử nhân
luật và bằng tốt nghiệp về nghiên cứu chính trị.

Theo một công điện của Tổng Lãnh Sự Hoa Kỳ Sài Gòn gửi về Hoa Thịnh Đốn,
Thủ Tướng Nguyễn Tấn Dũng là người có sự nghiệp chính trị rất thuận buồm
xuôi gió, vì được sự hậu thuẫn của cả Lê Đức Anh, cựu chủ tịch nước, thuộc
thành phần bảo thủ, và Võ Văn Kiệt, cựu thủ tướng và là nhân vật có khuynh
hướng cải tổ nặng ký nhất. (Hình: HoangDinhNam/AFP/Getty Images)

Sau khi tốt nghiệp Học Viện Chính Trị, ông Dũng được bổ nhiệm làm
phó Trưởng Ban Cán Bộ và Tổ Chức Tỉnh Ủy Kiên Giang.

Một đoạn trong công điện viết:

"Dũng nhanh chóng thăng quan tiến tiến chức trong hàng ngũ đảng cấp
tỉnh. Chỉ trong vòng một thập niên, ông được bổ nhiệm làm bí thư Tỉnh Ủy
Kiên Giang, đồng thời là thành viên Đảng Ủy Quân Khu 9.

Năm 1986, tại Đại hội Đảng toàn quốc lần thứ 6, Dũng được bầu là ủy
viên của Ban Chấp Hành Trung Ương Đảng. Cuối năm 1994, ông được

chuyển về Hà Nội để nhận chức thứ trưởng Bộ Nội Vụ (sau này được đổi tên thành Bộ Công An).”

Công điện cũng cho biết, với Kiên Giang, ông Dũng luôn là người con gắn bó với nơi chôn nhau cắt rốn.

❝ Dung's father died while participating in a planning meeting with then-insurgency leaders Le Duc Anh and Vo Van Kiet when they were attacked...

Theo giới chức tỉnh Kiên Giang, ông Dũng thường xuyên về thăm quê và cắt cử nhiều người gốc Kiên Giang, hay thuộc đồng bằng Sông Cửu Long vào những vai trò quan trọng tại Hà Nội.

Công điện tiết lộ:

“Một nguồn tin đáng tin cậy tại Kiên Giang nói với Tổng Lãnh Sự Hoa Kỳ rằng, Ủy viên Bộ Chính Trị kiêm Bộ Trưởng Bộ Công An Lê Hồng Anh cũng là người được Dũng đỡ đầu và giúp trở thành người kế nhiệm ông làm bí thư tỉnh Kiên Giang, rồi sau đó ra Hà Nội.”

Cũng theo công điện, một vài người Kiên Giang khác được ông Dũng nâng đỡ.

“Dũng còn bổ nhiệm ông Huỳnh Vĩnh Ái, cựu phó chủ tịch Ủy Ban Nhân Dân Kiên Giang vào chức phó chủ tịch của Ủy Ban Thể Dục Thể Thao quốc gia, một chức tương đương với Thứ trưởng. Ở chức vụ này, Ái được trao trách nhiệm điều hành việc hợp pháp hóa một số những hình thức cá cược thể thao. Ngoài ra, Dũng cũng đưa cựu giám đốc Sở Y Tế tỉnh Kiên Giang là ông Trần Chí Liêm ra Hà Nội, và giờ đây Liêm là thứ trưởng Bộ Y Tế.”

Tả phù hữu bật

Giải thích con đường quan lộ thuận lợi của Nguyễn Tấn Dũng, Tổng Lãnh Sự Seth Winnick dùng những cụm từ như “Ties of Blood” hay “Blood Debt” để mô tả thâm tình giữa Nguyễn Tấn Dũng với cả hai cánh tả lẫn hữu của đảng CSVN.

Ông Seth Winnick viết trong công điện:

“Một nguồn tin ở đồng bằng sông Cửu Long cho biết, cha của Nguyễn

Tấn Dũng tử nạn vì bị Hoa Kỳ hay quân đội VNCH tấn công ngay giữa lúc đang họp với hai lãnh đạo của lực lượng nổi dậy lúc đó là Lê Đức Anh và Võ Văn Kiệt."

Công điện giải thích:

"Vẫn theo nguồn tin này, cả Lê Đức Anh và Võ Văn Kiệt tin rằng họ nợ Dũng một món 'ân oán', và có bổn phận phải đền bù cho Dũng.

Đó là lý do tại sao, dù có lập trường đối nghịch nhau, cả hai, Lê Đức Anh thuộc thành phần bảo thủ, từng giữ chức chủ tịch nước từ năm 1992 đến 1997, và sau khi về hưu vẫn có rất nhiều thế lực; và Võ Văn Kiệt, cựu Thủ Tướng và là nhân vật có khuynh hướng cải tổ nặng ký nhất, đều cùng tiếp tay hỗ trợ cho sự nghiệp chính trị của Dũng."

Công điện còn cho biết các giới chức đồng bằng sông Cửu Long, *"dù không lạm bàn về khuynh hướng chính trị của Dũng,"* tỏ ra *"rất hãnh diện về người con yêu xứ Kiên Giang."*

Công điện ghi rõ nhận xét của người Kiên Giang về Nguyễn Tấn Dũng: *"Dũng là một người bộc trực thẳng thắn, dám nói, dám làm, không ngại có những quyết định táo bạo. Thí dụ, ông là người đầu tiên trong nhóm lãnh đạo cao cấp dám gửi con qua học đại học tại Hoa Kỳ."*

Các viên chức Kiên Giang cũng đánh giá rằng, liên hệ của ông Dũng với cả cựu Chủ Tịch nước Lê Đức Anh và cựu Thủ Tướng Võ Văn Kiệt *"giúp ông có thế để chống chọi với áp lực từ cả hai phía bảo thủ và cấp tiến."*

Ngoài thân thế của Nguyễn Tấn Dũng, một công điện khác, từ tòa Tổng Lãnh Sự Hoa Kỳ tại Sài Gòn, gửi về cho Bộ Ngoại Giao, ngày 5 tháng 6, năm 2009, cho thấy rõ hơn về con người này, khi mô tả việc Nguyễn Tấn Dũng từng chiếm độc quyền trang nhất của các tờ báo in cũng như báo mạng lớn, để dành cho bài ai điếu của ông, viết trong dịp giỗ đầu của cựu Thủ Tướng Võ Văn Kiệt.

Giành giựt chức thừa kế

Công điện cho biết, "chỉ một năm sau cái chết của vị cựu Thủ Tướng cấp tiến Võ Văn Kiệt, giới ủng hộ ông Kiệt than phiền là lãnh đạo đảng cộng sản đương thời hoàn toàn phớt lờ những cải tổ mà ông Kiệt đề nghị, dù muốn bảo vệ di sản của ông."

Cũng theo công điện, thì mặc dù tỏ ra không mấy tin tưởng vào viễn ảnh của việc cải tổ, giới trí thức Sài Gòn, kể cả những người đã dấy lên

*Ông Nguyễn Tấn Dũng, (bìa phải) cùng ông Võ Văn Kiệt (giữa) đi thị sát vùng
tứ giác Long Xuyên hồi năm 1996, khi ấy sự nghiệp của ông Dũng
bắt đầu lên như diều gặp gió. (Hình: Báo Tuổi Trẻ)*

phong trào phản đối rầm rộ chính sách khai thác Bô Xít của đảng, cũng
công nhận rằng *"chủ trương cởi mở và sự thẳng thắn của Kiệt tiếp tục tạo
cho họ nguồn cảm hứng để tiếp tục con đường cải cách, và dân chủ hóa Việt
Nam mà ông đã vạch ra."*

Tuy nhiên, điều này không có nghĩa là họ đánh giá cao nỗ lực của
Nguyễn Tấn Dũng trong việc "dùng hoài niệm Võ Văn Kiệt" để "làm hồi
sinh hình ảnh của mình như một nhà lãnh đạo có khuynh hướng cải tổ."

Thay vào đó, công điện nhận định rằng, người ta (giới trí thức Sài Gòn)
*"nói về một khoảng trống trong phe cải cách, bởi vì ngày nay, ngoài ông Kiệt
ra, không ai hội đủ cả tinh thần cách mạng lẫn uy tín về cải tổ."*

Một đoạn trong công điện viết:

*"Ở Việt Nam, ngày giỗ là một cột mốc quan trọng, và theo truyền thống,
trách nhiệm cử hành nghi lễ giỗ hàng năm được trao cho người thừa kế."*

Vì vậy, công điện cho biết, vào ngày 28 tháng 5, giới quan tâm tại Sài
Gòn đã "chau mày" trước việc Thủ Tướng Nguyễn Tấn Dũng ra chỉ thị
cho tất cả những báo in và các trang báo điện tử lớn, hai ngày trước ngày
giỗ của Võ Văn Kiệt, phải đăng một bài viết của Dũng nhân dịp này.

Công điện nêu rõ:

*"Tổng Lãnh Sự Hoa Kỳ tại Sài Gòn được cho biết là giới truyền thông
nhận chỉ thị trực tiếp từ phủ Thủ Tướng, là bài điếu văn của ông phải được*

đăng ở trang nhất, và không bài viết nào được đi trước bài của ông.”

Theo nhận định của đại diện Bộ Ngoại Giao Hoa Kỳ, bài viết của thủ tướng "chẳng đặc sắc gì hơn một bài tán dương lãnh đạo tiêu biểu, ca tụng ông Kiệt như một chiến sĩ giải phóng nhiệt thành, nhiều sáng kiến, đi tiên phong trong việc hòa giải dân tộc và cải cách kinh tế."

Thế nhưng, sau khi bài viết của Dũng được công bố, "một loạt các bài viết khác đua nhau xuất hiện."

Và, *"rất nhiều bài viết cả trên báo 'lề phải' lẫn cộng đồng blog, mô tả ông Kiệt là vị lãnh đạo cuối cùng của 'thế hệ đổi mới': một nhà cải cách vĩ đại, hòa giải; nhưng trên tất cả, là một người ủng hộ dân chủ ở một vị trí độc đáo, có nhiều uy tín và dám công khai kêu gọi cải cách."*

Công điện cho biết thêm là những nhà quan sát chính trị tại Sài Gòn nói với tòa lãnh sự Hoa Kỳ là họ *"đánh giá hành động của Dũng là một nỗ lực "khôi phục lại hình ảnh của mình như là một người ủng hộ cải cách."* Và, đặc biệt là để *"thu hút sự ủng hộ của giới trí thức cổ xúy cải cách, trong thời gian gần đây đã liên tục chỉ trích chính sách khai thác bauxite tại Tây Nguyên của chính quyền."*

Tuy nhiên, công điện kết luận:

"Trong bối cảnh mà ước nguyện và tư tưởng của Võ Văn Kiệt không được mấy tôn trọng trong năm qua, mánh khóe của Dũng không những đã chẳng giúp ông kiếm được tí điểm nào trong giới trí thức mà còn phản tác dụng."

Công điện:

■ "Deputy Prime Minister Nguyen Tan Dung: Strong roots in the Mekong Delta," 13/04/2006 từ Seth Winnick, Tổng Lãnh Sự Hoa Kỳ tại TPHCM. Loại bảo mật: Không bảo mật. http://wikileaks.org/cable/2006/04/06HOCHIMINHCITY382.html

■ "Vo Van Kiet's embattled legacy, one year after his passing," 13/04/2006, từ Jane Dickey, Phó Tổng Lãnh Sự Hoa Kỳ tại TPHCM. Loại bảo mật: Không bảo mật. http://wikileaks.org/cable/2009/06/09HOCHIMINHCITY452.html

Nguyễn Tấn Dũng
giữ ghế bằng cách nào

Vũ Quí Hạo Nhiên

[**2008**] Thủ tướng Nguyễn Tấn Dũng củng cố ngôi vị của mình bằng một biện pháp mà ông thi hành từ lúc còn là phó thủ tướng, đó là gom quyền cai quản 22 tổng công ty nhà nước về một mối, rồi sau đó lại chia lại cho các phe phái, nên mọi phía dù có bất đồng nhưng cũng để cho ông tại vị, theo nhận định của Tổng lãnh sự Kenneth Fairfax trong một công điện gởi về Bộ Ngoại giao.

❝...each grouping was allowed relatively exclusive dominion ... over one or more of the big SOEs...❞

Tuy nhiên, cũng trong công điện này, có một ý kiến khác cho rằng Thủ tướng Dũng không hề chia phần tổng công ty quốc doanh cho ai khác mà giữ lại tự quản lý, và đã tự quản lý rất kém, theo lời một đại gia được trích dẫn trong công điện để ngày 8 tháng 8, 2008.

Ý kiến về 22 tổng công ty quốc doanh được phát biểu trong một buổi tiệc ông Fairfax tiếp một nhóm chủ nhân các doanh nghiệp và ngân hàng lớn của Sài Gòn. Khi câu chuyện trên bàn tiệc bắt đầu nói về phía kinh tế quốc doanh, các đại gia này bắt đầu than phiền.

Một đại gia nói, các tổng công ty lớn nhất này nắm trong tay 52% nền kinh tế Việt Nam, *"hút gần hết vốn đầu tư của chính phủ Việt Nam và chiếm hơn 60% tất cả số tiền vay mượn nội địa và quốc tế."*

Ông Fairfax thắc mắc, *"trong khi có đầy tràn bằng chứng cho thấy các cơ sở quốc doanh này vô cùng thiếu hiệu quả và trong khi liên tục có những lời kêu gọi tư nhân hóa và tái cấu trúc, tại sao chính phủ Việt Nam lại vẫn ủng hộ các doanh nghiệp nhà nước này?"*

Đó là lúc hai đại gia, một ngân hàng và một doanh nghiệp, giải thích về yếu tố quyền lợi phe phái trong việc điều hành các cơ sở quốc doanh.

Gắn tất cả phe phái vào với mình

Theo hai người này, vào lúc ông Nguyễn Tấn Dũng còn làm Phó thủ tướng Thường trực, ông được giao trách nhiệm cai quản mảng kinh tế nhà nước. Ông Dũng cũng thực hiện được một vài cải tổ quan trọng, nhưng thành tựu chính của ông, là gom được các cơ sở quốc doanh về một mối, với kết quả là "các tổng giám đốc của từng tổng công ty trong 22 doanh nghiệp nhà nước lớn nhất đều phải chịu trách nhiệm trực tiếp với Dũng."

Một mặt, ông Dũng *"dùng quyền lực này để thiết lập một chút trật tự trong các tổng công ty cồng kềnh này."* Mặt khác, ông *"chấm dứt những tranh chấp nội bộ trong các nhóm chính trị, mỗi nhóm kéo các doanh nghiệp nhà nước theo một hướng riêng, không kết hợp với nhau, để đặt người của mình vào những chức vụ chính để nắm các hợp đồng và thương vụ béo bở."*

Nhưng, để bù lại, *"Dũng không đích thân cai trị những doanh nghiệp nhà nước. Thay vào đó, ông được cho là đã phân chia quyền lợi với các phe nhóm trong thành phần lãnh đạo chính trị, mỗi nhóm được có tương đối toàn quyền - tới một mức nào đó - trên một hay nhiều doanh nghiệp nhà nước lớn."*

Bằng cách này, hai đại gia giải thích, *"Dũng vừa chấm dứt được nạn đấu đá nội bộ trong đảng cộng sản về các doanh nghiệp nhà nước, mà vừa khiến cho quyền lợi của mọi nhóm trong thành phần lãnh đạo đảng cộng sản gắn liền với cá nhân ông."*

Khi ông Dũng trở thành thủ tướng - *"một phần do sự hậu thuẫn chính trị có được qua cách quản lý các doanh nghiệp nhà nước"* - ông lấy trách nhiệm cho 22 cơ sở hàng đầu ra khỏi tay người phó thủ tướng thường trực và đặt vào chính mình. Với sự sắp xếp đó, ông Dũng khiến cho tất cả các phe phái đều có quyền lợi để giữ ông Dũng lại trên ghế quyền lực.

Điều này được một số nhân vật khác đồng ý. Ông Lê Kiên Thành, con trai cố Tổng bí thư Lê Duẩn, cũng cho rằng mỗi doanh nghiệp quốc doanh đều gắn liền với một hay vài nhân vật chính trị cao cấp. *"Những cuộc thương thuyết thật đều diễn ra sau giờ làm việc ở nhà riêng của các lãnh tụ,"* Tổng lãnh sự Fairfax thuật lời ông Thành.

Một trong những hệ quả là sự yếu kém của các tổng giám đốc. Một quan chức Tổng Cty Đầu tư và Kinh doanh vốn nhà nước (SCIC) ước lượng là trong các doanh nghiệp nhà nước tốt nhất, chỉ có khoảng 30% thành phần lãnh đạo là có khả năng tương xứng với chức vụ. Ở các doanh nghiệp nhà nước khác, tỷ lệ còn thấp hơn. Lý do là *"vì thành phần lãnh đạo các công ty này được nhận chức do quan hệ họ hàng hay chính trị với các nhân vật lãnh đạo chính trị cao cấp."*

Ý kiến khác: Trực tiếp quản lý và quản lý tồi

Cũng với việc ông Dũng thu gom trách nhiệm cho các tổng công ty nhà nước vào trong tay, một đại gia khác lại có ý kiến ngược lại. Một doanh gia khác, vừa tháp tùng ông Dũng trong chuyến đi Hoa Kỳ, cho rằng điểm yếu nhất của ông thủ tướng là việc điều hành các cơ sở quốc doanh.

Thay vì cho rằng ông Dũng đã phân chia quyền lợi cho các phe nhóm, đại gia này lại cho rằng, sau khi thâu tóm 22 tổng công ty vào tay mình, ông Dũng giữ rịt lấy và không chịu từ bỏ quyền quản lý sau khi lên làm thủ tướng. Tuy nhiên, *"là thủ tướng, ông Dũng không có cách nào có thời giờ để điều hành 22 tổng công ty một cách hiệu quả."*

Hậu quả là 22 vị tổng giám đốc cứ làm việc mà không ai kiểm soát. *"Tệ hơn nữa, khi một bộ nào đó muốn bác bỏ đề nghị của một doanh nghiệp nhà nước, người tổng giám đốc gần như lúc nào cũng xin được một lá thư của thủ tướng viết một cách mơ hồ về việc chấp thuận đề nghị, rồi dùng tờ giấy đó để ép."* Thường thì trong tờ giấy này ông Dũng yêu cầu doanh nghiệp này thực hiện dự án gì đó *"vì lợi ích đất nước."*

Được thả lỏng, các doanh nghiệp nhà nước bắt đầu bung ra đầu tư vào những lãnh vực không phải của họ. *"Công ty điện lực độc quyền EVN, chẳng hạn, đổ tiền vào những khu resort 5 sao cùng với lúc xin nhà nước hàng tiền tỷ hỗ trợ xây nhà máy điện."*

Tổng công ty xăng dầu PetroVietnam cũng không khá hơn, "ôm tiền lời vô cùng lớn" từ sau khi được chia phần trăm tiền bán dầu thay vì chỉ được ăn một số tiền nhất định mỗi thùng. *"Trong khi giá dầu tăng vùn vụt và chính phủ Việt Nam trút hàng tỷ đồng hỗ trợ giá nhiên liệu, gần một nửa tiền thu nhập bán dầu của Việt Nam biến mất vào trong PetroVietnam để công ty này chi vào những dự án không liên quan gì tới an ninh năng lượng của Việt Nam."*

Mãi rồi ông Dũng cũng bừng tỉnh dậy. Trước chuyến đi Mỹ năm 2008, văn phòng thủ tướng ra một bản báo cáo kêu gọi các doanh nghiệp nhà nước giảm đầu tư vào các dự án không nằm trong ngành của họ. Nhưng ngay cả báo cáo này cũng yếu: Bản báo cáo cho rằng các doanh nghiệp nhà nước đã chi tới $600 triệu USD đầu tư bên ngoài ngành.

"Các doanh nghiệp nhà nước khiến ông thủ tướng trở thành nói dối," *đại gia này tuyên bố. "Trên thực tế số tiền các doanh nghiệp nhà nước chi vào những dự án không liên quan lên tới $6 tỷ USD, gấp mười lần con số*

Công điện:

■ "Passing out the patronage: managing Vietnam's largest SOE's," 8/8/2008, từ Michael Marine, Đại sứ Hoa Kỳ tại Hà Nội. Loại bảo mật: Confidential. http://www.wikileaks.org/cable/2008/08/08HOCHIMINHCITY714.html

Đại sứ Mỹ vào tù thăm Nguyễn Văn Đài, Lê Thị Công Nhân

Nam Phương

[2007 - 2008] Một bản công điện do Đại Sứ Michalak gửi về Hoa Thịnh Đốn phúc trình về phiên tòa phúc thẩm xử hai luật sư nhân quyền Nguyễn Văn Đài và Lê Thị Công Nhân và hai bản công điện phúc trình chuyến thăm của ông với hai nhân vật này ở hai nhà tù khác nhau.

> **"**(Lê Thị Công Nhân): "...I will continue my mission to speak out for freedom of expression whether I am in prison or out..."

Bản công điện ngày 27 tháng 11 năm 2007 tường trình phiên tòa phúc thẩm diễn ra ở Hà Nội cùng ngày mà Luật Sư Nguyễn Văn Đài được giảm án từ 5 năm xuống còn 4 năm tù và giữ nguyên án quản chế 4 năm. LS Lê Thị Công Nhân giảm án từ 4 năm xuống còn 3 năm tù và giữ nguyên án quản chế 3 năm.

Bản công điện nói hai người này có thể được ân xá vào một dịp trong năm 2008.

Trong phiên tòa phúc thẩm, kiểm sát viên (công tố) lập lại những điều kết tội của phiên tòa sơ thẩm tháng 5 trước đó cáo buộc họ là tác giả, lấy xuống từ Internet và phân phối các tài liệu. Họ cũng là các người có liên quan đến Khối 8406 và các thành phần đòi hỏi dân chủ như Linh Mục Nguyễn Văn Lý, ông Hoàng Minh Chính.

Theo tường thuật của bản công điện, *"Phiên tòa có các điều kiện thuận lợi bất thường mà tòa án dành cho các luật sư biện hộ. Năm luật*

Luật Sư Nguyễn Văn Đài tại phiên tòa sơ thẩm hôm 11 tháng 5, 2007.
(Hình: Frank ZELLAR/AFP/Getty Images)

sư đã được phép luân phiên hỏi và kiểm chứng nhiều lần và khi nói không bị ngắt lời. Họ luân phiên tấn công các cáo buộc và lên án nhà nước lạm dụng quyền lực."

Các luật sư biện hộ tập trung luận điểm vào sự mơ hồ của điều 88 Bộ Luật Hình Sự *"tuyên truyền chống nhà nước".*

Điều 88 của Bộ Luật Hình Sự chống lại điều 69 của bản Hiến Pháp công nhận quyền tự do báo chí, tự do hội họp. Nếu như vậy thì tất cả những ai lên Internet hay tham dự vào các cuộc thảo luận đều có thể bị kết án theo điều 88. Thêm nữa, họ chống đảng và chống lại một nhà nước độc đảng cũng không có nghĩa là chống đất nước vì hiến pháp cũng không cấm đa nguyên đa đảng. Các luật sư còn nói Việt Nam rõ ràng là không tuân hành theo công ước quốc tế về nhân quyền mà Việt Nam đã ký cam kết thi hành. Tới đây thì chủ tọa phiên tòa cắt phần bào chữa.

Trước khi tuyên án, chủ tọa kêu gọi LS Đài xin khoan hồng. Tuy nhiên, LS Đài nói: *"Tôi không sinh ra để chống lại đất nước nhưng khi lớn lên tôi thấy rất nhiều vấn đề của Việt Nam nên muốn tìm giải pháp để giải quyết. Tôi không có tham vọng chính trị và nếu được thả, tôi sẽ cố gắng khách quan hơn khi mô tả hoàn cảnh của Việt Nam".*

Vẫn theo công điện, *"LS Lê Thị Công Nhân tuy không nhận tội nhưng cũng bớt chống đối hơn"* ở phiên tòa sơ thẩm, nói rằng *"Tôi tái khẳng định trong phiên tòa hôm nay rằng không những tôi là một thành viên của đảng Thăng Tiến của LM Nguyễn Văn Lý mà tôi còn là một thành viên sáng lập."*

Cô nói thêm là *"Từ khi tôi còn nhỏ, tôi đã tự hỏi tại sao Việt Nam chỉ có một đảng chính trị. Tôi sẽ tiếp tục sứ mạng lên tiếng cho tự do ngôn luận dù tôi ở trong tù hay ở ngoài, vì đó là trách nhiệm của tôi trong tư cách của một người luật sư."*

Sau đó gần 2 tháng, ngày 18 tháng 1 năm 2008, Đại Sứ Michalak gửi bản phúc trình về LS Đài bị đưa từ trại tạm giam Hà Nội tới nhà tù Ba Sao ở Nam Hà vào đầu tháng 1. Trước đó ít ngày, cuối tháng 12 năm 2007, LS Lê Thị Công Nhân bị đưa đến trại tù số 5 ở tỉnh Thanh Hóa.

Đại Sứ Michalak được tin LS Lê Thị Công Nhân bị nhà tù tước đoạt quyển Kinh Thánh và bị đối xử khắc nghiệt. Tòa đại sứ đã yêu cầu qua Bộ Ngoại Giao CSVN, đòi phải trả lại quyển Kinh Thánh cho cô, nếu bị tịch thu, và lưu ý rằng các viên chức Bộ Công An đã nhiều lần cam kết là cô được phép đọc Kinh Thánh trong tù.

Bản công điện nói ông tiếp tục nỗ lực đòi trả tự do cho họ.

Khi được tin con gái tuyệt thực từ ngày 27 tháng 12 năm 2007, rồi lại ngất xỉu ngày 3 tháng 1, bà Trần Thị Lệ (mẹ LS Lê Thị Công Nhân) vận động với tòa đại sứ và Thứ Trưởng Negroponte cũng như các tổ chức quốc tế nêu các quan ngại của bà. Đại sứ được tin LS Lê Thị Công Nhân ngưng tuyệt thực khi gặp mẹ đến thăm ngày 7 tháng 1, 2008.

Tòa đại sứ đã yêu cầu nhà cầm quyền Việt Nam cho biết tình trạng sức khỏe, nơi giam giữ và quyển Kinh Thánh của LS Lê Thị Công Nhân cũng như bày tỏ mối quan tâm sâu xa của chính phủ Mỹ.

*

*   *

Ngày mùng 6 tháng 10 năm 2008, ông Michalak gửi phúc trình tường thuật cuộc thăm viếng LS Đài ở nhà tù Ba Sao ngày 2 tháng 10 năm 2008 rồi ngày hôm sau ông đi Thanh Hóa thăm LS Lê Thị Công Nhân.

Ông mô tả cả hai có vẻ khỏe mạnh và họ cho biết tình trạng nhà tù ở những nơi này cũng giống như những nhà tù khác ở Việt Nam.

LS Đài cho hay ông dùng thời giờ hàng ngày nghiên cứu Kinh Thánh và học Anh ngữ. LS Nhân, trái lại, than phiền về chỗ ở, đồ ăn và trách nhiệm phải giữ gìn chỗ ở tù. Tuy nhiên, cô cho hay cô cũng được đối xử giống như các nữ tù khác.

Ông mô tả cuộc nói chuyện với LS Đài có vẻ thoải mái trong 45 phút. LS Đài cho biết ông ở chung phòng với 57 tù nhân khác. Lúc đầu ông phải "*lao động*" nhưng sau một thời gian thì không còn bị ép làm nữa vì ông bị chứng dị ứng hành hạ. Mỗi tháng thân nhân được phép thăm một lần, gia đình mang thuốc để chữa bệnh dị ứng và viêm gan B cho ông.

Luật Sư Lê Thị Công Nhân trong phiên toàn sơ thẩm hôm 11 tháng 5, 2007.
(Hình: Frank ZELLAR/AFP/Getty Images)

Dịp này, Đại Sứ Michalak hỏi thăm về tù nhân LM Nguyễn Văn Lý, trưởng trại tù Dương Đức Thắng nói LM Lý "*không phải là tù nhân lý tưởng nhưng sức khỏe tốt và tiếp tục phát biểu ý kiến một cách hăng hái*".

Tại trại tù số 5, trưởng trại tù Thái Trinh Tường than phiền là cô Lê Thị Công Nhân không chịu thi hành án tù "*đàng hoàng*", thường hay bất tuân kỷ luật và từ chối lao động.

Lê Thị Công Nhân cho biết cô bị nhốt chung với 53 người nữa trong một cái phòng nhỏ nên mọi người phải nằm chen chúc nhau. Cô cho hay không bị lao động nhiều như các nữ tù khác, chỉ phải cắt cỏ, quét dọn. Cô phản đối nhà tù đã không cung cấp chổi để quét nhưng cai tù nói rằng tù nhân phải bó lá chuối làm chổi mà quét.

Cô kêu bị viêm mũi, nhức đầu thường xuyên và đau bao tử nhưng bác sĩ nhà tù lại coi những thứ bệnh của cô không nghiêm trọng.

Cô cho hay cô bị áp lực nhưng từ chối tuyên bố yêu đảng Cộng Sản Việt Nam hay nhìn nhận các ý kiến chính trị của cô là có tội. Chính vì vậy mà cô không được ân xá.

Bản phúc trình kết luận là Hoa Kỳ đã nêu trường hợp của hai luật sư nói trên nhiều lần trong các phiên họp với các viên chức cao cấp của nhà cầm quyền Việt Nam, kể cả lần Ngoại Trưởng Condoleezza Rice áp lực với Ngoại Trưởng Phạm Gia Khiêm khi ông tháp tùng chủ tịch nước Nguyễn Minh Triết tới Hoa Thịnh Đốn hồi tháng 7 năm 2007.

Dù vậy cả hai vẫn phải ở đến hết hạn tù chứ không được ân xá một ngày nào.

Công điện:

- "Imprisoned human rights lawyers get one year sentence reductions on appeal; should now be eligible for amnesty in 2008," 27/11/2007, từ Michael Michalak, Đại sứ Hoa Kỳ tại Hà Nội. Loại bảo mật: Không bảo mật. http://wikileaks.org/cable/2007/11/07HANOI1993.html

- "Update on political prisoners Nguyen Van Dai and Le Thi Cong Nhan," 18/1/2008, từ Michael Michalak, Đại sứ Hoa Kỳ tại Hà Nội. Loại bảo mật: Không bảo mật. http://wikileaks.org/cable/2008/01/08HANOI70.html

- "Ambassador meets imprisoned dissidents Nguyen Van Dai and Le Thi Cong Nhan," 16/10/2008, từ Michael Michalak, Đại sứ Hoa Kỳ tại Hà Nội. Loại bảo mật: Không bảo mật. http://wikileaks.org/cable/2008/10/08HANOI1144.html

Tòa Đại Sứ gặp
Tổng Thư Ký Đảng Dân Chủ
Hoàng Minh Chính

Nam Phương

[2007 - 2008] Bản tường trình ngày 19 tháng 7 năm 2007 của Đại Sứ Michael Marine gởi về Hoa Thịnh Đốn cho biết tham vụ chính trị của tòa đại sứ đã đến gặp ông Hoàng Minh Chính, tổng thư ký đảng Dân Chủ Việt Nam, tại nhà riêng ở Hà Nội ngày 11 tháng 7 năm 2007, nơi ông bị quản chế.

Ông bị bệnh ung thư tuyến tiền liệt, có vẻ trầm trọng. Tuy vậy, giọng nói của ông vẫn mạnh. Ông tóm tắt cho biết tiểu sử, sự thành lập và các hoạt động hiện nay của đảng Dân Chủ Việt Nam.

❝The DPV continues to gain membership and collaborates with other pro-democracy groups, including the better known Bloc 8406...”

Theo lời ông Chính, đảng Dân Chủ Việt Nam tiếp tục gia tăng đảng viên và hợp tác với các nhóm vận động dân chủ khác, kể cả Khối 8406 được người ta biết nhiều hơn.

Ông Chính tán đồng mạnh mẽ các cuộc đối thoại của chính phủ Hoa Kỳ với Việt Nam về nhân quyền và dân chủ. Ông nói các áp lực quốc tế với Việt Nam về nhân quyền đặc biệt rất cần bây giờ vì nhà cầm quyền gần đây tăng đàn áp với các người bất đồng chính kiến, đồng thời hạn chế quyền tự do phát biểu.

Ông Chính lộ vẻ quan ngại đối với các phần tử “thân Tàu” trong hàng ngũ lãnh đạo đảng cộng sản và đặc biệt yêu cầu chính phủ Hoa Kỳ áp lực trả tự do cho các luật sư Nguyễn Văn Đài và Lê Thị Công Nhân.

Ông Hoàng Minh Chính tuy đã 87 tuổi, bệnh liệt giường nhưng cho hay vẫn tiếp tục vận động dân chủ hóa đất nước với những người đồng chí hướng như Nguyễn Khắc Toàn, Trần Khuê, Đỗ Nam Hải và các thành viên của Khối 8406.

Từ khi ông đi Mỹ chữa bệnh về cuối năm 2005 và có những phúc trình nói nhà cầm quyền đã giảm bớt các cản trở, tham vụ chính trị tòa đại sứ đến thăm ông Chính vẫn thấy mật vụ canh chừng gần nhà ông.

Theo lời ông Chính kể, đảng viên đảng Dân Chủ tuy không thể họp ở Việt Nam nhưng vẫn tìm cách liên lạc với ông qua điện thoại. Còn đường truyền Internet của ông đã bị nhà cầm quyền cắt cách đây mấy tháng.

Ông không tiết lộ số đảng viên đảng Dân Chủ là bao nhiêu "vì vấn đề an ninh". Ông hy vọng đảng Dân Chủ sẽ có thể *"kết hợp được người thuộc mọi giai tầng xã hội, tôn giáo và đảng phái cũng như tiếng nói của họ được nghe thấy"*.

Theo lời ông Chính, ông có tiếp xúc với Linh Mục Nguyễn Văn Lý trước khi ngài bị bắt và bị kết án tù và cho hay Hiến Chương Khối 8406 một phần là từ bản sơ thảo của đảng Dân Chủ.

Ông rất vui khi được biết chính Tổng Thống Bush và Ngoại Trưởng Rice đã trực tiếp nêu vấn đề nhân quyền với các viên chức Việt Nam và ông nói thêm rằng *"bây giờ là lúc áp lực mạnh mẽ"* với nhà cầm quyền CSVN vì như vậy là *"giúp cho tình hình Việt Nam"*.

Ông cũng rất tán đồng chủ trương của Quốc Hội Hoa Kỳ tiếp tục áp lực Việt Nam, *"coi vấn đề nhân quyền là ưu tiên trong mối bang giao giữa hai nước"*.

Theo ông, phe cánh thân Trung Quốc rất mạnh trong hàng ngũ lãnh đạo Việt Nam và *"Hoa Kỳ cần phải giúp ngăn chặn Trung Quốc xâm chiếm Việt Nam"*.

Đại Sứ Marine bình luận ở cuối bản phúc trình: *"Rất khó xác định được khả năng thật sự của ông Chính kết hợp với các người đấu tranh khác, đặc biệt những người ở Việt Nam vào thời điểm nhà cầm quyền mở đợt trấn áp hồi đầu năm. Ông rõ rệt là không hèn nhát và có ý định vẫn hoạt động dù trong hoàn cảnh bị bệnh."*

Nhà cầm quyền lo sợ tang lễ
ông Hoàng Minh Chính

Đại diện Mỹ dự tang lễ bị phản đối

Bản công điện đề ngày 19 tháng 2 năm 2008 của Đại Sứ Michalak phúc trình về đám tang ông Hoàng Minh Chính, một người từng là lý thuyết gia Cộng Sản, sau trở thành người bất đồng chính kiến và vận động dân chủ hóa Việt Nam.

Tang lễ ông Hoàng Minh Chính hôm 16 tháng 2, 2008 tại Hà Nội đã có hàng trăm người đến viếng khiến nhà cầm quyền lo sợ. Ông Hoàng Minh Chính mất ngày 7 tháng 2 vì bệnh ung thư, thọ 87 tuổi.
(Hình: Frank Zeller/AFP/Getty Images)

Đám tang được tổ chức ngày 16 tháng 2 năm 2008 đã lôi cuốn hàng trăm thân nhân và những người ủng hộ cũng như sự hiện diện dày đặc của công an.

Nhiều người bất đồng chính kiến cho hay họ đã bị công an ngăn cản đi dự đám tang hoặc sách nhiễu.

Tham vụ chính trị tòa đại sứ dự lễ tang và Đại Sứ Michalak ra bản tuyên bố gọi ông Chính là *"Người ái quốc chân chính"* và là *"một người can đảm và nhân cách đáng kính trọng"*. Phần lớn các bản tin quốc tế về cái chết của ông Chính đều trích lời ca ngợi của đại sứ. Hệ thống báo đài Việt Nam hoàn toàn nín lặng.

Ông Hoàng Minh Chính qua đời ngày 7 tháng 2 năm 2008, thọ 87 tuổi sau những năm chống chọi với ung thư tuyến tiền liệt. Ông đã bị bỏ tù 5 năm thời thực dân Pháp rồi sau đó ở tù 10 năm trong chế độ Cộng Sản.

Ông từng là viện trưởng Viện Triết Học Mác-Lê Nin ở Hà Nội, từng là thứ trưởng giáo dục, là tổng thư ký đảng Dân Chủ Việt Nam mà ông đồng sáng lập năm 2006. Ông cũng là người đứng đằng sau phong trào Khối 8406.

Một ngày trước ngày tang lễ cử hành, Bộ Ngoại Giao CSVN gọi điện thoại cho tham vụ chính trị của tòa đại sứ bày tỏ bất mãn về quyết định của tòa đại sứ cử người đại diện đến dự tang lễ. Vì quyết định này không loan báo nên không rõ làm sao nhà cầm quyền lại biết ý định của tòa đại sứ.

Những ngày trước tang lễ, Tòa Đại Sứ và Tòa Tổng Lãnh Sự nhận được nhiều điện thư và điện thoại với lời than phiền của những người đấu tranh dân chủ ở Việt Nam. Họ nói họ bị các nhân viên mật vụ chặn đường đi dự tang lễ cũng như bị gọi đi thẩm vấn.

Ông Trần Khuê, một lãnh tụ của đảng Dân Chủ Việt Nam ở Sài Gòn bị cấm lên máy bay đi Hà Nội dự tang lễ rồi bị thẩm vấn suốt 8 tiếng đồng hồ.

Đỗ Nam Hải, một trong những người đứng đầu Khối 8406 ở Sài Gòn cũng tố cáo là bị chặn đường khi tới phi trường Tân Sơn Nhất để đi Hà Nội.

Bác Sĩ Nguyễn Thị An Nhàn (là chuyên gia giải phẫu tim mạch của bệnh viện đại học Stanford, California và là đảng viên đảng Dân Chủ

Việt Nam ở hải ngoại) một công dân Mỹ gốc Việt trước đây đã tham gia điều trị bệnh ung thư cho ông Chính khi ông đến Mỹ chữa bệnh năm 2005, từ Mỹ về Hà Nội dự tang lễ. Bà cho Tòa Đại Sứ hay là bị đuổi ra khỏi khách sạn một ngày trước tang lễ rồi bị công an tống lên một chuyến bay ra khỏi Việt Nam.

Nhà báo Trần Khải Thanh Thủy, gọi tòa đại sứ nói bà bị công an thẩm vấn nhiều tiếng đồng hồ ngày trước tang lễ và bị đe dọa là sẽ bị bắt trở lại nếu đến dự. Bà cũng cho biết nhà văn Nguyễn Xuân Nghĩa ở Hải Phòng (một trong những người của ban điều hành Khối 8406) cũng bị công an thẩm vấn. Ông bị dọa là nếu đi thì sẽ bị tai nạn xe cộ.

Nguyễn Tiến Trung, một trong những người đấu tranh dân chủ trẻ tuổi nói với Tòa Đại Sứ là nhiều người khác cũng bị ngăn cấm dự tang lễ. Bác Sĩ Phạm Hồng Sơn cho tham tán chính trị biết rằng ông bị công an ra lệnh trước cửa Nhà Lễ Tang là vào viếng thật nhanh rồi đi về.

Khi tham tán chính trị của tòa đại sứ đến dự tang lễ ông Hoàng Minh Chính hôm 16 tháng 2 thì thấy không khí căng thẳng nhưng tương đối trật tự. Một vòng hoa kính viếng của tòa đại sứ được tham tán chính trị mang vào, theo truyền thống tỏ lòng thương tiếc của Việt Nam.

Nhiều người đọc điếu văn tiễn đưa ông Chính với sự tham dự của 300 đến 400 thân nhân và bằng hữu đấu tranh dân chủ trong khi hàng chục mật vụ hiện diện, quay video tang lễ.

Luật Sư Trần Lâm, một trong những luật sư bào chữa cho LS Lê Thị Công Nhân trong phiên tòa năm 2007, đọc điếu văn nói ông Chính *"từ bỏ chủ nghĩa Mác-xít với tấm lòng của một trí thức yêu nước".*

Con gái lớn Trần Thị Thanh Hà của ông Chính cho nghe lại lời trăn trối được ghi âm với giọng yếu ớt của ông Chính: *"Tôi cầu chúc các bạn đấu tranh thành công cho tự do, độc lập và hạnh phúc cho toàn dân Việt Nam."*

Ông Chính, trước khi chết, từng yêu cầu Hòa Thượng Thích Quảng Độ tụng kinh và làm lễ hỏa táng, nhưng vì bị quản chế, hòa thượng đã cử một cộng sự (Hòa Thượng Thích Không Tánh) đi thay.

Tang lễ thấy có sự hiện diện của một số người đấu tranh dân chủ như BS Phạm Hồng Sơn, Nguyễn Tiến Trung (sắp bị đưa vào quân dịch), bà Trần Thị Lệ và bà Bùi Kim Thành.

Bà Thành, một người đấu tranh khiếu kiện đất đai, đang nộp đơn xin chiếu khán đi Mỹ, từng bị đưa vào bệnh viện tâm thần Biên Hòa năm 2006 rồi được thả ra Mùa Hè 2007 do áp lực từ Hoa Kỳ.

Tin tức báo chí nói bà Thành xô xát với công an khi những người đó cản bà căng tấm biểu ngữ. Bà được công an thả ra khi có sự can thiệp của gia đình ông Chính.

Một số người đấu tranh dân chủ chuyển lời cảm ơn sự hiện diện của tham tán chính trị tại tang lễ và than phiền về những vụ sách nhiễu, dò xét tiếp theo của công an.

Bản phúc trình của Đại Sứ Michalak bình luận: *Ông Hoàng Minh Chính để lại một di sản đặc biệt trong vai trò của một anh hùng của phong trào tranh đấu giành độc lập, sau đó trở thành đảng viên cấp cao và lý thuyết gia của đảng Cộng Sản, chức vụ thứ trưởng trong chính quyền, trước khi từ bỏ ý hệ và bỏ đảng hồi thập niên 1960 từ sự nhận định của ông về sự hạn chế và sụp đổ không thể tránh được của chủ nghĩa Cộng Sản. Nhiều lần bị bỏ tù không làm ông thay đổi quan điểm và ông trở thành một bậc cha ông của những người đấu tranh dân chủ trẻ tuổi và phong trào đấu tranh cho đa nguyên đa đảng.*

Hãy chờ xem ai là người trong thế hệ kế tiếp sẽ cầm đầu đảng Dân Chủ Việt Nam mà Bộ Công An sẽ theo dõi chặt chẽ.

Ngăn cản cả lễ giỗ 49 ngày ở Sài Gòn

Bản phúc trình từ Tòa Tổng Lãnh Sự Sài Gòn của Tổng Lãnh Sự Kenneth Fairfax gửi về Hoa Thịnh Đốn ngày 28 tháng 4 năm 2011 trình bày tóm tắt lễ giỗ 49 ngày ông Hoàng Minh Chính mất, được tổ chức ở Sài Gòn.

Hòa Thượng Thích Không Tánh, một thành viên trụ cột của Giáo Hội Phật Giáo Việt Nam Thống Nhất cho Tòa Tổng Lãnh Sự hay là thân nhân đã yêu cầu hòa thượng làm lễ giỗ 49 ngày cho ông Hoàng Minh Chính theo truyền thống Phật Giáo.

Lễ giỗ được tổ chức ở chùa Liên Trì, quận 2 Sài Gòn, trong sự canh chừng chặt chẽ của công an. Một số người đến dự được, một số khác thì bị ngăn chặn.

Theo lời Hòa Thượng Không Tánh, con gái lớn của ông Chính đã mời ông Trần Khuê, phó tổng thư ký đảng Dân Chủ Việt Nam; và thành viên ban điều hành Khối 8406, Đỗ Nam Hải, đến dự lễ giỗ, dự định ngày 27 tháng 3 năm 2008.

Ngày 27 tháng 3, 2008, mật vụ đã chận đường Đỗ Nam Hải ở chỗ gần nhà ông. Sau đó, ông cho biết công an ép ông về cơ quan thẩm vấn suốt 8 tiếng đồng hồ. Công an cũng lục soát nhà ông, lấy đi nhiều tài liệu, computer, 2 điện thoại di động, máy in, trong khi ông bị thẩm vấn. Công an cũng đã ngăn chận vợ chồng ông Trần Khuê trên đường đến chùa dự lễ giỗ, nhưng các con ông thì đến được.

Trong khi có ít nhất 3 người của phong trào khiếu kiện đất đai cũng bị ngăn chận không đến dự lễ giỗ được, nguồn tin của Tòa Tổng Lãnh Sự được biết HT Thích Quảng Độ, viện trưởng Viện Hóa Đạo GHPGVNTN, đã đến dự lễ giỗ chừng 15 phút.

Không rõ nhà cầm quyền CSVN để yên cho HT Thích Quảng Độ đến dự lễ giỗ hay ông đã lén trốn khỏi Thanh Minh Thiền Viện mà tới được.

Tháng 7 năm 2007, HT Thích Quảng Độ đã thoát khỏi các người mật vụ canh chừng Thanh Minh Thiền Viện để gặp các người khiếu kiện đất tại phía trước Văn Phòng Phía Nam của Quốc Hội ở Sài Gòn. Sau này, Lê Dũng, phát ngôn viên Bộ Ngoại Giao, lấy chuyện này để làm bằng chứng nói sự đi lại của HT Thích Quảng Độ không bị nhà cầm quyền hạn chế.

Con gái của ông Chính xác nhận với Tòa Tổng Lãnh Sự là khoảng 20 thân nhân của gia đình đã đến dự lễ giỗ. Các người tham dự nói công an canh chừng suốt buổi lễ với hàng trăm mật vụ đứng bên ngoài chùa (Liên Trì) trong khi hàng chục công an quay phim ở bên trong chùa.

Một số người cho biết các người khiếu kiện đất đai từ tỉnh Lâm Đồng thì đến dự được, còn những người thuộc các tỉnh Cần Thơ và Tiền Giang thì bị chặn.

Bản phúc trình kết luận rằng buổi lễ giỗ ông Hoàng Minh Chính, đảng viên Cộng Sản và anh hùng kháng chiến chống Pháp trở thành người đấu tranh dân chủ hiển nhiên là niềm hứng khởi cho các người đấu tranh dân chủ.

Trong khi phần lớn những người cầm đầu các nhóm đấu tranh dân chủ còn non trẻ đang bị tù, ở nước ngoài hay bị quản chế, thì hệ thống này vẫn tiếp tục tồn tại. Giáo Hội Phật Giáo Việt Nam Thống Nhất (GH-PGVNTN) vẫn thách đố chế độ hơn bao giờ hết, còn những người vận dụng Internet để tranh đấu dân chủ gần đây đi tiên phong, gồm cả những nhóm người và cá nhân nêu bật những vấn đề từ chống Trung Quốc đến chống tham nhũng ở Việt Nam.

Công điện:

■ "Meeting With Democratic Party of Vietnam founder Hoang Minh Chinh,"
19/7/2007, từ Michael Marine, Đại sứ Hoa Kỳ tại Hà Nội. Loại bảo mật:
Không bảo mật. http://wikileaks.org/cable/2007/07/07HANOI1271.html

"Đường Lưỡi Bò" thiếu chứng cứ lịch sử

Đông Bàn

[2007-2008] Bắc Kinh khư khư chủ quyền tại Biển Đông, xem nhẹ chuyện thảo luận với *"nước láng giềng tí hon Việt Nam,"* vận động các công ty dầu hỏa Hoa Kỳ bỏ Việt Nam, trong khi không có đủ bằng chứng về chủ quyền tại Hoàng Sa và Trường Sa.

Đó là nội dung các công điện của tòa đại sứ Hoa Kỳ tại Bắc Kinh gởi về Washington D.C. trong các năm 2007, 2008.

Kinh nghiệm với Trung Quốc

Công điện ngày 26 tháng Giêng, 2007 được làm sau khi Việt Nam và Trung Quốc thảo luận vòng thứ 13 biên giới lãnh thổ và lãnh hải.

Phía Hoa Kỳ gặp riêng đại diện ngoại giao Việt Nam và Trung Quốc, viết rằng một giới chức ngoại giao Việt Nam phàn nàn Trung Quốc *"thiếu chuẩn bị"* và *"bối rối."*

Công điện viết: *"Phái đoàn thương thuyết Trung Quốc bỏ ra khỏi phòng họp với phái đoàn Việt Nam trong các thương thuyết biên giới Việt - Hoa hôm 20 tháng Giêng, khiến phía Việt Nam cảm thấy thất vọng."*

"Ngoại Giao chơi Golf" giữa Thứ Trưởng Ngoại Giao Trung Quốc, Wu Dawei, và Thứ Trưởng Ngoại Giao Việt Nam, Vũ Dũng, đã không thể vượt qua được không khí tiêu cực bao trùm vòng đàm phán biên giới thứ 13, nhằm giải quyết tranh chấp biên giới lãnh thổ và lãnh hải."

Một giới chức Tòa Đại Sứ Việt Nam tại Bắc Kinh nói với Hoa Kỳ rằng phía Trung Quốc *"có vẻ không chuẩn bị đủ để thảo luận những vấn đề liên quan đến lãnh hải trong khu vực Biển Đông, gần Hoàng Sa."*

Tham Tán Chính Trị Tòa Đại Sứ Việt Nam tại Trung Quốc, Thai Viet Tranh nói với phía Hoa Kỳ rằng Việt Nam vô cùng thất vọng với cách hành xử của phía Trung Quốc trong các cuộc thương thuyết. Sau khi các thành viên phái đoàn Trung Quốc tỏ ra rất bối rối, họ đã *"bỏ ra khỏi phòng họp,"* và thế là thương thuyết sụp đổ.

Thai Viet Tranh nhận định, ông e rằng hậu quả tai hại của hành động *"bỏ ra khỏi phòng họp"* của phía Trung Quốc rồi ra sẽ ảnh hưởng tiêu cực lên các vấn đề liên quan đến biên giới.

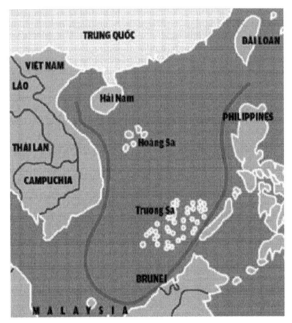

Đường Lưỡi Bò, màu đỏ, là quy định biên giới biển do Trung Quốc làm ra,
dựa trên "phản ánh lịch sử" nhưng thiếu sử cứ, theo ghi nhận của ngoại giao Hoa Kỳ.

Điểm nhức đầu, vẫn theo Thai Viet Tranh, là việc thiết lập biên giới lãnh hải trong khu vực Biển Đông nằm ở bên ngoài Vịnh Bắc Bộ, và quần đảo Hoàng Sa. Phía Trung Quốc không có quan điểm rõ ràng khi đến với các cuộc thảo luận, khiến phái đoàn Việt Nam có cảm giác là Trung Quốc thiếu sự chuẩn bị và bị chi phối bởi các vấn đề khác của khu vực, chẳng hạn cuộc Hội Đàm Sáu Bên (liên quan đến Bắc Hàn) mà Trung Quốc cảm thấy *"quan trọng hơn so với việc giải quyết các vấn đề (biên giới) với quốc gia láng giềng tí hon ở phía Nam."*

Thai Viet Tranh nói rằng phải giải quyết chuyện biên giới trước, rồi sau đó mới nói đến chuyện hợp tác thăm dò và khai thác dầu khí.

Viện dẫn lịch sử

Trong khi đó, công điện làm ngày 9 tháng Chín, 2008 quan tâm nhiều đến "bằng chứng lịch sử" về chủ quyền Trung Quốc trên Biển Đông nói chung và Hoàng Sa, Trường Sa nói riêng. Phía ngoại giao Hoa Kỳ nhận định rằng Bắc Kinh nói nhiều đến "bằng chứng lịch sử," nhưng có vẻ là họ không có, hoặc có rất ít, tài liệu khả dĩ củng cố quan điểm của họ.

"the Vietnamese were extremely disappointed with Chinese preparation for and conduct of the negotiations.

Công điện viết: "*Trong khi cả quan chức Bộ Ngoại Giao Trung Quốc và giới học giả nước này cùng viện dẫn chứng cứ lịch sử để củng cố quan điểm "đường chín đoạn," họ đều không thể đưa ra các dẫn chứng cụ thể trong các cuộc nói chuyện với Tham Tán Chính Trị của Tòa Đại Sứ Hoa Kỳ.*"

Đại diện ngoại giao Trung Quốc nói chuyện với phía Hoa Kỳ là ông Yin Wenqiang, Phó Giám Đốc Cơ Quan Luật Biển và Hiệp Ước thuộc Bộ Ngoại Giao Trung Quốc. Yin nói rằng "*những tuyên bố chủ quyền của nước này tại Biển Nam Trung Hoa (Việt Nam gọi là Biển Đông), được vẽ trên các bản đồ của Trung Quốc bằng "đường chín đoạn" (gọi là đường lưỡi bò), không mâu thuẫn với Công Ước Quốc Tế về Luật Biển UNCLOS 1982.*"

Yin lý luận: "*Trong vai trò của một sự "phản ánh lịch sử," quan điểm chủ quyền của Trung Quốc tại vùng biển này có trước thời điểm ký kết UN-CLOS, và cho dầu quan điểm này (của Trung Quốc) mâu thuẫn với quan điểm của các quốc gia láng giềng trong khu vực, Trung Quốc sẽ không đệ trình những quan điểm (chủ quyền) của mình lên cơ quan giải quyết tranh chấp thuộc UNCLOS.*"

Vẫn với cách nói quen thuộc, Yin khăng khăng với Tham Tán Chính Trị Tòa Đại Sứ Hoa Kỳ tại Bắc Kinh là "*Trung Quốc có chủ quyền không thể chối cãi trên các quần đảo tại Biển Nam Trung Hoa (Việt Nam gọi là Biển Đông) và vùng biển lân cận.*"

Yin nói, tuyên bố chủ quyền của Trung Quốc tại đây - được định nghĩa bởi bản đồ "chín đoạn" (đường lưỡi bò), có trên các bản đồ của

Trung Quốc từ thời chính phủ Quốc Dân Đảng 1947 - là "không mâu thuẫn" với Công Ước UNCLOS.

Trong các cuộc nói chuyện này, vẫn theo công điện, Yin tránh dùng thuật ngữ *"vùng biển lịch sử"* để nói về quan điểm của họ trong khu vực Biển Đông, và cho rằng thuật ngữ ấy là do giới học giả sử dụng, chứ chính quyền Trung Quốc không sử dụng.

Các cuộc nói chuyện giữa Tham Tán Chính Trị Hoa Kỳ và đại diện Bộ Ngoại Giao Trung Quốc xoay quanh Công Ước UNCLOS. Phía Trung Quốc nói, trong vai trò của một quốc gia đã ký kết tham gia UNCLOS, Trung Quốc *"chắc chắn tuyên bố"* quyền của họ tại Biển Nam Trung Hoa.

Trên thực tế, *"Trung Quốc đã tuyên bố đường 12 hải lý xung quanh quần đảo Hoàng Sa cũng như dọc theo bờ biển của họ hồi năm 1996,"* nhưng, vẫn theo Yin, *"Trung Quốc không có kế hoạch tuyên bố đường 12 hải lý xung quanh quần đảo Trường Sa."*

Cách lập luận của phía Trung Quốc là "quy vào lịch sử." Chẳng hạn, Đường Lưỡi Bò là sự *"phản ánh của lịch sử,"* và *"UNCLOS không phủ nhận các tuyên bố có tính lịch sử."* Đó là chưa nói, vẫn theo quan điểm của *Yin, chủ quyền của Trung Quốc trên các quần đảo này cũng như quyền khai thác kinh tế và quyền hành xử (trên các khu vực ấy) "có trước UNC-LOS từ rất lâu.""*

Vì vậy, Trung Quốc tiếp tục theo đuổi chính sách *"gác bất đồng sang một bên, cùng hợp tác phát triển"* trong các khu vực tranh chấp. Trung Quốc cũng sẽ không đưa các tranh chấp trong khu vực biển Đông vào cơ chế giải quyết tranh chấp do UNCLOS quy định. Lý do là vì, vẫn theo Yin, *"Trung Quốc không có truyền thống"* đệ nạp (các tuyên bố chủ quyền và các tranh chấp) cho các định chế ban hành quyết định có tính cách bắt buộc phải tuân thủ.

Yin nhận định: *"UNCLOS không thể xác định tất cả mọi thứ."*

Phía Hoa Kỳ hỏi thế thì tại sao Trung Quốc tham gia vào UNCLOS, Yin trả lời: Bởi vì các quốc gia láng giềng trong khu vực này tham gia, và Trung Quốc tin là những tuyên bố chủ quyền của mình không bị đe dọa bởi UNCLOS.

Luôn viện dẫn *"yếu tố lịch sử,"* Yin lại thừa nhận ông ta không biết về căn bản lịch sử của *"đường chín đoạn,"* mặc dầu ông ta nói rằng những tài liệu lịch sử của Trung Quốc đã chỉ rõ những căn bản của việc đặt để đường chín đoạn ấy lên bản đồ khu vực Biển Đông.

Trong khi đó, học giả Yang Baoyun của Đại Học Bắc Kinh nói với Tham Tán Chính Trị Tòa Đại Sứ Hoa Kỳ (trong một cuộc gặp gỡ khác) rằng chủ quyền của Trung Quốc tại khu vực biển này có nguồn gốc từ thời xa xưa, trước khi Trung Quốc trở thành một quốc gia hiện đại. Vì vậy, khi Trung Quốc đi vào thế kỷ 20, dưới chính quyền Quốc Dân Đảng và sau đó là Cộng Sản, *"Trung Quốc ngày càng tự tin về nguồn gốc và biên giới của mình."*

Tuy nhiên, theo ghi nhận trong công điện, "cả Yang và Yin đều không thể đưa ra tài liệu lịch sử cụ thể cho thấy căn bản chủ quyền trong khu vực lưỡi bò."

Không có "mâu thuẫn quân sự"

Một công điện khác, làm ngày 13 tháng Ba, 2008, kể rằng, Zheng Zhenhua, Phó Giám Đốc Cơ Quan Hoạch Định Chính Sách thuộc Ban Quan Hệ Á Châu, Bộ Ngoại Giao Trung Quốc, nói rằng Trung Quốc không thấy có những căng thẳng quân sự trong khu vực Biển Đông, và sẽ theo đuổi chính sách *"gác bất đồng sang một bên, cùng hợp tác phát triển."*

Và trong bối cảnh Trung Quốc tiếp cận các công ty dầu lửa của Mỹ để thuyết phục các công ty này ngưng hợp tác khai thác dầu với Việt Nam, Zheng kêu gọi Hoa Kỳ *"làm thêm nữa"* để bảo đảm *"hòa bình và ổn định"* trong khu vực Biển Đông.

Zheng phàn nàn với phía Hoa Kỳ, là từ năm 1947 đến thập niên 1960s, không quốc gia nào, kể cả Hoa Kỳ, *"lên tiếng hoặc nghi ngờ về chủ quyền của Trung Quốc trên hai quần đảo Hoàng Sa và Trường Sa."*

Và để nhấn mạnh quan điểm của mình, Zheng dẫn chứng bức công hàm năm 1958 của Thủ Tướng miền Bắc Việt Nam, Phạm Văn Đồng, gởi thủ tướng Trung Quốc, Chu Ân Lai. Zheng nói bức công hàm có mục đích xác nhận rằng Việt Nam đồng ý với chủ quyền của Trung Quốc trên các quần đảo này.

Đến thập niên 1970s thì các tranh chấp bắt đầu lộ diện, theo công điện trích lời Zheng. Trong Hội Thảo Luật Biển (tiền đề ra đời của Công Ước UNCLOS 1982), các quốc gia mới bắt đầu tranh cãi về chủ quyền của Trung Quốc trên biển Đông. Và vì tính phức tạp của các tuyên bố chống chéo của nhiều quốc gia trong khu vực, cuối thập niên 1970s, Đặng Tiểu Bình khởi xướng chính sách *"cùng phát triển"* trong các khu vực này.

Mặc dầu có các tranh chấp dai dẳng, Zheng nói rằng khu vực vẫn *"hoàn toàn ổn định,"* và ông ta không thấy có *"mâu thuẫn quân sự"* tại đây. Tuyên Bố Ứng Xử 2002 liên quan đến khu vực Biển Đông là *"sự thể hiện của ý chí chính trị"* mà tất cả các phía liên quan đều cho thấy sự tự chế trong khi giải quyết các mâu thuẫn trong khu vực. Chẳng hạn, Thỏa Thuận Khảo Sát Địa Chấn Tay Ba năm 2005 và các cuộc gặp thường niên về nghiên cứu Hải Dương Học giữa Việt Nam, Trung Quốc, Philippines sẽ giúp *"nâng cao lòng tin"* trong khu vực.

Cho dầu không trực tiếp thừa nhận rằng những tuyên bố của Trung Quốc trong khu vực Biển Đông có thể không phù hợp với các điều khoản của UNCLOS, Zheng nói rằng những tuyên bố của Trung Quốc "ra đời trước" UNCLOS, và vì vậy không chịu sự chi phối của công ước này. Zheng viện dẫn rằng nhiều *"ngoại lệ và sự bất nhất"* trong công ước UNCLOS đã cho Trung Quốc thêm tiền để nhằm tái định nghĩa những tuyên bố chủ quyền (của Bắc Kinh).

Zheng lưu ý rằng Trung Quốc đã chính thức tuyên bố ranh giới khu vực chủ quyền 12 hải lý xung quanh quần đảo Hoàng Sa, nơi họ tin rằng chủ quyền của họ là không thể phủ nhận. Tuy nhiên, vẫn theo Zheng, Trung Quốc không làm điều này với khu vực quần đảo Trường Sa, vì Bắc Kinh thừa nhận rằng những tuyên bố như vậy tại đây là phức tạp hơn. Trung Quốc cũng *"duy trì quyền hải hành tự do"* trong khu vực *"lưỡi bò."*

Zheng khuyến cáo các công ty Hoa Kỳ nên tránh *"dây dưa"* trong các khu vực tranh chấp tại Biển Đông. Trong bối cảnh ấy, Zheng nhắc rằng Tổng Lãnh Sự Trung Quốc tại Houston gần đây đã liên lạc với nhiều công ty dầu hỏa Texas, trong đó có Chevron và Hunt, yêu cầu họ ngưng các dự án khai thác dầu với phía Việt Nam. Zheng nói rằng Chevron đã đồng ý ngưng hợp tác, ít ra là tạm thời.

Công điện:

- "Latest Round of China-Vietnam Border Talks Break Down," 6/1/2007, từ David S. Sedney, Phó Đại Sứ Hoa Kỳ tại Bắc Kinh, Trung Quốc. Loại bảo mật: Confidential. http://wikileaks.org/cable/2007/01/07BEIJING598.html
- "MFA: PRC Historical Claims to South China Sea Not Subject to UNCLOS," 9/9/2008, từ Clark T. Randt, Jr., Đại Sứ Hoa Kỳ tại Bắc Kinh, Trung Quốc. Loại bảo mật: Confidential. http://wikileaks.org/cable/2008/09/08BEIJING3499.html

Quan hệ Bắc Kinh-Hà Nội tùy thuộc đấu đá nội bộ Việt Nam

Đỗ Dzũng

[**2011**] Trái với nhiều phỏng đoán bấy lâu nay, Trung Quốc không điều khiển chính sách nội bộ của Việt Nam. Tuy nhiên, điều này không có nghĩa là Trung Quốc không muốn tạo ảnh hưởng với quốc gia láng giềng phía Nam của mình. Trong một một số trường hợp, quan chức Việt Nam tham nhũng vì lợi ích cá nhân, chứ không phải do Trung Quốc chỉ đạo, mặc dù hành động đó có lợi cho Trung Quốc.

Đó là những điểm chính trong một công điện mà Đại Sứ Michael Michalak gởi về Bộ Ngoại Giao Hoa Kỳ ngày 27 Tháng Giêng, 2010.

Bản báo cáo viết rằng tình trạng thù địch của Việt Nam với Trung Quốc lan tràn khắp nơi, và còn tăng hơn nữa, nhất là sau các cuộc thương lượng tế nhị về vấn đề biên giới, tình trạng khai thác bauxite kéo dài tại Tây Nguyên, cùng với việc Trung Quốc đơn phương ban hành lệnh "cấm đánh cá" trên Biển Đông.

Qua tiếp xúc của tòa đại sứ với một số trí thức Việt Nam, ông Micha-lak cho biết *"nhiều người nói rằng Trung Quốc ảnh hưởng trong quyết định của Việt Nam quá nhiều, và có thể thấy rõ qua các vấn đề như kiểm soát thông tin liên quan đến tranh chấp lãnh thổ và chiến lược về tài nguyên, môi trường và năng lượng. Có người còn nói rằng Trung Quốc gây ảnh hưởng trong việc sắp xếp nhân sự trước đại hội đảng vào năm 2011."*

"Một số còn cho rằng thành phần 'thân Trung Quốc' trong lực lượng an ninh Việt Nam đứng đằng sau các vụ bắt bớ các nhà bất đồng chính kiến gần đây và hành động theo lệnh của Bắc Kinh," cũng theo bức công điện.

Nhưng ông Michalak khẳng định: *"Thực tế thì tình hình rất bình thường. Dựa trên yếu tố địa lý, tầm cỡ và sức mạnh kinh tế, Trung Quốc luôn được giới lãnh đạo Việt Nam coi là có ưu thế hơn và không muốn khiêu khích. Tuy nhiên, Bắc Kinh không thể ảnh hưởng chính sách nội bộ của Việt Nam."*

"Vuốt dài của gấu Panda"

Hình như đại sứ Hoa Kỳ dùng móng vuốt con thú tiêu biểu của Trung Quốc để ví ảnh hưởng của quốc gia đông dân nhất thế giới đối với Việt Nam.

Trung Tướng Nguyễn Chí Vịnh, thứ trưởng quốc phòng Việt Nam, bị coi là người thân Trung Quốc. (Hình: Hoàng Đình Nam/AFP/ Getty Images)

Công điện viết, trong nhiều tháng, giới trí thức, báo chí và đấu tranh Việt Nam đồng loạt chỉ trích Trung Quốc, lo lắng Bắc Kinh ảnh hưởng quá nhiều vào chính sách nội bộ của đất nước. Sự việc bắt đầu bằng một chiến dịch chỉ trích công khai và trên Internet việc Trung Quốc khai thác bauxite ở Tây Nguyên. Những nhóm này còn bực mình hơn khi Trung Quốc đơn phương ra lệnh *"cấm đánh cá"* vào Mùa Hè trên biển Đông. Những người này cũng lo rằng Trung Quốc sẽ có ảnh hưởng trước đại hội đảng lần thứ 11 vào ngày 20 Tháng Giêng, 2011, nhất là đối với những ủy viên Bộ Chính Trị nghe nói có khuynh hướng thân Trung Quốc.

Có lúc, theo công điện, Tổng Bí Thư Nông Đức Mạnh, Thủ Tướng Nguyễn Tấn Dũng, Thường Trực Ban Bí Thư Trung Ương Đảng Trương Tấn Sang, Chủ Tịch Quốc Hội Nguyễn Phú Trọng, Bí Thư Thành Ủy Hà Nội Phạm Quang Nghị và ông trùm kiểm soát truyền thông Tô Huy Rứa, đều bị cho, một cách này hay cách khác, là những nhân vật thân tín của Trung Quốc tại Hà Nội.

Những nhận định này không phải không có ảnh hưởng, và được nhiều người chú ý. Với tinh thần bài Trung Quốc của người Việt Nam, bị chụp mũ thân Trung Quốc không phải là một lợi thế, mà còn ngược lại, như mọi người thấy khi vấn đề khai thác bauxite ở Tây Nguyên được chú ý mạnh mẽ, theo đại sứ Mỹ nhận định.

"Trong số những nguồn thông tin mà chúng ta biết," vẫn theo công điện, *"Nhiều người tin rằng Trung Quốc tìm cách kiểm soát sự kế tục lãnh đạo Việt Nam năm 2011."*

Công điện dẫn lời một quan chức cao cấp của Việt Nam, viết rằng ông ta tin *"Trung Quốc sẽ dùng cuộc họp của ASEAN tại Hà Nội năm nay để ảnh hưởng Đại Hội Đảng Cộng Sản Việt Nam, nhất là vấn đề nhân sự."* Những đồng sự cũ của quan chức này (ở Bộ Ngoại Giao Việt Nam cũng như các bộ khác) *"nghĩ rằng Trung Quốc theo dõi những nhân vật đang lên, ủng hộ những người có khuynh hướng theo họ và gạt bỏ những người họ không thích".*

Bí Thư Thành Ủy TP. HCM Lê Thanh Hải (giữa) bị cho là hành động có lợi cho Trung Quốc vì quyền lợi cá nhân. (Hình: STR/AFP/Getty Images)

Công điện cũng nêu tên một nhân vật khác, có mối quen biết rộng rãi trong giới kinh doanh, nói rằng "mọi người" trong chính phủ đều nghi ngờ cơ sở tình báo của Trung Quốc, nay đang lan tràn khắp Việt Nam; và rằng (Trung Quốc) tìm cách ảnh hưởng việc đề bạt nhân sự tại Việt Nam.

Một thương gia nổi tiếng khác thì nói thẳng ra rằng Trung Quốc khai thác lòng tham của đảng viên Cộng Sản bằng cách giúp họ làm giàu (để qua đó tạo ảnh hưởng tại Việt Nam).

Tuy nhiên, tất cả những người nêu ra nghi ngờ này đều không thể đưa ra được ví dụ cụ thể.

Nanh sắc

"Ghê gớm hơn nữa, nhiều nguồn tin của chúng ta cho rằng Trung Quốc đứng đằng sau các vụ bắt bớ những nhà đấu tranh nhân quyền Việt Nam mới đây, cũng giống như bấy lâu nay họ thường cho rằng Trung Quốc 'xuất cảng' ô nhiễm môi trường sang Việt Nam," theo công điện.

Công điện kể, tại một buổi tiệc do đại sứ Mỹ khoản đãi Thứ Trưởng Ngoại Giao James Steinberg, một số nhân vật Việt Nam, thuộc nhiều giới khác nhau, phàn nàn rằng các nhà ngoại giao Trung Quốc ở Hà Nội muốn đuổi các nhà báo viết bài chỉ trích Trung Quốc.

Công điện cũng trích lời nhiều trang blog chính trị của Việt Nam, nói rằng chính Trung Quốc đứng đằng sau vụ bắt blogger Điếu Cày rồi gán tội trốn thuế cho blogger này, cũng như vụ bắt các blogger khác hồi tháng 8 năm 2010 vì họ phân phát áo thun tuyên bố hai quần đảo Hoàng Sa và Trường Sa là của Việt Nam.

❝... if Vinh is China's shill, he hides it well.

"Giả thuyết về âm mưu của Trung Quốc nhiều lắm," đại sứ Mỹ nhận định. Và kể chuyện gây chú ý nhất là vụ Tổng Cục 2 thuộc Bộ Quốc Phòng, một cơ quan tình báo quân đội do Thứ Trưởng Quốc Phòng Nguyễn Chí Vịnh đứng đầu. Ông là người rất có ảnh hưởng và thân Trung Quốc (theo lời những người chỉ trích ông). Một người đứng đầu cơ sở ở Bangkok của báo The Far Eastern Economic Review nối kết tất cả những giả thuyết này lại trong một bài báo đăng trên trang web báo Asia Times.

Trong bài báo này, tác giả trích lời một viên chức cao cấp của đảng Việt Tân, một đảng chính trị của người Việt hải ngoại, nói rằng Tổng Cục 2 là *"một trong những nơi Trung Quốc dùng để bắt đầu sự ảnh hưởng đối với Việt Nam"*. Tổng Cục 2 chắc chắn bị nghi ngờ, vì từng dính dáng vào một vụ nghe lén, kiểu Watergate, các đối thủ của cựu Tổng Bí Thư Lê Khả Phiêu trong Bộ Chính Trị hồi thập niên 1990, và bố vợ của Tướng Vịnh, Tướng Đặng Vũ Chinh, cũng từng nắm cơ quan tình báo quân đội, bị mang tiếng trong vụ vu khống Đại Tướng Võ Nguyên Giáp, một anh hùng trong cuộc chiến Việt Nam, và cựu Thủ Tướng Võ Văn Kiệt làm gián điệp cho CIA, theo công điện.

Công điện nhận định: *"Một điều không rõ ràng - được đưa ra nhưng không cụ thể - là sự liên hệ của Trung Quốc."* Rồi công điện dẫn nguồn tin chuyên gia về Việt Nam của Học Viện Quốc Phòng Úc, Carlyle Thayer, trong việc diễn tả vụ nghe lén.

"Tuy nhiên, trong một ý kiến khác trên mạng, chính ông Thayer lại đánh giá thấp tin đồn Tổng Cục 2 là công cụ của Trung Quốc," công điện viết.

Theo đại sứ Mỹ, Tướng Vịnh không phải là một người "dễ bảo".

"Tại một cuộc họp báo công bố Bạch Thư Về Quốc Phòng Việt Nam năm 2009, ông Vịnh xác định 'những hành động nguy hiểm trong việc sử dụng cái gọi là nhân quyền và dân chủ để khuyến khích chống đảng và nhà nước' là một thách thức đối với an ninh quốc gia. Tuy nhiên, cùng lúc đó, ông Vịnh cũng đề cập thẳng thắn đến khả năng xung đột quân sự với Trung Quốc trong tranh chấp ở biển Đông - một đề tài thường ít được nhắc công khai - mặc dù ông cố gắng dùng lời lẽ một cách rất ngoại giao," công điện viết.

Ông Đào Duy Quát (trái), tổng biên tập trang web của đảng Cộng Sản Việt Nam, nghe nói bị khiển trách công khai vì cho đăng những ngôn ngữ "cứng rắn" trong một bài báo liên quan đến tập trận của hải quân Trung Quốc.
(Hình: Hoàng Đình Nam/AFP/Getty Images)

Tại một cuộc họp tuần sau đó với đại sứ Mỹ và phái đoàn của Ủy Ban Hợp Tác Mỹ-Trung Quốc Hội Hoa Kỳ, theo công điện, tướng Vịnh lại đưa ra một hình ảnh hiền hòa nhất về ảnh hưởng của Trung Quốc, nhấn mạnh rằng thành công kinh tế của Trung Quốc tạo nhiều cơ hội cho Việt Nam và có thể là một yếu tố làm ổn định khu vực.

Tuy nhiên, một lần nữa, ông không ngại nói ra những khía cạnh mang tính đe dọa của sự lớn mạnh về mặt quân sự, kinh tế và ngoại giao của Trung Quốc, đại sứ Mỹ nhận định.

Theo công điện, Tướng Vịnh cũng công khai phản đối tuyên bố chủ quyền của Trung Quốc tại Biển Đông và, khi bị hỏi, lập đi lập lại rằng Việt Nam "biết chiến đấu và chiến thắng" và sẽ *"làm bất cứ điều gì cần thiết"* để bảo vệ lãnh thổ.

Đây là những chính sách thực dụng mà Việt Nam luôn sử dụng đối với Trung Quốc và cũng được Bộ Trưởng Quốc Phòng Phùng Quang Thanh nhắc đi nhắc lại khi viếng thăm Hoa Kỳ hồi Tháng Mười Hai, 2009. Như vậy, nếu Tướng Vịnh "thân Trung Quốc," rõ ràng ông đã che giấu chuyện này một cách thành công, đại sứ Mỹ nhận xét.

Tương đồng Bắc Kinh-Hà Nội

Theo công điện, chắc chắn là có những sự tương tự trong cách mà đảng và nhà nước Việt Nam và Trung Quốc tiếp cận thành phần bất đồng chính kiến (cũng có sự khác biệt, ví dụ như tôn giáo, Việt Nam thường dễ dãi hơn và không bị Hoa Kỳ đưa vào Danh Sách Các Quốc Gia Cần Quan Tâm Đặc Biệt-CPC).

Sự giống nhau này, tuy nhiên, chủ yếu là vì cả hai có cùng thể chế, cùng theo chủ nghĩa Cộng Sản và có cùng quan tâm về an ninh nội bộ của chế độ, công điện viết.

"Diễn biến hòa bình" có thể là một ý tưởng vay mượn từ cuộc vận động chính trị của Trung Quốc có từ thập niên 1990, nhưng thành phần cứng rắn của Việt Nam không cần Trung Quốc dạy bảo họ, theo công điện. Chỉ cần lướt sơ qua quyết định nội bộ của đảng Cộng Sản Việt Nam mới đây, Nghị Quyết 34, là thấy ngay, công điện viết.

Đại sứ Mỹ dẫn lời Giáo Sư Nguyễn Huy Quý, cựu khoa trưởng Khoa Trung Quốc tại Viện Khoa Học Xã Hội Việt Nam, nói rằng Việt Nam và Trung Quốc là hai thành viên của một nhóm rất nhỏ các quốc gia Cộng Sản có nền kinh tế thị trường, và chính điều này làm cho lãnh đạo Việt Nam và Trung Quốc có điểm tương đồng.

Nhưng đại sứ Mỹ cho rằng *"nhiều vụ bắt bớ tại Việt Nam có liên quan đến việc chống Trung Quốc và quan hệ giữa Trung Quốc và Việt Nam là một chủ đề nhạy cảm."*

"Tuy nhiên, điều này không có nghĩa là Việt Nam nhất thiết phải nghe lời Trung Quốc để đàn áp giới bất đồng chính kiến hoặc có một nhóm bí mật thân Trung Quốc," theo công điện. *"Có đủ lý do để nói rằng giới lãnh đạo Việt Nam cũng cần để quần chúng khó kiểm soát 'xả sú báp,' dù ban đầu trực tiếp vào Bắc Kinh, nhưng lại có thể lan thành phong trào rộng lớn."*

Theo đại sứ Hoa Kỳ, vấn đề ở đây là *"làm sao kiểm soát được biểu tình"*.

Và đại sứ kể ra: "*Ngay cả truyền thông nhà nước đăng bài chỉ trích Trung Quốc, như trường hợp tổng biên tập trang web của đảng Cộng Sản Việt Nam, ông Đào Duy Quát, cũng bị khiển trách công khai vào Tháng Chín vì cho đăng những ngôn ngữ 'cứng rắn' trong một bài liên quan đến tập trận của hải quân Trung Quốc (một lỗi lầm về kiểm duyệt mà ông 'hào hiệp' đổ lỗi cho cấp dưới).*"

Khẩu hiệu trên áo thun của Blogger Mẹ Nấm nhắc lại một cách đơn giản (nhưng thông minh) tuyên bố của giới chức chính quyền Việt Nam: Trung Quốc không lèo lái được lập trường của lãnh đạo Việt Nam, nhưng người dân Việt Nam cũng không ảnh hưởng được lập trường này luôn, công điện viết.

Theo công điện, có những blogger tố cáo rằng ông Nguyễn Tấn Dũng ủng hộ khai thác bauxite ở Tây Nguyên để nhận nhiều tiền hối lộ của Trung Quốc.

Những phàn nàn khác của các giới tại Việt Nam, theo công điện, "*có lẽ không sai lắm*". Chẳng hạn, phàn nàn về "*những thương thảo bí mật,*" và "*có một mối quan hệ lớn giữa thành phần thủ cựu như ông Tô Huy Rứa và thành phần 'không phe phái' nhưng lại là trùm chính trị tham nhũng như bí thư Thành Ủy TP. HCM, Lê Thanh Hải, thường hành động có lợi cho Trung Quốc vì quyền lợi cá nhân, chứ không phải vì sự chỉ đạo của Trung Quốc.*"

Đại sứ Mỹ nhận định: "*Tô Huy Rứa và phe nhóm của ông luôn muốn bảo vệ đảng Cộng Sản, một quan điểm giống với quan chức Cộng Sản Trung Quốc. Những người khác, có lẽ đa số, phản đối cải tổ chính trị bởi vì nó đe dọa quyền lợi của họ, lại một điểm nữa giống tính cách của Trung Quốc. Một lần nữa, phải nói rằng, những nhân vật này hành động dựa trên quyền lợi cá nhân của họ, chứ không phải theo lệnh của Trung Quốc.*"

Nguyên ủy ảnh hưởng Trung Quốc

Đại sứ Mỹ cho rằng tất cả những điều nêu trên không có nghĩa là lãnh đạo Việt Nam coi thường Bắc Kinh. Ngược lại, quan hệ không đồng đều giữa hai bên tiếp tục giới hạn Hà Nội. Có sức ép từ Trung Quốc với Việt Nam, và tiếp tục có nữa. (Đại sứ Trung Quốc tại Việt Nam nói với đại sứ Mỹ rằng số lần quan chức Trung Quốc đi thăm các tỉnh Việt Nam nhiều đến nỗi ngay cả giới chức dưới cấp thứ trưởng cũng không có quan chức nào của tòa đại sứ Trung Quốc đi theo. Ngay cả những chuyến viếng thăm quan trọng của giới chức cấp tỉnh Trung Quốc sang Việt Nam cũng không có ai ở tòa đại sứ Trung Quốc đi cùng).

Khi được hỏi trực tiếp, công điện viết, giới chức Việt Nam thẳng thừng từ chối bị Trung Quốc ảnh hưởng, nhưng người ta có thể hiểu, ví dụ, chính những giới chức, những người ngăn chặn việc sử dụng Face-book tại Việt Nam, lại quan sát một cách hăm hở phản ứng của Trung Quốc đối với Google, giống như thế hệ các nhà làm chính sách kinh tế trước đây của Việt Nam bắt chước kinh nghiệm của Trung Quốc trong cải cách ruộng đất và tạo ra khu chế xuất kinh tế.

Đại sứ Mỹ cho biết: *"Nhiều giới chức Việt Nam thừa nhận quan hệ 'em-anh' với Trung Quốc. Vấn đề ở đây, thực ra, ảnh hưởng của Bắc Kinh ít trực tiếp hơn người ta nghĩ, và nó xảy ra thường xuyên tùy theo quyền lợi, ý đồ và niềm kiêu hãnh của mỗi bên. Làm sao để quan hệ một cách hiệu quả với Trung Quốc tùy thuộc vào sự chia rẽ nội bộ Việt Nam như thế nào, nhưng đây là một cuộc tranh luận nằm ngoài cuộc đấu đá giả định giữa hai phe theo và chống Trung Quốc."*

Công điện viết: *"Rất dễ cho chúng ta - và cả những người chỉ trích ở Việt Nam - nêu ra Trung Quốc là nguyên nhân chính. Nhưng cuối cùng, Việt Nam vẫn cương quyết độc lập, và điều này cho thấy chính họ chịu trách nhiệm thành công hay thất bại trong quan hệ với Trung Quốc."*

Công điện:

- ■ "How much influence does China have over Vietnam's internal politics?," 27 /1/2010, từ Michael Michalak, Đại Sứ Hoa Kỳ tại Hà Nội. Loại bảo mật: Sensitive. http://www. wikileaks.org/cable/2010/01/10HANOI11.html

Chính quyền đấu tố Đơn Dương

Vũ Quí Hạo Nhiên

Tài tử Đơn Dương.

[**2000-2003**] Hồi đầu thế kỷ, nhân dịp 25 năm chiến tranh Việt Nam chấm dứt, Hollywood sản xuất nhiều cuốn phim về đề tài này. Ngoài phim về chiến tranh, còn có phim về nước Việt Nam, và một số phim về người Việt Nam tại Mỹ.

Một trong những cuốn phim về chiến tranh làm ra vào thời đó, là phim *We Were Soldiers,* làm năm 2002 với Mel Gibson trong vai chính. Ngay trong cuối tuần đầu tiên khởi chiếu, cuốn phim đã thu về hơn $20 triệu tiền vé. Chuyện của phim này là trận Ia Drang.

❝Don Duong's children were subjected to schoolyard taunting and accusations. He was unable to get any work as an actor. Contracts he had were broken. Permission to travel overseas to represent Vietnam at film festivals was denied, and his passport was confiscated...❞

Một cuốn phim khác kể về người Việt Nam di tản năm 1975, là cuốn *Green Dragon*, do Timothy Linh Bùi đạo diễn, một cuốn phim độc lập, sản xuất không qua các studio lớn, nhưng cũng kéo được sự tham gia của hai diễn viên lớn là Patrick Swayze (phim *Ghost*) và Forest Whitaker (giải Oscar 2007).

Một diễn viên Việt Nam xuất hiện trong cả hai phim đó, là Đơn

Dương. Trong *We Were Soldiers*, một đội quân Mỹ 365 người bị một sư đoàn Bắc Việt bao vây và cả hai bên đều chiến đấu dũng cảm. Cuốn phim chuyển qua chuyển lại giữa cái nhìn của bên Mỹ và cái nhìn của bên Bắc Việt. Mel Gibson đóng vai trung tá chỉ huy phía Mỹ. Đơn Dương đóng vai Trung tá (sau này là tướng) Nguyễn Hữu An, người chỉ huy bên Bắc Việt.

Trong *Green Dragon*, Đơn Dương đóng vai một ông bố đưa gia đình đi di tản sau 30 tháng 4. Họ tới được trại tỵ nạn trong Camp Pendleton. Patrick Swayze đóng vai viên sĩ quan phụ trách người tỵ nạn, còn Forest Whitaker đóng vai một anh lính đầu bếp, anh dùng tranh vẽ của mình để làm quen với một em bé tỵ nạn và qua em bé học thêm về văn hóa Việt Nam. Trong phim, có một đoạn Đơn Dương cầm ghi ta hát bài "Sài Gòn niềm nhớ không tên" của nhà văn Nguyễn Đình Toàn: *"Sài Gòn ơi, ta nhớ người như người đã mất tên, như dòng sông nước quẩn quanh buồn."*

Niềm vui với hai cuốn phim Hollywood chưa trọn, khi Đơn Dương về tới Việt Nam thì bị hạch sách quấy nhiễu.

Báo chí thời đó chạy nhiều bài viết tố cáo Đơn Dương bằng những lời lẽ rất nặng - loại lời lẽ mà có thể khiến Đơn Dương bị tù, bị kết án tử hình - những chữ như *"phản động,"* *"phản bội,"* *"bán nước."* Cả các con Đơn Dương cũng bị đấu tố, và quán nhậu nơi Đơn Dương mở chung với gia đình bị đập phá.

Phim *Mê thảo thời vang bóng*, chỉ vì có Đơn Dương đóng trong đó, cũng gặp khó khăn khi muốn được chiếu ở các đại hội điện ảnh, liên hoan phim ở ngoại quốc.

Những điều này khiến Hollywood để ý. Giới đạo diễn, diễn viên, các nhà báo chuyên đề Hollywood, xưa nay vốn ít quan tâm đến chính trị ở nơi xa xôi, hoặc có cảm tình với nước Việt Nam sau chiến tranh, bỗng nhìn thấy một sự thật khác ở đất nước đó.

Một thỉnh nguyện thư, mang những chữ ký nổi tiếng của giới điện ảnh Mỹ, được chuyển tay nhau kêu gọi Việt Nam ngưng áp bức gia đình Đơn Dương.

Đồng thời, họ liên lạc với các chính trị gia Mỹ, yêu cầu chính phủ Mỹ can thiệp.

Trong số tài liệu Wikileaks lộ ra, tên tuổi Đơn Dương xuất hiện nhiều lần. Một trong những lần sớm nhất là công điện đề ngày 1 tháng

10, 2002, mang tựa đề "Cuộc họp với Trợ lý Bộ trưởng Hùng."

Mục đích của cuộc họp giữa ông Nguyễn Đức Hùng (sau này là đại sứ ở Singapore và ở Canada) là chuẩn bị cho hội nghị APEC, nơi Thủ tướng Phan Văn Khải sẽ gặp Tổng thống George W. Bush. Tuy nhiên, ông Hùng đã phải nghe Đại sứ Ray Burghardt nêu vấn đề Đơn Dương.

Tài tử Đơn Dương trong phim We Were Soldiers, đóng vai viên trung tá chỉ huy quân đội Bắc Việt trong trận Ia Drang.

Ông Burghardt nói *"báo chí quốc tế cũng như rất nhiều thư từ các nhân vật điện ảnh Hollywood"* cho rằng Đơn Dương bị tịch thu hộ chiếu và bị dọa sẽ còn bị phạt nặng hơn nữa. Rồi ông yêu cầu ông Hùng hỏi bên văn hóa sự thật là thế nào.

Cũng khoảng cùng lúc đó, bên Mỹ chuẩn bị sắp xếp để Đơn Dương có thể đi định cư được nếu muốn. Một công điện 2 ngày sau, đề ngày 3 tháng 10, là công điện của tòa đại sứ tại Hà Nội xin Bộ Ngoại giao phê chuẩn hồ sơ tỵ nạn cho diễn viên Bùi Đơn Dương, vợ, và hai con. Công điện này cho biết trước đây bà Susie Bùi, chị của Đơn Dương và là mẹ của hai đạo diễn Timothy Linh Bùi (*Green Dragon*) và Tony Bùi (*Ba Mùa*), đã có làm giấy bảo lãnh rồi nhưng sau này không tiếp tục nữa nên hồ sơ đã đóng. Miêu tả tình hình của Đơn Dương, tòa đại sứ viết:

"Bùi bị đối diện với cả một phong trào lớn tiếng chống lại cá nhân ông, hầu hết vì vai đóng trong phim 'We Were Soldiers' của Mỹ nhưng cũng vì các vai trước đây trong hai phim quốc tế 'Three Seasons' và 'Green Dragon.' Ông bị tố cáo không chính thức vào tội 'phản bội tổ quốc,' một lời tố cáo đáng quan ngại tại Việt Nam, nơi mà hiến pháp bắt buộc mọi công dân

'bảo vệ thống nhất đất nước.'"

Bản công điện viết tiếp:

"Hộ chiếu của Bùi đã bị tịch thu, ông dường như đã bị cấm ra nước ngoài đóng phim vào tháng 11, và có những nỗ lực để cấm ông diễn - nghề kiếm sống duy nhất của ông - trong ít nhất 5 năm nữa."

Không chỉ dùng pháp luật áp chế, Đơn Dương còn bị sách nhiễu như trong một cuộc đấu tố:

"Ông bị quấy nhiễu mỗi tối với điện thoại của an ninh gọi tới, bị theo dõi mỗi khi ra khỏi nhà, và cho biết bạn bè và hàng xóm lo sợ tránh né. Ông bị công an thẩm vấn hôm 2 tháng 10 và tỏ vẻ lo sợ là sắp bị bắt giam, mặc dù lý do để bắt thì không ai nói rõ cho ông trừ những điều đã nói ở trên. Ông đã bị gọi là 'kẻ phản bội' trong báo chí của nhà nước và của đảng Cộng sản."

Nửa năm sau, Đơn Dương được xuất ngoại với vợ con. Cùng đi với gia đình ra Tân Sơn Nhất là nhân viên tòa tổng lãnh sự, và họ về kể lại trong công điện ngày 10 tháng 4, 2003, với tựa đề nặng nề: *"Sách nhiễu tới phút chót."*

Đó là sau khi Đơn Dương đã bị sách nhiễu, các con ông cũng bị làm khó dễ trong trường, và côn đồ tới phá nhà hàng của gia đình ông, bản công điện viết. Ông bị gọi lên công an phường, ông khất, rồi cuối cùng ra đi mà không lên gặp công an.

Khác với nhiều lần trước, lần này hải quan không cho nhân viên tòa tổng lãnh sự vào trong để tiễn người. Khi được hỏi tại sao thì mỗi người trả lời mỗi khác. Có người bảo nhân viên lãnh sự *"chỉ được tiễn công dân nước họ."* Có người bảo *"khu vực hải quan không cho phép nhân viên lãnh sự vào"* - trong khi thật ra thì *"mới thứ Sáu tuần trước thì không có luật đó."* Rồi khu vực công an cửa khẩu cũng được cho là không cho phép vào, và *"một lần nữa, mới thứ Sáu tuần trước thì không như thế."*

Một người quay phim, tự xưng là của Truyền hình Việt Nam, theo quay phim gia đình Đơn Dương rời nước, đi qua luôn chặng kiểm soát.

Đến chỗ khai hải quan, nhân viên tòa tổng lãnh sự bị chặn lại. Lý do này nọ được đưa ra. Nhân viên tổng lãnh sự quán bảo, mới thứ Sáu tuần trước chúng tôi không bị chặn, thì hải quan chỉ nhún vai lắc đầu bảo, luật trên thay đổi rồi.

Hai người cấp trên tới, nhưng thay vì giải quyết cho lãnh sự vào trong, một trong hai người bắt đầu khám xét hành lý gia đình Đơn Dương "một cách chậm chạp và ôi trời ơi kỹ càng làm sao," công điện viết. Một nhân viên lãnh sự Úc cũng tới và cũng không được cho vào trong.

Tuy không được vào, nhưng nhân viên lãnh sự cũng đứng nhìn và thấy gia đình bị đưa vào một phòng nhỏ, nơi có ít nhất 8 viên hải quan bu vào lục soát hành lý gồm 6 va li và 3 thùng. Họ lục từng món hàng. *"Họ chụp nhiều tấm ảnh của đồ đạc, quần lót bị giơ lên soi ánh đèn."*

Sau một giờ lục soát, hải quan cho phép gia đình gói đồ lại, lại chạy qua X-ray, rồi đẩy đi. Đơn Dương được đưa qua một quày khác, rồi bị bắt phải ký một xấp giấy tờ - "phải hứa hẹn cái gì thì chúng tôi không biết," công điện viết.

Hãng EVA đã phải giữ máy bay lại trong 15 phút để chờ gia đình Đơn Dương. *"Qua cửa kính, nhân viên lãnh sự quan sát thấy gia đình đi qua được hành lang xuất phát, đi thẳng tới cầu qua máy bay. Người 'quay phim' tiếp tục quay cho tới phút chót, trong khi một đám đông nhân viên an ninh đứng đầy phòng đợi của người đi."*

Chuyến bay cất cánh lúc 3:15, với gia đình Đơn Dương trên đó, bay

Công điện:

- "Meeting with AFM Hung," 1/10/2002, từ Raymond Burghardt, Đại sứ Hoa Kỳ tại Hà Nội. Loại bảo mật: Không bảo mật. http://wikileaks.org/cable/2002/10/02HANOI2369.html

- "Request for authorization of refugee - Processing for Bui Don Duong," 3/10/2002, từ Raymond Burghardt, Đại sứ Hoa Kỳ tại Hà Nội. Loại bảo mật: Confidential. http://wikileaks.org/cable/2002/10/02HANOI2394.html

- "Harassed until the last minute: Don Duong and family depart," 10/4/2003, từ Emi Lynn Yamauchi, Tổng lãnh sự Hoa Kỳ tại TPHCM. Loại bảo mật: Không bảo mật. http://wikileaks.org/cable/2003/04/03HOCHIMINHCITY342.html

Cản trở Bất Đồng Chính Kiến gặp Tòa Đại Sứ

Nam Phương

[**2007**] Trong bản công điện gởi về Bộ Ngoại Giao Hoa Kỳ đề ngày 24 tháng 7 năm 2007 và bản công điện khác gởi trước đó 5 ngày, Đại Sứ Michael Marine phúc trình về tình hình tiếp tục đàn áp nhân quyền tại Việt Nam.

> **"**...Hanoi also clearly remains intent on controlling those it sees as calling for regime change or otherwise threatening the established order..."

Nhiều người đòi hỏi tự do dân chủ và tôn giáo vẫn bị bắt giữ mà không hề có lệnh bắt hay truy tố, nhiều người vẫn bị bỏ tù, hoặc bị mất tích. Một số người trốn sang Cam Bốt hoặc bị quản chế ở nhà. Bộ Ngoại Giao và Bộ Công An Việt Nam phản đối Tòa Đại Sứ Mỹ về việc tiếp xúc của viên chức Tòa Đại Sứ với một số người đấu tranh dân chủ ở Hà Nội.

Họ ngăn cản tiếp xúc với một số người này thì lại để yên cho gặp một số người khác. Nhà cầm quyền hiển nhiên rất nhạy cảm với các sự xem xét kỹ lưỡng của cộng đồng quốc tế chống lại họ do hậu quả của các vụ bắt giam một số nhân vật nổi tiếng bắt đầu từ tháng 2.

Nhưng họ cũng rõ rệt là muốn kiểm soát những người họ thấy kêu gọi thay đổi thể chế hay đe dọa cái trật tự đã được xếp đặt.

Việc nhà cầm quyền bắt giam một số những người vận động dân chủ nổi tiếng hồi tháng 2 đã dấy lên sự phản ứng dữ dội của cộng đồng quốc tế. Các chuyện khác, như hai lần xảy ra vào tháng 4 năm 2007 khi nhà cầm quyền tích cực ngăn cản cuộc gặp mặt giữa thân nhân của một số người bất đồng chính kiến (đang bị bắt giam) với Đại Sứ M. Marine và bà Dân Biểu Loretta Sanchez, lại càng tăng thêm sự chú ý kỹ lưỡng của cộng đồng quốc tế.

Tháng trước khi chủ tịch nước Nguyễn Minh Triết đến Hoa Kỳ, nhà cầm quyền thả 3 tù nhân bất đồng chính kiến. Tháng 5 năm 2007, tù nhân Phan Văn Bàn được thả sau hơn 20 năm (kết án tù chung thân năm 1978 vì rải truyền đơn chống chế độ ở Bà Rịa Vũng Tàu) và được đưa qua Thái Lan để đi Mỹ (đoàn tụ gia đình). Tháng 6 năm 2007, nhà cầm quyền

Ông Đỗ Bá Tân với bà Trần Khải Thanh Thủy. Sau khi bà Thủy bị bắt, công an ngăn chặn không cho ông Tân gặp nhân viên ngoại giao của Mỹ.

thả Nguyễn Vũ Bình sau 4 năm ở tù, và thả Luật Sư Lê Quốc Quân.

Sau khi ông Triết đến Mỹ thì bà Bùi Kim Thành, một người đấu tranh đất đai cũng đã được thả ra khỏi bệnh viện tâm trí ở Biên Hòa ngày 11 tháng 7 năm 2007.

Tòa đại sứ đã từng kêu gọi trả tự do cho những người nói trên và họ đều là những người ưu tiên để can thiệp trong danh sách "người cần quan tâm" tại Việt Nam.

Tuy nhiên, các nhà quan sát quốc tế vẫn thấy còn hàng chục nhân vật bất đồng chính kiến hoặc trong tù, hoặc bị quản chế hay bị sách nhiễu từ chính sách đàn áp thẳng tay các người bất đồng chính kiến. Với một số người này thì sự hạn chế có vẻ lỏng lẻo nhưng với một số người khác và gia đình của họ thì đối diện với sự canh chừng và bị công an sách nhiễu.

Những người nào được thả ra khỏi tù thì cũng không phải là được trả tự do thật sự, vì nhà và văn phòng của họ vẫn bị canh chừng. Một số người còn bị cảnh cáo là không được nói chuyện với các viên chức chính phủ ngoại quốc và nhà báo.

Từ đầu tháng 7, tham vụ chính trị và tùy viên dân chủ, nhân quyền và lao động của tòa đại sứ đã gặp: Luật Sư (LS) Lê Quốc Quân tại văn phòng của ông ở Hà Nội; tổng thư ký đảng Dân Chủ Việt Nam và cũng là người bị quản chế Hoàng Minh Chính tại nhà riêng ở Hà Nội; sáng lập viên Liên Đoàn Lao Động Quốc Tế của Việt Nam, thành viên Khối 8406 và cũng là người bị quản chế Nguyễn Khắc Toàn tại nhà riêng ở Hà Nội; vợ của LS nhân quyền Nguyễn Văn Đài đang bị tù, ở một địa điểm công cộng; mẹ của LS nhân quyền Lê Thị Công Nhân đang bị tù, ở một địa điểm công cộng.

Viên chức Tòa Đại Sứ dự định gặp tại một quán cà phê trong khách sạn với ông Đỗ Bá Tân, chồng của người bất đồng chính kiến/ký giả tự do được giải thưởng Hellman-Hammett của Tổ Chức Theo Dõi Nhân Quyền, là Trần Khải Thanh Thủy.

Bà Thủy bị bắt giam từ tháng 4 nhưng chưa có tin tức khi nào thì bị ra tòa. Ông Tân bị công an ngăn cản không cho vào khách sạn để gặp viên chức Tòa Đại Sứ. Những người đó đã theo chân ông từ nhà. Ông bị áp tải về nhà rồi sau đó cho biết không thể gặp được *"vào lúc này"*.

Trong tất cả các trường hợp như nêu trên, các người bất đồng chính kiến hay thân nhân biết rằng gặp chúng ta thì nguy hiểm cho họ nhưng họ vẫn rất muốn gặp.

Sau lần gặp ông Nguyễn Khắc Toàn, viên chức Vụ Mỹ Châu của Bộ Ngoại Giao Việt Nam gọi cho phó đại sứ trong khi các viên chức Bộ Công An thì gọi điện thoại cho các viên chức khác của Tòa Đại Sứ ngày 17 tháng 7 năm 2007 để phản đối đích xác về những lần tùy viên dân chủ-nhân quyền-lao động gặp các người bất đồng chính kiến, mà họ cho như vậy là *"khuyến khích (các người bất đồng chính kiến) vi phạm pháp luật Việt Nam"*.

Phó đại sứ nói rằng chúng ta gặp mặt thường xuyên với rất nhiều thành phần người Việt Nam khác nhau và cũng sẽ tiếp tục làm như thế. Ông lưu ý rằng những lần gặp gỡ như vậy là vô cùng quan trọng để giúp tòa đại sứ tường trình toàn diện về sự phát triển của Việt Nam. Khả năng tòa đại sứ tiếp tục tiếp xúc với các công dân của Việt Nam cũng là vì lợi ích của chính phủ Việt Nam.

Tham tán chính trị của Tòa Đại Sứ sẽ gặp một số viên chức Bộ Công An để chuyển cùng một thông điệp như vậy.

Sau ngày 17 tháng 7 năm 2007 mà họ (công an, ngoại giao) phản đối, tùy viên chính trị của Tòa Đại Sứ đã gặp được vợ LS Nguyễn Văn Đài và mẹ LS Lê Thị Công Nhân. Những người này từng bị ngăn cản gặp đại sứ 2 lần và một lần tới gặp bà Dân Biểu Loretta Sanchez.

Hai bà này kể là ngày trước khi gặp, công an đã tới nhà họ để nói rất mạnh mẽ, cảnh cáo họ không được gặp các viên chức ngoại quốc mà đặc biệt là gặp đại sứ Mỹ. Chúng tôi không rõ công an biết biết đích xác cuộc gặp mặt diễn ra ngày hôm sau không, cho dù trường hợp này giống như thế.

Tuy nhiên, hai bà nhất định đến gặp thay vì sợ những lời đe dọa. Họ cũng cho biết là họ cũng đã học cách tránh né sự theo dõi (cắt đuôi) của những người công an canh chừng nhà họ.

Công điện kết luận: Kết quả là chúng tôi đã gặp được tất cả những ai chúng tôi muốn gặp và không một người nào bị sách nhiễu nặng nề hay bị bắt giữ vì gặp chúng tôi. Không thể gặp được ông Đỗ Bá Tân là mối quan tâm vì vợ ông vẫn bị giam mà không hề bị đưa ra tòa trong khi bà bị bệnh tiểu đường và bệnh lao phổi và còn còn có hai người con.

Cuối bản công điện này, Đại Sứ Michael Marine cho hay ông tiếp tục tiếp xúc với các người bất đồng chính kiến, gia đình thân nhân các người này cũng như theo dõi tình trạng của họ ra sao. Tòa đại sứ sẽ tiếp tục theo dõi tin tức với ông Đỗ Bá Tân và sẽ hỏi thăm tình trạng bà vợ bị bắt giam của ông để bảo đảm là không có gì nguy hiểm tính mạng cho bà.

Công điện:
- "Dissidents, family members remain under pressure," 24/7/2007, từ Michael Marine, Đại sứ Hoa Kỳ tại Hà Nội. Loại bảo mật: Confidential. http://wikileaks.org/cable/2007/07/07HANOI1300.html

Xô xát khách mời của Đại sứ

Việt Nam lúng túng, rồi cứng rắn

Vũ Quí Hạo Nhiên

[**2007**] Năm 2007, một vụ xô xát bên ngoài tư gia Đại sứ Mỹ ở Hà Nội gây xôn xao dư luận người Việt hải ngoại. Đó là khi một nhóm khách mời của Đại sứ Michael Marine - tất cả đều là phụ nữ - bị công an ngăn chặn, thậm chí xô đẩy, không cho vào dự buổi gặp mặt uống nước.

Những phụ nữ này là thân nhân các nhà tranh đấu. Họ là vợ, là mẹ những người đang bị tù hoặc đã từng bị tù, được mời tới nhà riêng Đại sứ Marine để gặp mặt Dân biểu Loretta Sanchez khi đó đang đến thăm Việt Nam trong một phái đoàn Quốc Hội.

❝When she returns to Washington, she will report what she saw - that Vietnam is going backwards in the area of human rights...❞

Theo lời Dân biểu Loretta Sanchez từ Hà Nội gọi về trả lời phỏng vấn của tác giả bài này trên báo Người Việt, *"Phía nhà cầm quyền cộng sản đã ngăn chặn thân nhân các nhà đấu tranh dân chủ, khiến họ không đến được buổi gặp mặt. Có người bị an ninh chặn ngay tại nhà mình. Có người bị chặn giữa đường. Có người bị công an mời lên đồn làm việc."*

Theo dự tính, vào chiều 5 tháng 4, 2007 tại tư gia Đại Sứ Marine, bà Sanchez sẽ gặp bà Vũ Thúy Hà, vợ Bác sĩ Phạm Hồng Sơn; bà Bùi Thị Kim Ngân, vợ nhà báo Nguyễn Vũ Bình; bà Trần Thị Lệ, thân mẫu Luật Sư Lê Thị Công Nhân lúc đó đang bị tù; bà Vũ Minh Khánh, vợ Luật Sư Nguyễn Văn Đài; và bà Nguyễn Thị Thu Hiền, vợ Luật Sư Lê Quốc Quân.

Tuy nhiên, công an đã mời bà Thu Hiền lên đồn suốt buổi tối. Bà Lệ và bà Minh Khánh cũng bị chặn không tới được buổi gặp mặt. Chỉ có bà Thúy Hà và bà Kim Ngân đến được cổng nhà Đại sứ Marine.

Ngay khi hai phụ nữ này tới cổng, công an, an ninh chìm nổi túa ra chặn lại[1].

"Tôi thấy khoảng 15 người, người gác mặc đồng phục có, an ninh mặc thường phục có, chặn họ lại," Dân biểu Sanchez nói qua điện thoại. "Họ vẫn cố gắng vào, thì những người này dùng vũ lực chặn họ lại. Họ hành xử như côn đồ (nguyên văn: 'goons')."

Đại sứ Marine phải ra tận nơi can thiệp. Dân biểu Sanchez kể tiếp, "Vị đại sứ bước ra can thiệp. Ông nói với họ, 'Những người này là khách của tôi, tôi mời họ, yêu cầu cho họ vào.' Nhưng những người gác kia vẫn không cho hai người phụ nữ vào."

Dân biểu Loretta Sanchez (trái) với hai người khách không được vào nhà, là bà Vũ Thúy Hà, vợ Bác sĩ Phạm Hồng Sơn; và bà Bùi Thị Kim Ngân, vợ nhà báo Nguyễn Vũ Bình. (Hình: STR/AFP/Getty Images)

Hành động bạo lực của an ninh khiến Đại sứ Marine phải phản ứng. Dân biểu Sanchez cho biết, *"Có lúc an ninh dùng vũ lực mạnh bạo quá, vị đại sứ phải lên tiếng, 'Người ta là phụ nữ, các anh không thể đối xử với phụ nữ như vậy.' Nhưng không ăn thua gì."*

Sau đó, Đại sứ Marine đành nói bà Vũ Thúy Hà và bà Bùi Thị Kim Ngân về nhà.

Dân biểu Sanchez nói thêm, *"Viên tùy viên tòa đại sứ chuyên trách*

---

[1] Vụ xô xát được thâu lại trên video, có thể xem tại đây: http://www.youtube.com/watch?v=1TXcz-E_D4s.

vấn đề nhân quyền là ông Nate Jensen đang rất lo lắng. Tất cả những người vợ, người mẹ được mời đến cuộc gặp gỡ hôm nay đều là những người mà Nate đã từng thăm viếng. Nate đang lo là họ sẽ bị trả thù."

"Đại sứ Marine rất giận. Đây là lần đầu tiên phía Việt Nam xô xát và dùng bạo lực với khách của ông. Ông cũng rất lo lắng cho số phận của những phụ nữ này," Dân Biểu Sanchez nói.

Sự việc này được tường thuật lại trong một công điện ngoại giao mang mã số HANOI 636. Rất tiếc, trong số các công điện mà Wikileaks lấy được, không có công điện đó. Tuy nhiên, trong kho của Wikileaks có các công điện khác nhắc tới công điện HANOI 636, và những công điện này cho thấy phía Mỹ rất quan ngại về sự việc này và phía Việt Nam loay hoay bào chữa cho hành vi của họ.

Cấp cao tránh trả lời

Ngay ngày hôm sau, phái đoàn Quốc Hội tới gặp Thứ trưởng Ngoại giao Phạm Gia Khiêm[2]. Ngay trong buổi họp này, cả Dân biểu Sanchez và Đại sứ Marine đều lên tiếng phản đối vụ xô xát xảy ra hôm trước, theo công điện để ngày 11 tháng 4, 2007. Công điện ký tên Đại sứ Marine và được Dân biểu Solomon Ortiz, trưởng phái đoàn, thông qua trước khi gởi đi.

Tại buổi họp, Dân biểu Sanchez nói bà sẽ báo cáo lại với cử tri về tình trạng *"thụt lùi về nhân quyền"* tại Việt Nam. Đại sứ Marine gọi sự việc đó là *"một cảnh xấu xa"* ông chưa từng thấy tại Việt Nam. *"Vụ này không phản ảnh tốt cho quan hệ chúng ta,"* ông nhấn mạnh.

Đáp lại, Thứ trưởng Khiêm không nói về vụ xô xát, mà trả lời rằng ông *"chia sẻ quan điểm của bà Sanchez về nhân quyền"* nhưng nói *"mỗi nước có điều kiện khác nhau và có luật được thông qua bằng sự nhất trí của đa số."* Ông quả quyết *"chỉ có những người vi phạm luật mới bị xét xử."*

Sau cuộc họp với Thứ trưởng Khiêm, phái đoàn qua gặp Phó Chủ tịch Quốc Hội Nguyễn Văn Yểu. Dân biểu Sanchez lại nêu lên vụ xô xát.

---

[2] Trong phái đoàn này có một người sau này nổi tiếng, là Dân biểu Joe Wilson tiểu bang South Carolina. Dân biểu Wilson là người ngắt lời diễn văn Tổng thống Barack Obama và la lên "Ông nói láo". Trong buổi họp với Thứ trưởng Khiêm, Dân biểu Wilson khen ngợi "nền kinh tế năng động của Việt Nam" và mối giao hảo quân sự giữa hai nước, nhắc lại là có hai sĩ quan Việt Nam sắp tốt nghiệp chương trình học tiếng Anh ở Mỹ bằng tiền tài trợ của Ngũ Giác Đài.

Đại sứ Marine cũng lên tiếng, nói ông *"chia sẻ sự thất vọng của Dân biểu Sanchez về vụ này cũng như về lý do an ninh do phía Việt Nam đưa ra để biện hộ."* Ông nói, *"những vị khách nữ này không hề là mối đe dọa cho ai cả."*

Phó Chủ tịch Yểu cũng không trả lời về vụ xô xát. Ông chỉ trả lời yêu cầu của bà Sanchez muốn đi thăm Luật sư Lê Quốc Quân trong tù, và nói lịch làm việc của phái đoàn đã được định sẵn từ trước và cũng không có đủ thời giờ để sắp xếp.

Cấp thấp: Tại cấp thấp hơn

Sau lúc đoàn dân biểu đi gặp Thứ trưởng và Phó Chủ tịch Quốc hội, thì ở tòa đại sứ, một viên chức Bộ Công an liên lạc với Tham tán Chính trị tòa đại sứ cũng trong ngày 6 tháng 4 và nói vụ này chỉ là do *"quan chức địa phương tự ý hành động, để bảo vệ ông đại sứ,"* theo một công điện khác đề ngày 8 tháng 4, 2007, ký tên Đại sứ Marine.

Người gọi cho Tham tán Chính trị là một *"đối tác của tòa đại sứ trong Bộ Công an."* Công điện không nêu tên người này. Người này nói ông được chỉ thị chuyển lời nhắn *"không chính thức"* của Bộ Công an. Ông nói: *"1) Sự việc xảy ra tại tư gia là do công an địa phương muốn bảo vệ ông Đại sứ, chứ không phải là chính sách gì của chính phủ Việt Nam hay của Bộ Công an; 2) Ông Đại sứ đã hành động 'bất hợp pháp' khi nhắc tới việc này tại buổi họp báo với Dân biểu Ortiz; 3) Những lời nói nặng nề của đại sứ là 'thiếu hiểu biết về tình hình thực tế vì ông chỉ biết những gì ông thấy trước mắt'; và, 4) Bộ Công an muốn thiết lập đường dây liên lạc trực tiếp tới tòa đại sứ để thảo luận những 'mối nguy hiểm' cho đại sứ và phó đại sứ 'nhằm tránh những việc tương tự xảy ra trong tương lai.'"*

Ngay lập tức, viên tham tán chính trị trả lời rằng viện dẫn *"quan chức địa phương tự ý hành động"* là một lời bào chữa yếu, so với số đông công an có mặt tại tư gia đại sứ, và những nỗ lực từ Bộ Công An ngăn chặn khách của đại sứ khiến họ còn không ra được nhà của họ. *"Tình trạng này rõ ràng là kết quả của một quyết định từ phía chính phủ Việt Nam và Bộ Công An can thiệp vào cuộc gặp mặt, là điều không chấp nhận được."*

Viên tham tán chính trị nói thêm, *"Tòa Đại sứ có quyền mở họp báo bất cứ lúc nào chúng tôi thấy thích hợp, và ông Đại sứ sẽ không chấp nhận chuyện bị bảo ban lúc nào được và không được nói chuyện với báo chí."*

Hai bên nói chuyện trong một cuộc đối thoại được miêu tả là *"có phần gay gắt"* (nguyên văn: *"somewhat heated"*), rồi cuối cùng bên kia đồng ý là tham tán chính trị cần gặp các viên chức Bộ Công an càng sớm càng tốt, *"nhưng ông ấy không muốn hứa chắc ngày giờ, cho tới sau khi có chỉ thị từ cấp trên."*

Bản công điện này cho biết ngay sau vụ xô xát bên ngoài tư gia đại sứ, viên tham tán chính trị đã liên lạc với cả 5 phụ nữ được mời. Cả 5 người đều bình yên, dù họ đều bị theo dõi. Riêng bà Trần Thị Lệ, mẹ Luật sư Lê Thị Công Nhân, đài BBC yêu cầu phỏng vấn và bên công an đã biết được yêu cầu này và "đe dọa" (chữ trong công điện) bà chớ có trả lời báo chí.

Phản công: Lỗi tại Mỹ

Tới gần cuối tháng, phía Việt Nam phản pháo. Ngày 27 tháng 4, Vụ trưởng Vụ Châu Mỹ Bộ Ngoại Giao Phạm Văn Quế gọi Đại sứ Marine lên làm việc, theo một công điện cùng ngày. Bức công điện miêu tả ông Quế là *"rõ ràng là không thoải mái."* Ông đưa cho Đại sứ Marine một công hàm phản đối việc tòa đại sứ Mỹ gặp gỡ các nhân vật bất đồng chính kiến. Bức công hàm bóng gió nhắc tới vụ xô xát:

"Công luận nhân dân Việt Nam rất bất bình với những lời phát biểu của Đại sứ về Khối 8406 và về việc sắp xếp gặp gỡ với thân nhân các thành phần chống đối chế độ. Tư gia của Đại sứ bị cho là nơi tổ chức họp các thành phần này, khuyến khích họ hoạt động vi phạm luật pháp Việt Nam và xâm phạm an ninh quốc gia Việt Nam."

Bức công hàm viết:

"Nhiều giới trong Việt Nam đặt câu hỏi về vai trò của Đại sứ Hoa Kỳ tại Việt Nam, không rõ là để tăng cường quan hệ song phương, hay là để gây bất ổn cho Việt Nam."

Công hàm đặt vấn đề về thời điểm các cuộc gặp gỡ:

"Những nỗ lực sắp xếp các cuộc họp với những cá nhân này được thực hiện vào những thời điểm nhạy cảm như cuộc viếng thăm của Tổng thống Bush, và của Dân biểu Sanchez, hay nhân dịp có Đối thoại Nhân quyền."

Công hàm đòi phía Mỹ đừng phát biểu và đừng gặp gỡ những nhân vật như thế nữa.

Đại sứ Marine đáp lại rằng *"giới lãnh đạo chính phủ Việt Nam cần hiểu là những hành động của ông và của tòa đại sứ ủng hộ nhân quyền là đáp ứng mối quan tâm của chính phủ Hoa Kỳ và người dân Mỹ."*

Ông nói, "Việc chúng tôi gặp các nhà hoạt động chính trị là một phần quan trọng trong công việc của đoàn ngoại giao và không nên xem là sự ủng hộ cho quan điểm chính trị của họ, mà là Hoa Kỳ bày tỏ niềm tin căn bản vào tầm quan trọng của tự do ngôn luận chính trị."

Ông nhắc lại là "các cuộc gặp gỡ trong chuyến viếng thăm của Bộ trưởng (Ngoại giao Mỹ) là đều có phối hợp với bên Việt Nam." Và ông nói thêm, cuộc gặp gỡ dự trù diễn ra tại tư gia ông "đã trở thành quan trọng gấp nhiều lần chính vì nó đã không thể diễn ra."

Quan trọng tới bao nhiêu? Câu trả lời có thể thấy thoáng qua trong một công điện 3 tháng sau đó, để ngày 24 tháng 7, 2007. Phân tích về việc các nước nhìn vào tình trạng nhân quyền Việt Nam, công điện này viết:

"Việc Việt Nam bắt giữ các nhà hoạt động nổi tiếng từ tháng 2 năm ngoái gây nên phản ứng mạnh mẽ của quốc tế. Các sự kiện khác, như vụ tại tư gia Đại sứ vào tháng 4, 2007 trong đó chính phủ Việt Nam chủ động ngăn chặn cuộc gặp giữa gia đình những người bất đồng chính kiến với Đại sứ và Dân biểu Loretta Sanchez, lại càng khiến quốc tế soi xét kỹ hơn. Trong tháng trước ngày Chủ tịch nước Nguyễn Minh Triết đi Washington vào tháng 6, chính quyền Việt Nam thả nhiều nhà bất đồng chính kiến."

Bức công điện nêu tên những người được thả: Ông Phan Văn Bàn, bị tù hơn 20 năm (chính xác là 29 năm, từ năm 1987 tới 2007, về tội thả truyền đơn ở Bà Rịa Vũng Tàu); ông Nguyễn Vũ Bình sau 4 năm trong tù; và Luật sư Lê Quốc Quân.

Công điện:

- "GVN Makes Excuses for April 5 Incident, Dissident Family Members Okay," 8/4/2007, từ Đại sứ Michael Marine, Tòa Đại sứ Hoa Kỳ tại Hà Nội. Loại bảo mật: Không bảo mật. http://wikileaks.org/cable/2007/04/07HANOI652.html.

- "Codel Ortiz Discusses Growing U.S.-Vietnam Ties, EMR Incident, with Senior MFA and National Assembly Officials," 11/4/2007, từ Đại sứ Michael Marine, Tòa Đại sứ Hoa Kỳ tại Hà Nội. Loại bảo mật: Không bảo mật. http://wikileaks.org/cable/2007/04/07HANOI675.html.

- "MFA Delivers Message: Stop Supporting Political Activists," 27/4/2007, từ Đại sứ Michael Marine, Tòa Đại sứ Hoa Kỳ tại Hà Nội. Loại bảo mật: Không bảo mật. http://wikileaks.org/cable/2007/04/07HANOI782.html.

- "Dissidents, Family Members Remain Under Pressure," 24/7/2007, từ Đại sứ Michael Marine, Tòa Đại sứ Hoa Kỳ tại Hà Nội. Loại bảo mật: Confidential. http://wikileaks.org/cable/2007/07/07HANOI1300.html.

Những phi vụ
của Huỳnh Ngọc Sỹ

Vũ Quí Hạo Nhiên

[2008] Vụ án nhận hối lộ của hãng PCI Nhật trong việc xây cất đại lộ Đông Tây tưởng đã không bao giờ đem ra xử vì gốc bự dù to của ông Huỳnh Ngọc Sỹ, cho tới khi Nhật tạm cắt viện trợ Việt Nam, theo các công điện của đoàn ngoại giao Mỹ ở Việt Nam gởi về, trong số tài liệu bị Wikileaks tiết lộ.

Số tiền ông Sỹ, phó giám đốc Sở Giao Thông Vận Tải và giám đốc Ban Quản Lý Dự Án đại lộ Đông Tây, nhận từ PCI được tiết lộ là lên tới $2.3 triệu đô la. Ông Sỹ còn bị phát giác ngăn chặn một dự án liên quan một công ty Mỹ chỉ vì công ty này không chịu đưa hối lộ.

❝The blog community jeered Son's statement as a as a poor attempt to protect the guilty and muzzle corruption reporting.

Ăn hối lộ hãng Nhật, đòi hối lộ từ hãng Mỹ

Dự án đại lộ Đông Tây là một chương trình viện trợ của Nhật cho Việt Nam, xây một tuyến đường, vừa xây mới vừa cải tạo đường cũ, chạy từ Bình Chánh vào tới Sài Gòn gần cầu Calmette, xuống hầm qua Thủ Thiêm rồi chạy tới Ngã ba Cát Lái trên đường về miền Tây.

Công ty thắng thầu dự án này năm 2001 và 2003, là PCI của Nhật. Nhưng tới tháng 8 năm 2008, báo chí Nhật đưa tin cảnh sát Nhật bắt giam 4 viên chức PCI về tội hối lộ. Lúc đó, tin tức chỉ mới tiết lộ số tiền lót tay là $820,000 (tất cả đơn vị tiền tệ trong bài là đô la Mỹ).

Lúc ra tòa, các viên chức này nêu danh người nhận hối lộ, là ông Huỳnh Ngọc Sỹ. Biện lý cuộc cho biết PCI nhận đã hối lộ cho ông Sỹ nhiều lần, cộng lại lên tới $2.3 triệu, nhưng phía biện lý cuộc quyết định chỉ truy tố trên cơ sở $820,000 thôi.

Vụ án tham nhũng này được nhắc đến trong một công điện đề ngày 3 tháng 9, 2008. Công điện này, ngoài việc tường trình vụ PCI, còn cho biết thêm về một vụ tham nhũng khác liên quan tới một hãng Mỹ, hãng tư vấn điều hành dự án CDM.

Tổng lãnh sự Kenneth Fairfax tiết lộ CDM từng nhờ tòa tổng lãnh sự can thiệp với chính quyền Sài Gòn về một hợp đồng vệ sinh môi trường đã được Ngân Hàng Thế Giới chấp thuận. Bây giờ CDM chỉ còn chờ Ủy Ban Nhân Dân Thành Phố đồng ý là bắt tay vào làm.

Thế nhưng giấy tờ bị kẹt tại Sở Giao Thông-Vận Tải nơi không ai khác hơn là ông Sỹ đứng đầu ban quản lý (PMU) cho dự án đó. Theo lời CDM, ông Sỹ muốn gặp riêng CDM sau giờ làm việc, bên ngoài văn phòng Sở Giao Thông-Vận Tải, điều mà CDM cho là sẽ dẫn tới việc bắt tay ngầm sau lưng nào đó. Không muốn làm chuyện mờ ám, CDM từ chối. Giấy phép sau đó đã không được cấp, và CDM nhờ tòa tổng lãnh sự giúp.

Dịp may đã tới vào ngày 7 tháng 8, vài ngày sau khi tin tức bên Nhật tung ra. Một phái đoàn dân biểu Mỹ sắp tới Sài Gòn để thảo luận về hạ tầng cơ sở, và tòa tổng lãnh sự báo cho thành phố biết họ sẽ nói về vụ CDM.

Sáng hôm đó, Phó Chủ Tịch UBND Thành Phố Lê Thành Tài tới trễ mất vài phút khi gặp phái đoàn. Ông nói ông vừa họp với đại diện CDM ở ngay phòng bên cạnh. Trong buổi họp đó, ông Tài không chỉ báo cho CDM biết giấy phép đã được cấp, mà ông Sỹ cũng bị đẩy ra khỏi vị trí điều khiển PMU cho dự án này.

Chối

Bị đối mặt với tối thiểu hai vụ án hối lộ mà bị ngoại quốc biết được, vụ CDM với Mỹ và vụ PCI với Nhật, "Thành phố sẽ trả lời thế nào?" - ông Fairfax đặt câu hỏi.

Câu trả lời: *"Phản ứng đầu tiên là chối,"* ông viết. Ngày 5 tháng 8, khi tin tức từ Nhật vừa loan tin về đến Việt Nam, một đại diện UBND nói họ *"chưa nhận được thông tin chính thức"* từ phía Nhật và ông Sỹ đã giải trình thích đáng.

Tuy nhiên, điều này không che được mắt phía Mỹ vì họ đã biết rằng, tới ngày 7 tháng 8, ông Sỹ đã bị đẩy ra khỏi dự án liên quan tới CDM, một động thái mà ông Fairfax gọi là *"tích cực."*

Được một động thái tích cực thì sau đó lại là một động thái tiêu cực. Thứ Trưởng Ngoại Giao Hồ Xuân Sơn phản bác lại tin tức từ phía Nhật,

Huỳnh Ngọc Sỹ bị đưa ra phiên tòa sơ thẩm hôm 11 tháng 3, 2009.
(Hình: AFP/Getty Images)

khẳng định là *"Thực tế chứng minh chính phủ Việt Nam đã quản lý và sử dụng rất có hiệu quả, rất đúng mục đích nguồn ODA của Nhật Bản."*

Không những vậy, ông này còn yêu cầu báo chí Nhật đừng loan tin vụ tham nhũng. Ông nói, trong một bản tin Thông Tấn Xã Việt Nam: *"Chúng ta cũng đã đề nghị phía Nhật Bản trong khi vụ việc đang được điều tra, chưa có kết luận cuối cùng thì các cơ quan truyền thông đại chúng của Nhật Bản cũng như của Việt Nam đều không nên đưa tin, bài về việc này."*

Trích dẫn câu này, ông Fairfax viết:

"Cộng đồng blog giễu cợt phát ngôn của ông Sơn như là một trò dở, chỉ để bao che kẻ có tội và bịt miệng báo chí tường trình tham nhũng."

Tới đây, ông Fairfax trích dẫn "trang blog một cựu biên tập viên báo Người Việt" - chính là tác giả bài này, khi đó đã nghỉ tại báo Người Việt trước khi trở lại. Ông Fairfax tóm lược:

"Động tác của Bộ Ngoại Giao phản ánh thái độ vô lý và đáng xấu hổ của chính phủ, can thiệp vào truyền thông của một nước khác và giới hạn báo chí nước nhà. Điều này phản ảnh tư duy của giới lãnh đạo cấp cao Việt Nam về vai trò của báo chí - báo chí không được tường trình một vụ án cho

tới khi vụ án đó được giải quyết theo ý của các cấp lãnh đạo."

Nguyên văn trang blog là như sau:

"Đề nghị này của chính quyền Việt Nam phản ảnh những khái niệm này:

"* Chính quyền nước này nhúng tay vào công việc của 'các cơ quan truyền thông đại chúng' nước khác là chuyện... ngửi được.

"* Chính quyền bảo ban 'các cơ quan truyền thông đại chúng' không cho đưa tin, bài về việc này việc nọ, là chuyện ngửi được.

"* Báo chí 'nên' chờ mọi chuyện 'xong đâu đấy' rồi mới được đưa tin, đưa bài."

Bất khả xâm phạm cho tới khi...

Lý do ông Sỹ được bảo vệ lên tới Bộ Ngoại Giao, là vì gốc bự dù to của ông này. Người bao che cho ông Sỹ không ai khác hơn là Bí Thư Thành Ủy Lê Thanh Hải, sếp lớn của Sài Gòn và là một ủy viên Bộ Chính Trị, bản công điện viết.

Không những thế, con trai ông Sỹ chuẩn bị lấy con gái ông Hải, do đó *"mối liên hệ giữa Sỹ với Hải đã thân tình còn sắp thân tình hơn,"* ông Fairfax viết.

Với sự đùm bọc vững chãi như vậy, ông Sỹ mãi vẫn không bị điều tra. Tới tháng 12, Nhật tạm cắt một phần viện trợ cho Việt Nam.

Tin này được công bố trong một buổi họp của Nhóm Tư Vấn Quốc Tế (gồm các nước viện trợ cho Việt Nam) tại Hà Nội. Việc này được Đại Sứ Michael Michalak tường trình trong một công điện đề ngày 11 tháng 12, 2008.

"Tin này được (Đại Sứ Nhật Mitsuo Sakaba) tuyên bố trực tiếp trong buổi khai mạc có mặt Thủ Tướng (Nguyễn Tấn Dũng) thay vì trong một buổi họp riêng về việc chống tham nhũng dự trù diễn ra sau khi thủ tướng ra về," Đại Sứ Michalak viết.

Các phái đoàn khác, kể cả EU, Liên Hiệp Quốc, Hoa Kỳ, và Đan Mạch cũng lên tiếng về nhu cầu chống tham nhũng, trong bài diễn văn khai mạc, trước mặt thủ tướng.

Ông Dũng tỏ vẻ bất bình và nói: *"Chúng tôi yêu cầu Nhật cung cấp bằng chứng nhưng họ không thể điều tra ở đây được... và chúng tôi không thể truy tố ai dựa theo tin tức trên báo chí."*

Một viên chức tòa Đại Sứ Nhật nói với tham tán chính trị Mỹ họ ngạc nhiên trước phản ứng của Việt Nam vì thật ra viện trợ của Nhật bị cúp trước đó mấy tháng rồi. Bà này nói phía Nhật tin rằng vụ hối lộ này có liên quan tới nhiều người, không chỉ có ông Sỹ.

Thêm chi tiết vụ án được tiết lộ trong một công điện khác để ngày 30 tháng 12. Trong một buổi ăn trưa, Đại Sứ Nhật Mitsuo Sakaba nói thêm cho Đại Sứ Michalak biết về vụ án:

"Sau cuộc điều tra sơ khởi, nhà chức trách Nhật tới Việt Nam để tiếp tục điều tra và tìm thêm bằng chứng cho vụ án ở Nhật. Họ không được phía Việt Nam chính thức hợp tác và đành phải điều tra không chính thức trong hai tháng. Sau đó (tức khoảng tháng 10) phía Việt Nam bắt đầu điều tra."

Đại Sứ Sakaba nói: *"Viên chức PCI thú nhận đã trao tổng cộng $2.3 triệu cho Sỹ để được chọn là tư vấn trưởng cho dự án đại lộ Đông Tây,"* và cho biết thêm về chuyện trao tiền:

"Có nhiều tay trung gian cho PCI, chuyển nhiều món tiền khác nhau, nhưng tất cả đều đưa tiền cho một người, là ông Sỹ."

Bộ Trưởng Công An Lê Hồng Anh là người do dự không muốn công khai điều tra ông Sỹ. Phải tới sau khi chính phủ Nhật áp lực, Thủ Tướng Dũng mới công khai tuyên bố điều tra và Bộ Trưởng Anh miễn cưỡng đồng ý.

Một trong những vấn đề bên Nhật đòi hỏi, là Việt Nam phải trả lại số tiền $30 triệu đã trả cho PCI. Đây là lần đầu tiên trong lịch sử Nhật đòi lại tiền viện trợ. Ông Sabaka nói ngay cả trong vụ PMU-18, nước Nhật cũng không đòi tiền lại và chính phía Việt Nam tự ý trả lại trị giá hai chiếc xe được cho là mua bất hợp pháp.

Việc Nhật cúp viện trợ, tuy phía Nhật nói với Mỹ là "không phải để áp lực Việt Nam," nhưng cũng đã có tác dụng đó. Năm ngày sau khi công bố tin viện trợ bị cắt, ông Sỹ bị bắt, bị truy tố.

Tới tháng 2 năm 2009, Nhật nối lại nguồn viện trợ. Ông Sỹ bị kết án vào tháng 9 với bản án 3 năm tù và tới tháng 10, một bản án khác được đưa ra, tuyên phạt ông Sỹ tù chung với tội danh *"nhận hối lộ."*

Công điện:

- "HCMC transportation official at the heart of new PMU scandals," 3/9/2008, từ Kenneth J. Fairfax, Tổng Lãnh sự Hoa Kỳ tại Thành phố Hồ Chí Minh. Loại bảo mật: Confidential. http://www.wikileaks.org/cable/2008/09/08HOCHIMINHCITY801.html

- "Behind Japan's Suspension of Assistance to Vietnam," 11/12/2008, từ Michael Michalak, Đại sứ Hoa Kỳ tại Hà Nội. Loại bảo mật: Confidential. http://www.wikileaks.org/cable/2008/12/08HANOI1348.html

- "Japanese Ambassador on corruption case," 30/12/2008, từ Michael Michalak, Đại sứ Hoa Kỳ tại Hà Nội. Loại bảo mật: Confidential. http://www.wikileaks.org/cable/2008/12/08HANOI1413.html

Blogger Điếu Cày bị vu cáo

Vũ Quí Hạo Nhiên

[**2008**] Nhà cầm quyền Việt Nam dựng lên một vụ án chống thuế truy tố blogger Điếu Cày, nhưng điều này không lừa được ngoại giao đoàn Mỹ, khi Tổng Lãnh Sự Ken Fairfax tại Sài Gòn kết luận đây là một loại chiến thuật *"để tránh bị quốc tế phản đối vì đàn áp nhân quyền"* - theo tiết lộ trong một công điện đề ngày 11 tháng 9, 2008.

*Blogger Điếu Cày (thứ tư từ trái) biểu tình chống Trung Quốc trước
cửa Nhà hát Thành phố, tại Sài Gòn, tháng 1, 2008.
(Hình: Blog Nguyễn Tiến Trung)*

Công điện này cũng tường thuật về việc công an sách nhiễu những người khác trong câu lạc bộ Nhà Báo Tự Do (CLBNBTD), kể cả việc ép buộc chủ nhân khiến người ta mất việc. Trong số người được nhắc đến, có blogger Uyên Vũ, đạo diễn Song Chi, luật gia Phan Thanh Hải tức blogger AnhbaSG. (Blogger AnhbaSG tới tháng 10 năm 2010 cũng bị bắt không có lý do.)

Ngay khi blogger Điếu Cày bị bắt, ngoại giao đoàn Mỹ đã quan tâm. Đại Sứ Michael Michalak đã báo tin này về Washington trong một công điện đề ngày 22 tháng 4, 2008. Công điện này cũng được chuyển cho Tòa Đại Sứ Mỹ tại Bắc Kinh và ở tổ chức ASEAN.

Sau khi truy lùng trong một tháng, công an Việt Nam đã tìm ra Điếu Cày ở Đà Lạt và bắt ông này trong cuối tuần 19-20 tháng 4, 2008. Khi đó, công an Việt Nam chưa nói rõ lý do bắt Điếu Cày, nhưng Đại Sứ Michalak cho rằng họ có thể bắt người vì sợ ảnh hưởng tới việc rước đuốc Thế Vận Hội Bắc Kinh.

Công điện của Đại Sứ Michalak cho biết Điếu Cày đã bị công an chiếu cố sau khi biểu tình chống Thế Vận Hội, vào ngày 19 tháng 1, 2008. Cuộc biểu tình diễn ra trên bục thềm nhà hát thành phố, khi ông Điếu Cày và nhiều người khác *"chưng biểu ngữ kêu gọi tẩy chay Thế Vận Hội Bắc Kinh"*.

Một trong những biểu ngữ này được Đại Sứ Michalak miêu tả là *"mang hình ảnh, nay đã quen thuộc, với vòng tròn Thế Vận Hội được thay bằng hình còng số 8"*. Ngay sau đó, Điếu Cày bị công an gọi lên làm việc 9 lần, và nhiều chủ đất bị cảnh cáo không cho ông Điếu Cày thuê mặt tiền để làm ăn.

Công điện của Tổng Lãnh Sự Fairfax chú trọng riêng về vụ án blogger Điếu Cày, tên thật là Nguyễn Văn Hải. Tổng Lãnh Sự Ken Fairfax tóm tắt như sau, theo lời kể của luật sư bào chữa cho Điếu Cày, Luật Sư Lê Công Định:

"Phiên tòa dài 6 tiếng kết thúc với tòa án kết luận Điếu Cày và vợ ông phạm tội trốn thuế trên hai căn nhà cho thuê tại TP. HCM. Điếu Cày bị tuyên án 2 năm rưỡi tù, vợ ông bị 1 năm tù treo và 18 tháng quản chế. Hai vợ chồng cũng bị phạt $48,000, tức là gấp đôi số tiền tòa cho là họ thiếu thuế."

TLS Fairfax nhận xét: *"Bản án được đưa ra mặc dù bằng chứng do đội biện hộ 4 luật sư đưa ra cho thấy người thuê đã ký hợp đồng nhận trách nhiệm trả thuế. Tại tòa, người thuê chối họ không ký hợp đồng này. Phía kiểm sát viên gọi bản hợp đồng là một bản 'giả mạo tinh vi' nhưng Luật Sư Định cho rằng người thuê bị chính quyền ép phải chối bỏ bản hợp đồng trước phiên tòa."*

Công điện trích dẫn lời Luật Sư Lê Công Định cho rằng Điếu Cày bị truy tố *"vì những hoạt động khác"* - ám chỉ những bài viết trên blog và sinh hoạt trong câu lạc bộ Nhà Báo Tự Do. Bằng chứng là sự có mặt của công an chính trị PA 35 lúc ông Điếu Cày bị bắt và lúc khám nhà ông này. Luật Sư Định cũng cho biết trong những phiên *"làm việc"* với công an trước khi bị bắt, công an chỉ hỏi Điếu Cày về những hoạt động này.

Án 2 năm rưỡi tù của blogger Điếu Cày kết thúc vào tháng 10, 2010. Tuy nhiên, chính quyền Việt Nam tự tiện tiếp tục giam ông này cho tới nay, không đưa ra lý do gì và cũng không cho gia đình gặp mặt. Vào tháng 7 năm 2011, một trung tá công an khi ra tiếp vợ ông Điếu Cày tiết lộ *"ông Hải bị mất tay"* trong tù.

Câu lạc bộ Nhà Báo Tự Do (tiếng Anh là Freelance Journalists Club - FJC) là một nhóm blogger quen nhau 2 năm trước đó qua mạng. Ông Fairfax miêu tả bài viết của nhóm CLBNBTD là bao gồm những đề tài chưa được báo chí nhà nước tường thuật đầy đủ: *"Vụ sập cầu Cần Thơ, đình công, Công Giáo đòi lại đất ở Hà Nội và các đề tài khác."*

Công an làm khó dễ CLB Nhà báo Tự do

Từ viết bài, CLBNBTD tiến tới hành động cụ thể hơn, như biểu tình trước nhà hát thành phố và dự định biểu tình nữa vào tháng 4, 2008. "Kết quả là, Điếu Cày và bạn hữu trong nhóm CLBNBTD bị chính quyền soi mói," TLS Fairfax viết.

> **❝**The decision to prosecute him on evidently spurious tax charges rather than the vague "national security" provisions ... appears to ... attempt to avoid international pressure over political repression by cloaking it under the rubric of rule of law."

Một nạn nhân là blogger Uyên Vũ. *"Công an đe dọa người chủ là sẽ 'xem xét rất kỹ' chuyện làm ăn của công ty này nếu công ty còn 'tiếp tục chứa chấp' Uyên Vũ"*. Blogger Uyên Vũ *"không còn chọn lựa nào khác hơn là 'tình nguyện' nghỉ việc"*.

Một nạn nhân nữa là đạo diễn Song Chi. Chính quyền đến gặp Xưởng Phim Truyền Hình Thành Phố, sau khi xưởng phim này chọn cô để đạo diễn một bộ phim mới. Công an đưa ban giám đốc xem bài blog của Song Chi và nói cô *"có vấn đề chính trị và tư tưởng phức tạp"*. Câu này được TLS Fairfax miêu tả là *"lời nói được xem là án tử hình cho người làm truyền hình"*. Sau đó, xưởng phim này rút lại lời mời Song Chi, rồi sau vụ đó cô không tìm được việc đạo diễn nào nữa.

Công điện của TLS Fairfax cũng nhắc tới trường hợp Phan Thanh Hải tức blogger AnhbaSG. *"Vợ ông có lần bị an ninh thường phục dọa sẽ cho 'tai nạn chết người.'"* Công ty của ông không tìm được chỗ thuê văn phòng. Hải sau đó phải sang tên công ty cho người nhà và không nhúng tay vào nữa để đỡ bị sách nhiễu. Blogger này là luật gia, và, theo công điện cho biết, *"gặp khó khăn khi gia nhập Đoàn Luật Sư TP. HCM, và nói mặc dù các thành viên đoàn luật sư ủng hộ nhưng 'cấp trên' chặn đơn của anh".*

Hai năm sau khi TLS Fairfax viết những dòng chữ trên, blogger AnhbaSG bị an ninh bắt đi ngày 23 tháng 3, 2010. An ninh không xuất trình giấy tờ gì mà xông thẳng vào nhà, đập phá khám xét rồi lôi AnhbaSG đi, theo lời một nhân chứng sống gần nhà kể lại cho trang web CLBNBTD. Nhân chứng này kể, *"Tui thấy hơn chục thanh niên đạp cửa, tràn vào nhà chú kia (AnhBaSG), tui nghe thấy tiếng đập phá đồ đạc, chú kia la hét dữ quá... Tui tính tới gần coi chuyện gì xảy ra, thì một cậu thanh niên trông rất cô hồn đuổi tui đi. Tui chỉ kịp thấy chú kia bị vài thanh niên bóp cổ, bẻ tay đưa lên xe."*

Cho tới nay, gần một năm sau, vẫn chưa có lời giải thích nào từ giới chức thẩm quyền về lý do AnhbaSG bị bắt.

Vụ án Điếu Cày tiếp tục được ngoại giao đoàn Hoa Kỳ quan tâm. Đại Sứ Michalak nhắc lại vụ này trong công điện đề ngày 6 tháng 8, 2009, chuẩn bị cho chuyến viếng thăm của Thượng Nghị Sĩ Jim Webb tới Việt Nam.

Về tự do ngôn luận, công điện này nhắc: *"Trong bản báo cáo hồi tháng 5, Ủy Ban Bảo Vệ Nhà Báo (Committee to Protect Journalists) xếp Việt Nam vào hạng '10 chỗ tệ nhất cho blogger' phần lớn là vì bắt giữ blogger Điếu Cày vào tháng 9, 2008; vụ bắt blogger Nguyễn Tiến Trung vào tháng 7, 2009 lại càng nhấn mạnh điều này hơn."*

Việc sách nhiễu các blogger được TLS Fairfax miêu tả là *"phương pháp để chính quyền đàn áp các nhà hoạt động một cách tinh vi hơn nhưng vẫn hiệu quả".* Ông so sánh với thời năm 2006-2007, khi các nhà hoạt động bị bắt giam với tội danh vi phạm an ninh quốc gia, khiến thế giới *"phẫn nộ lên án".* Sau đó, chính quyền Việt Nam, theo TLS Fairfax, *"đổi chiến thuật, nhưng cũng với cùng kết quả".*

Chiến thuật mới, theo ông, gồm có: *"Công an theo dõi liên tục, thường xuyên gọi lên giữ lại để làm việc, và gây trở ngại cho công ăn việc làm của các nhà hoạt động và gia đình họ."* Chiến thuật này *"không có gì mới nhưng có vẻ ngày càng được dùng nhiều hơn, để chính phủ Việt Nam có thể che đậy bằng bình phong của một nhà nước pháp quyền."*

Tuy nhiên, ông đánh giá những biện pháp này vẫn không chặn nổi dư luận. *"Chi tiết về vụ án Điếu Cày, về những cuộc biểu tình đòi lại đất của người Công Giáo ở Hà Nội, và cơn sốt chống Trung Quốc vì Trường Sa-Hoàng Sa vẫn có thể tìm thấy được rộng rãi trên thế giới blog Việt Nam."*

Công điện:

■ "Blogger Dieu Cay convicted for tax evasion," 11/9/2008, từ Kenneth J. Fairfax, Tổng Lãnh sự Hoa Kỳ tại Thành phố Hồ Chí Minh. Loại bảo mật: Confidential. http://wikile-aks.org/cable/2008/09/08HOCHIMINHCITY815.html.

■ "Anti-Olympics blogger arrested," 22/4/2008, từ Michael Michalak, Đại sứ Hoa Kỳ tại Hà Nội. Loại bảo mật: Không bảo mật. http://wikileaks.org/cable/2008/04/08HANOI458.html

■ "Scenesetter for Senator Webb's August visit to Vietnam," 6/8/2009, từ Michael Michalak, Đại sứ Hoa Kỳ tại Hà Nội. Loại bảo mật: Không bảo mật. http://wikileaks.org/cable/2009/08/09HANOI740.html

Việt Tân vào tù thăm bạn,
xôn xao Ngoại Giao Đoàn

Vũ Quí Hạo Nhiên

[**2008**] Năm 2008, ba đảng viên Việt Tân về nước vào Tổng Cục An Ninh để thăm bạn đang bị giam trong đó, rồi cả 3 bị công an giam lại.

Chuyện này ngay lập tức làm xôn xao ít nhất hai đoàn ngoại giao ở Việt Nam và họ rất quan tâm tới vấn để này, theo lời tường trình trong công điện được Wikileaks tiết lộ.

Đảng viên Việt Tân Mai Hữu Bảo về lại California được đón tiếp
trong một buổi lễ tổ chức tại hội trường đài Little Saigon Radio, sau khi cố tình
vào tù cộng sản thăm bạn, khiến bị cộng sản giam. (Hình: Vũ Quí Hạo Nhiên)

Vụ này xảy ra tháng 4, 2008. Ba đảng viên Việt Tân là Mai Hữu Bảo từ Mỹ, Bác Sĩ Nguyễn Thị Xuân Trang từ Thụy Sĩ, và Nguyễn Tấn Anh từ Úc, hẹn nhau về Việt Nam để đi thăm nuôi các đảng viên Việt Tân đang bị giam từ tháng 11 năm 2007, mà chưa đưa ra tòa. Cả ba đều là công dân các nước này.

Theo lời kể lại sau này, ba người hẹn nhau ở Sài Gòn, rồi cùng vào nhà giam của Tổng Cục An Ninh, đường Nguyễn Văn Cừ quận 1, để thăm nhóm Việt Tân bị bắt. Họ mang thực phẩm và thuốc men vào thăm nuôi nhóm này.

Ba người vào trong đó buổi sáng ngày 3, rồi không thấy trở ra nữa.

Sáng ngày 4, một người bạn của Bảo là Tammy Trần ở Mỹ gọi về cho Tổng Lãnh Sự Mỹ tại Sài Gòn, theo lời Đại Sứ Michael Michalak kể lại trong công điện cùng ngày. Công điện này viết:

"Cô Trần nói ông Mai là một đảng viên Việt Tân đã tới đó để thăm các đảng viên Việt Tân khác, trong đó có ông Nguyễn Quốc Quân."

> **"**...it is probable that these three individuals understood that they would not gain access to their imprisoned colleagues, but rather hoped to peacefully highlight their cause...**"**

Lúc đó, trong tù đang giam giữ 4 đảng viên Việt Tân trong đó có hai người quốc tịch nước ngoài, là Tiến Sĩ Nguyễn Quốc Quân quốc tịch Mỹ, và ông Somsak Khunmi tức Nguyễn Quốc Hải quốc tịch Thái Lan.

Tuy nhiên, vào lúc đó, Tammy Trần nói *"cô không biết ông (Mai Hữu Bảo) có tới được nhà giam hay không - lần cuối cùng cô nhận được email của anh là trước đó một ngày, trong đó anh nói anh 'bận và sẽ gởi email tiếp.'"* Cô Tammy Trần cũng nói Việt Tân biết và ủng hộ hành động của Mai Hữu Bảo.

Cùng ngày 4, viên tham tán thông tin-văn hóa tòa đại sứ tại Hà Nội được một nhà báo Mỹ gọi tới. Nhà báo này nói *"ông được một đảng viên Việt Tân ở Mỹ cho biết có 4 đảng viên Việt Tân, trong đó có một công dân Mỹ, vào thăm Nguyễn Quốc Quân trong tù hôm trước nhưng không thấy ai trở ra,"* Đại Sứ Michalak viết trong công điện. Con số 4 người không chính xác nhưng là con số được ghi trong công điện.

Bà vợ Tiến Sĩ Nguyễn Quốc Quân cũng nói với Tổng Lãnh Sự Mỹ là ngoài một công dân Mỹ, có thêm một công dân Úc, và một công dân Thụy Điển (thật ra là Thụy Sĩ) cùng đi theo vào thăm ông Quân.

Tới buổi chiều, bức công điện cho biết, viên tham tán chính trị tòa đại sứ Thụy Sĩ gọi cho tham tán chính trị tòa đại sứ Mỹ.

Bên Thụy Sĩ nói với bên Mỹ, có tin rằng 3 người ngoại quốc bị bắt: 1 công dân Mỹ, 1 công dân Thụy Sĩ, 1 công dân Úc, tất cả đều gốc Việt và đều là đảng viên Việt Tân, đã vào Việt Nam với mục đích đi thăm một đảng viên Việt Tân khác.

Đại Sứ Michalak bèn gọi cho Thứ Trưởng Ngoại Giao Phạm Bình Minh. Công điện cho biết Đại Sứ Michalak nhấn mạnh hai điểm: Nhu cầu của đoàn ngoại giao Mỹ phải biết tin tức, và lập trường của Mỹ là chống đối những hành động đàn áp người hoạt động chính trị ôn hòa.

Cùng lúc đó, Phó Đại Sứ Jonathan M. Aloisi gọi cho ông Nguyễn Bá Hùng, vụ trưởng Vụ Châu Mỹ tại Bộ Ngoại Giao. Ông Aloisi nói lãnh sự Mỹ phải có quyền bảo vệ những công dân Mỹ trong vụ này.

Ông Hùng nói ông không biết gì, nhưng cũng cho biết ý kiến *"cá nhân"* của ông là Việt Tân muốn lật đổ chính quyền cộng sản và do đó là khủng bố.

Sau khi bị giam 48 tiếng, các đảng viên Việt Tân này được thả ra và bị trục xuất ra khỏi Việt Nam, theo một công điện khác để ngày 7 tháng 4, 2008.

Tòa đại sứ Thụy Sĩ nói với bên Mỹ là có tin 3 người này được thả ra vào ngày 5 tháng 4. Nhân viên tòa tổng lãnh sự xác nhận ông Mai Hữu Bảo đã rời Việt Nam qua ngả Hong Kong về Mỹ.

Trong một buổi tiếp tân ở Little Saigon sau đó, Mai Hữu Bảo cho biết khi ba đảng viên Việt Tân vào gõ cửa nhà giam Nguyễn Văn Cừ (trước đây là trụ sở tổng nha cảnh sát trên đường Cộng Hòa), tự xưng là đảng viên Việt Tân muốn vào thăm Tiến Sĩ Nguyễn Quốc Quân, viên công an canh cổng sững sờ ngạc nhiên, bối rối không biết trả lời ra sao, phải gọi hỏi cấp trên trước khi mời 3 người vào trong rồi sau đó tách riêng ra giam và hỏi cung.

Công điện của Đại Sứ Michalak trích lời thông cáo báo chí của Việt Tân, được dịch ngược lại tiếng Việt như sau: *"Hành động nhân đạo thăm bạn trong tù của 3 đảng viên Việt Tân này đã không được đáp ứng. Ngược lại sau khi bước vào trại giam lúc 10 giờ sáng họ đã bị giam giữ trái phép, bị tịch thâu điện thoại, cắt đứt mọi liên lạc với thế giới bên ngoài. Sau khi đã mất tích 24 tiếng, bạn bè báo động tòa lãnh sự Thụy Sĩ, Mỹ và Úc và họ đặt vấn đề với chính quyền về vụ này. Không ngụy tạo hay chứng ra được bằng chứng tội phạm trong chuyến viếng thăm nhân đạo này, chính quyền Hà Nội phải trả tự do cho 3 người."*

Mục tiêu chính trị đằng sau cả cuộc viếng thăm lẫn phản ứng của Hà Nội không qua mắt Đại Sứ Michalak. Ông viết lời bình luận trong công điện như sau:

"Xưa nay ai cũng biết là ngay cả người trong gia đình cũng còn không được Việt Nam cho vào thăm tù đang bị giam giữ để điều tra, nên rất có thể là ba người này biết họ sẽ không được vào thăm bạn mà chỉ muốn nêu bật vấn đề một cách ôn hòa. Phía Việt Nam, quyết định trục xuất những người này, cũng nằm trong mục tiêu giảm thiểu sự chú ý của quốc tế tới sự việc."

Công điện:

- "Possible detention of Amcit Viet Tan member in Ho Chi Minh City," 4/4/2008, từ Michael Michalak, Đại sứ Hoa Kỳ tại Hà Nội. Loại bảo mật: Không bảo mật. http://wikileaks.org/cable/2008/04/08HANOI389.html

- "Detained Viet Tan members released; Nguyen Quoc Quan remains under detention," 7/4/2008, từ Michael Michalak, Đại sứ Hoa Kỳ tại Hà Nội. Loại bảo mật: Không bảo mật. http://wikileaks.org/cable/2008/04/08HANOI395.html

Mỹ nhận định vụ đàn áp
dân oan An Giang

Hà Giang

[**2008**] Vào đầu Tháng Tư năm 2008, các cơ quan truyền thông quốc tế như RFA, BBC liên tiếp đưa tin về một cuộc xung đột đưa đến bạo lực ở tỉnh An Giang. Trong vụ này, công an Việt Nam đàn áp những người Khmer Krom khiếu kiện đòi đất, gây thương tích cho một số người, bắt giam và đưa đi mất tích một số người khác.

❝...the GVN military conducted raids in early April into the protestors' villages, leaving several injured...**❞**

Cùng lúc đó, Khmer Kampuchea-Khom Federation (KKF), một tổ chức ủng hộ người Khmer lưu vong có trụ sở tại Mỹ, từ lâu đã bị nhà cầm quyền Hà Nội coi là "chống chính phủ Việt Nam," phổ biến một thông cáo báo chí ngày 9 Tháng Tư, lên án Việt Nam nặng tay đàn áp người dân tộc Khmer biểu tình phản đối việc chiếm đất tại xã Châu Lăng, huyện Tri Tôn, tỉnh An Giang.

Sự kiện này ngay sau đó đã được các tổ chức nhân quyền quốc tế HRW lên tiếng phản đối, tuy nhiên Bộ Ngoại Giao Hoa Kỳ không bày tỏ phản ứng.

Nhưng im lặng không có nghĩa là không quan tâm!

Một công điện gửi từ Sài Gòn về cho Bộ Ngoại Giao Hoa Kỳ ngày 21 Tháng Tư năm 2008, do Wikileaks tiết lộ, cho thấy nhân viên Tòa Lãnh Sự ở TP.HCM đã âm thầm tìm hiểu sự kiện và gửi đến Hoa Thịnh Đốn bản tường trình.

Với một nhập đề trực khởi, công điện cho biết là trước tin những xung đột nhỏ nhưng đầy bạo lực dẫn đến bởi tranh chấp đất đai chưa được giải quyết đã nổ ra giữa dân tộc thiểu số Khmer và quân đội của nhà cầm quyền tại hai tỉnh An Giang, và Sóc Trăng thuộc đồng bằng sông Cửu Long, *"Tòa lãnh Sự Hoa Kỳ tại Sài Gòn đã gửi người đi kiểm chứng."*

Người dân ở vùng nông thôn An Giang còn rất nghèo.
(Hình: Hoang Dinh Nam/AFP/Getty Images)

Công điện cho biết, theo tin của KKF, một nhóm người dân tộc Khmer (không rõ con số bao nhiêu), *"phẫn uất vì nhà cầm quyền Việt Nam vô cớ phá hủy một cây cầu trong khu họ ở, đã tập trung vào ngày 7 tháng 4, 2008 để biểu tình phản đối."* Nhà nước Việt Nam phản ứng bằng cách *"kéo đến bố ráp làng của họ ngày hôm sau"* và lùng bắt hai người tên là Châu Hen và Châu Út. Châu Hen bị bắt còn Châu Út thì mất tích, ngoài ra, cũng theo KKF, còn có ít nhất 4 người khác bị thương.

Tường trình kết quả điều tra, công điện cho biết, sau cuộc trò chuyện với một vị sư trong làng, nhân viên tòa Lãnh Sự Hoa Kỳ xác định tin về vụ biểu tình và cảnh sát đột kích ở hai làng An Lợi và Tà On, tỉnh An Giang, là có thật.

"Theo lời nhà sư, vụ ruồng bố xẩy ra sáng sớm ngày 9 Tháng Tư năm 2011, vì đêm hôm 6 Tháng Tư, cảnh sát địa phương xã Châu Lang vô cớ đã phá hủy cây cầu dẫn đến cánh đồng lúa nơi nông dân ở đây cày cấy. Phẫn uất, 300 nông dân tập trung vào ngày 7 Tháng Tư và ném đá vào văn phòng Ủy Ban Nhân Dân xã."

Công điện còn cho biết là vị sư này cho biết trong cuộc phản công trả đũa của cảnh sát vào ngày 9, một số người Khmer thiểu số đã bị thương, trong đó có bố của Châu Út, còn Châu Hen và Châu Út thì bị bắt giữ."

Vẫn theo lời của vị tu sĩ, hầu hết những người bị thương bị từ khước không được chăm sóc y tế, còn hai ông Châu Hen và Châu Út, thì ngoài việc tham gia cuộc biểu tình phản đối việc phá hủy cầu, là hai người được nhà nước Việt Nam để ý từ lâu về những hoạt động khiếu kiện các tranh chấp đất đai trước đó.

Về chi tiết cuộc xung đột, công điện viết rõ: *"Vào ngày 10 Tháng Tư, hơn 100 người Khmer biểu tình khiếu kiện việc đất đai đã đụng độ với khoảng 1,000 bộ đội tại hai làng An Lợi và Tà On. Vị sư kể rằng, binh sĩ dùng gậy gộc đánh đập người biểu tình, còn người biểu tình thì có người vũ trang bằng dao. Những người Khmer bị thương, hầu hết bị từ chối các dịch vụ y tế."*

Vẫn theo công điện, một số phụ nữ đã bị công an hốt lên xe bắt đi, và dân làng vì quá sợ hãi, nên phải vào chùa để nương náu, còn nhà sư thì tìm cách tiếp xúc với hội đồng điều hành của Giáo Hội Phật Giáo Việt Nam, đã được nhà nước cho phép hoạt động, và Ủy Ban Nhân Dân xã cũng như công an, và được trấn an là "sẽ không xảy ra vụ bắt bớ nào nữa."

Về vụ xung đột ở tỉnh Sóc Trăng, công điện cho biết tòa lãnh sự cho biết là không xác định được cáo buộc của KKF là nhà nước Việt Nam "đốt nhà của một người phụ nữ Khmer, bắt bớ người Khmer khiếu nại đất đai, và ăn cắp mùa màng của họ."

Trong phần cuối của công điện, Tòa Lãnh Sự Sài Gòn cho Bộ Ngoại Giao biết là đang cố gắng để tìm hiểu thêm về lý do các cuộc biểu tình ở tỉnh An Giang, nhưng có thể xác định rằng việc tranh chấp đất đai tạo nên bất ổn là tin chính xác.

Công điện viết, *"Người dân tộc thiểu số Khmer trong vùng đồng bằng sông Cửu Long có một lịch sử tranh chấp đất đai (nhiều khi đưa đến bạo lực) lâu dài, với cả cơ quan có thẩm quyền của Việt Nam và hàng xóm đa số là người Kinh của họ. Tuy nhiên chi tiết của các sự việc xảy ra trong cộng đồng Khmer khó có thể tìm hết được, vì đây là một vùng hẻo lánh cộng với trở ngại của bất đồng ngôn ngữ (nhiều người Khmer không nói được tiếng Việt)."*

Tòa Lãnh Sự Hoa Kỳ ở Sài Gòn cho biết rằng hiện giờ *"chưa thể khẳng định rõ ràng là có liên quan nào giữa hai vụ người Khmer bị bắt và tổ chức KKF, tuy nhiên trước tình trạng phải đối diện không chỉ với một* 'nhóm dân Khmer đang sôi sục' và một nhánh Phật Giáo Hòa Hảo, 'trong quá khứ từng có lực lượng vũ trang,' cơ quan an ninh ở An Giang thường có lối cư xử hung hãn và một đường lối cứng rắn."

Công điện kết luận: "*Do đó, Tòa Lãnh Sự không ngạc nhiên trước những tin về sự đàn áp nặng tay của cảnh sát với người biểu tình Khmer trong khu vực, và sẽ tiếp tục theo dõi và tường trình tiếp.*"

Công điện:

■ "Clashes over land in the Mekong Delta," 21/04/2008 từ Kenneth J. Fairfax, Tổng Lãnh Sự Hoa Kỳ tại TPHCM. Loại bảo mật: Không bảo mật. http:// wikileaks.org/cable/2008/04/08HOCHIMINHCITY413.html

Bí quyết làm lệch phúc trình Nhân Quyền Liên Hiệp Quốc

Vũ Quí Hạo Nhiên

Tỏ vẻ vui mừng với bản báo cáo thường niên của Liên Hiệp Quốc về nhân quyền Việt Nam tại Liên Hiệp Quốc năm 2009, Thông tấn xã Việt Nam hớn hở đưa tin *"các nước đánh giá cao báo cáo nhân quyền của Việt Nam."* Bản tin này còn viết: *"Nổi bật trong phát biểu của các nước là sự đánh giá cao đối với những thành tựu đạt được trong công cuộc đổi mới của nhân dân Việt Nam và cam kết rõ ràng của Việt Nam đối với việc thúc đẩy quyền con người."*

❝The GVN delegation went as far as to station an official next to the queue to check off speakers from a list of countries..."

Đọc bản tin này, người ta thấy như TTXVN có nhu cầu nào đó phải tung hê bản báo cáo này. Mà bình thường, người quen đọc tin TTXVN sẽ đoán rằng có ai đó đã đầu tư nhiều vào bản báo cáo LHQ và bây giờ có nhu cầu tuyên truyền.

Một công điện gởi đi từ tòa đại sứ Mỹ tại Hà Nội cho thấy nhu cầu đó đến từ Bộ Ngoại giao Việt Nam. Bức công điện do Phó Đại sứ Virginia Palmer gởi đi ngày 5 tháng 6, 2009, cho thấy Việt Nam đã bỏ công sức và thời gian (chưa kể không biết trao đổi bằng những nhượng bộ gì) để có được bản báo cáo nhẹ nhàng và có lợi cho phía Việt Nam như vậy.

Hội đồng Nhân quyền LHQ gồm 192 quốc gia thành viên. Hàng năm, Hội đồng Nhân quyền LHQ xem xét tình hình nhân quyền các nước và đưa ra một bản báo cáo, thường gọi tắt là UPR (Universal Peri-

Biểu tượng của tổ chức Nhân Quyền Liên Hiệp Quốc

odic Review) về tình hình nhân quyền khắp nơi. Việt Nam chỉ là 1 trong các báo cáo, nhưng Việt Nam đặc biệt quan tâm đến báo cáo này.

Tại Geneva năm 2009, Việt Nam quan tâm tới mức có tới 29 người trong đoàn Việt nam tới dự. Theo lời Thứ trưởng thường trực Bộ Ngoại giao Phạm Bình Minh (nay là bộ trưởng) tuyên bố tại Geneva sau đó và được tường thuật lại trong công điện, đoàn Việt Nam có tới 22 người là bổ sung từ Hà Nội qua, đến từ 11 bộ khác nhau trong chính phủ. Đại sứ Mỹ tại Việt Nam Michael Michalak đã có mặt trong buổi họp đó.

Sau khi tự khen kết quả vận động cho báo cáo nhân quyền, Thứ trưởng Minh vẫn trách rằng có nhiều nước chỉ trích Việt Nam vì còn *"dựa trên thông tin sai lệch."*

Nhưng làm sao Việt Nam đã vận động được kết quả khiến họ vui mừng như vậy? Bức công điện trả lời câu hỏi này qua lời phái đoàn Canada, là một trong 3 nước phụ trách duyệt xét tình hình nhân quyền Việt Nam.

Cuộc họp Hội đồng Nhân quyền LHQ có giới hạn số phái đoàn lên phát biểu là 60 phái đoàn. Biết điều này, Việt Nam áp dụng một cách vận động rất đơn giản, bức công điện tiết lộ:

"Bốn tiếng trước giờ họp bắt đầu, Việt Nam đã cho người tháp tùng từng quốc gia thân thiện với họ -- Zimbabwe, Venezuela, Lào, Cuba, Trung Quốc, Miến Điện, Nga, Iran, Syria, Belarus và các nước khác -- đứng xếp

hàng để điều trần."

Theo lời Tham tán Chính trị Canada là ông Robert Burley, có mặt tại chỗ, *"phái đoàn Việt Nam còn cho người đứng ngay bên cạnh hàng, để đánh dấu danh sách các nước mà, Burley đoán, đã đồng ý sẽ điều trần có lợi cho Việt Nam."*

Phái đoàn Việt Nam cố gắng nhét phe mình vào báo cáo này cho tới phút chót:

"Khi hàng kéo dài tới khoảng 45 nước, đoàn Việt Nam bắt đầu thúc đẩy hết sức để các nước còn lại trong danh sách của họ nằm trong số 60 nước."

Ngoài ra, đối với các nước đưa những *"đề nghị"* cải thiện nhân quyền, Việt Nam vận động và thuyết phục họ giảm nhẹ lời lẽ trong đó. *"Một số nước đồng ý (Burley nhắc tới Úc và Thụy Sĩ), trong khi một số nước khác (Canada và Hoa Kỳ) thì không."*

Burley miêu tả mức độ vận động của đoàn Việt Nam là *"xưa nay chưa từng thấy."* Mức độ vận động của Việt Nam lên tới mức một số nước khiếu nại với Ban Thư Ký của Hội đồng Nhân quyền.

Trong khi ba nước được giao cho phụ trách xem xét nhân quyền Việt Nam, thì phái đoàn Việt Nam làm lơ hai nước còn lại là Nhật và Burkina Faso. Điều này khiến phái đoàn Nhật giận tới mức bỏ ra khỏi cuộc họp và dọa sẽ không tham gia nữa, cho tới khi đoàn Canada thuyết phục họ về lại.

Trong lúc Hội đồng Nhân quyền họp ở Geneva, thì ở Hà Nội Bộ Ngoại giao cũng giúp áp lực các nước thay đổi *"đề nghị"* cải thiện nhân quyền. Đại sứ Thụy Điển bị gọi lên hai lần, vì nước này đặt câu hỏi hóc búa cho đoàn Việt Nam.

Sau khi đoàn Mỹ điều trần, Thứ trưởng Minh *"càu nhàu với đoàn Canada là sau vụ Abu Ghraib và Guantanamo, Hoa Kỳ không có quyền chỉ trích tình trạng nhân quyền Việt Nam."* Abu Ghraib là nhà tù ở Iraq nơi Mỹ phát hiện lính của mình bạc đãi tù nhân và đã truy tố những binh sĩ này. Guantanamo là nhà tù trên đất Cuba nơi Mỹ giam tù nghi can khủng bố, tra tấn họ mà không đưa ra tòa.

Việt Nam cũng vận động cho cách trình bày bản báo cáo cuối cùng. Lối trình bày được Việt Nam chọn khiến cho những đề nghị nào được Việt Nam đồng ý được ghi lại hai lần, những gì Việt Nam bất đồng chỉ ghi một lần, nên bản báo cáo dài hơn báo cáo cho các nước khác tới 1/3.

Nhưng cũng chính vì chọn cách trình bày này, nên Việt Nam thất bại trong một nỗ lực vận động khác. Việt Nam muốn bản báo cáo không ghi tên một tù nhân chính trị nào cụ thể cả. Việt Nam phản đối rất mạnh, thậm chí kêu lên tới Ban Thư ký Hội đồng Nhân quyền, nhưng rồi đã thất bại. Một phần chính vì cách trình bày mà Việt Nam chọn, nên lần đầu tiên trong lịch sử Hội đồng Nhân quyền LHQ, bản báo cáo có ghi tên tù nhân chính trị cụ thể: Nguyễn Văn Lý, Nguyễn Văn Đài, và Lê Thị Công Nhân.

Do bỏ rất nhiều công sức thực hiện một cuộc vận động mạnh chưa từng thấy, không có gì lạ khi sau đó Việt Nam phải tự khen hay trong bản tin TTXVN. Tuy nỗ lực này làm lệch lạc bản báo cáo của Liên Hiệp Quốc, nhưng, như Phó Đại sứ Palmer kết luận: *"Mức độ tự biện hộ của Việt Nam cho thấy (ít nhất) Bộ Ngoại giao quan tâm tới những gì các nước khác nói về lối hành xử nhân quyền của Việt Nam."*

Công điện:
- "A behind-the-scenes look at Vietnam's UPR," 5/6/2009, từ Virginia Palmer, Phó Đại sứ Hoa Kỳ tại Hà Nội. Loại bảo mật: Confidential. http://wikileaks.org/cable/2009/06/09HANOI520.html

Phương Tây quan ngại "Nghị Định 97"

Đông Bàn

[**2009**] Công điện ngày 30 tháng 11, 2009 của Đại Sứ Hoa Kỳ Michael Michalak cho thấy, Hoa Kỳ và nhiều quốc gia Tây Phương quan ngại về Nghị Định 97 và xem nghị định này là một "bước lùi" của Việt Nam.

Các thành viên của Viện IDS trong một lần gặp gỡ ở Hà Nội. (Hình: Dân Luận)

Nghị Định 97 cấm các tổ chức khoa học và công nghệ công bố những ý kiến phản biện về đường lối, chủ trương chính sách của Đảng và Nhà Nước Việt Nam.

Công điện viết, phó đại sứ Hoa Kỳ cùng một số đại sứ các quốc gia khác lập đi lập lại quan ngại của mình với Bộ Trưởng Bộ Khoa Học và Công Nghệ Việt Nam Hoàng Văn Phong trong buổi gặp gỡ ngày 6 tháng 11, 2009. Các quan ngại liên quan đến *"ảnh hưởng tai hại của Nghị Định 97 về sự siết chặt hoạt động của các tổ chức nghiên cứu khoa học."*

Trong khi đó, Bộ Trưởng Phong lập luận, Nghị Định 97 không giới hạn hoạt động của các tổ chức nghiên cứu độc lập. Ông ấy khẳng định

Việt Nam *"bảo đảm duy trì các tiêu chuẩn nghiên cứu ở đẳng cấp quốc tế."*

Công điện viết tiếp, *"các đại sứ không đồng ý về cách diễn dịch hơi có vẻ lạc quan của ông Phong; đồng thời phát biểu rằng (nghị định) có thể cản trở những nỗ lực của Việt Nam trong việc thu hút giới đầu tư, giáo dục, và khoa học quốc tế."*

> **"**The Swedish Ambassador expressed the EU's concern that the Decree ... could cause investors to reject Vietnam as a potential research site..."

Buổi họp được tổ chức vào ngày 6 tháng 11, giữa Bộ Trưởng Hoàng Văn Phong và các đại diện ngoại giao Tây phương, chẳng hạn đại sứ Thụy Điển (đại diện khối Châu Âu), đại sứ Canada (đại diện Thụy Sĩ, New Zealand và Na Uy).

Bộ Trưởng Phong nói rằng, ông được Thủ Tướng Nguyễn Tấn Dũng yêu cầu trả lời 2 bức thư mà các đại sứ Tây phương gởi ngày 11 và 18 tháng 9, bày tỏ quan ngại của ảnh hưởng Nghị Định 97 lên các hoạt động xã hội dân sự, quyền tự do phát biểu, nghiên cứu khoa học, cũng như môi trường đầu tư của Việt Nam.

Trong phần bào chữa dài dẳng dặc, Bộ Trưởng Phong nói rằng nghị định này bao gồm các điều khoản trong bộ luật hiện hành của Việt Nam, và rằng nghị định không cản trở quyền của công dân tham gia vào các nghiên cứu khoa học và công nghệ cũng như quyền công bố kết quả các nghiên cứu ấy.

Tuy nhiên, vẫn theo ghi nhận của công điện, nghị định yêu cầu các tổ chức này đệ trình kết quả nghiên cứu lên các cơ quan nhà nước trước khi công bố ra công chúng.

Ông Phong cũng nói rằng chính phủ Việt Nam đang soạn thảo ba nghị định riêng biệt liên quan đến các lãnh vực hợp tác đầu tư và liên doanh với nước ngoài. Nhưng điều khiến ngoại giao đoàn thấy khó hiểu là ông Phong không thể trả lời các câu hỏi (được hỏi đi hỏi lại nhiều lần) liên quan đến các nghị định này.

Công điện cũng lưu ý: *"Mặc dầu Bộ Trưởng Phong nói là các bản thảo của các nghị định này đã được đưa lên website chính phủ, ngoại giao đoàn không thể tìm ra chúng."*

Đại sứ Thụy Điển nói rằng liên minh Âu Châu lo Nghị Định 97 sẽ gởi *"tín hiệu khó chịu cho giới kinh doanh, và rất có thể khiến giới đầu tư không còn xem Việt Nam là nơi nên đầu tư vào."*

Nghị định này cũng cấm các cơ quan phi chính phủ cũng như các viện nghiên cứu tham gia vào các nghiên cứu độc lập và công bố kết quả nghiên cứu. Ông đại sứ Thụy Điển bày tỏ hy vọng rằng Việt Nam sẽ tôn trọng các tiêu chí quốc tế về quyền tự do trong lãnh vực giáo dục. Đại sứ Canada thì nói Nghị Định 97 không phù hợp với các hướng dẫn do OECD ban hành. Đại sứ Canada bày tỏ hy vọng là chính phủ Việt Nam sẽ ban hành các hướng dẫn sử dụng một cách minh bạch, đồng thời cố gắng hạn chế ảnh hưởng tiêu cực của nghị định này.

Phó đại sứ Hoa Kỳ nói rằng Nghị Định 97 là một *"bước lùi của Việt Nam trong nỗ lực thúc đẩy khả năng nghiên cứu và phát triển."* (Và rằng) các vấn đề, cho dẫu là vấn đề nhạy cảm, cần phải được tranh luận và phổ biến công khai.

Phó đại sứ Hoa Kỳ cũng cảnh báo Nghị Định 97 có thể khiến các đại học Hoa Kỳ xem lại khả năng hợp tác với Việt Nam. Lý do là vì, *"ngăn cản quyền phổ biến nghiên cứu khoa học là đi ngược lại thông lệ quốc tế, đồng thời giảm thiểu những đóng góp ý kiến liên quan đến chính sách của chính phủ."*

Công điện viết, những vụ bắt bớ, sa thải và thuyên chuyển công tác gần đây liên quan đến các blogger và phóng viên khiến mọi người nghi ngờ khẳng định của ông bộ trưởng rằng mọi cá nhân đều có quyền tự do công bố nghiên cứu của mình.

Bộ Trưởng Phong thì lại cứ khẳng định là nghị định 97 phù hợp tiêu chuẩn quốc tế bởi vì nó cho phép các cá nhân được phổ biến kết quả nghiên cứu khoa học. *"Phong nói rằng các nhà khoa học có thể công bố kết quả trên các tạp chí của bộ, là nơi mà ông Phong cho là nguồn thông tin cho người dân cũng như giới đầu tư."*

(Có vẻ) liên quan đến vụ đóng cửa Viện Nghiên Cứu Độc Lập IDS, ông Phong nói có *"một số nhà nghiên cứu công bố kết quả của mình, làm xáo trộn dư luận xã hội, và điều đó là 'nguy hiểm.'"*

Công điện ghi nhận, ông Phong bảo rằng *"tất cả các thông tin ấy cần phải được 'kiểm chứng' trước khi công bố ra công chúng."*

Công điện bình luận, *"Nghị Định 97, cùng với bản thảo sau cùng của*

Nghị Định 88 và sự ngăn chặn Facebook là một loạt những hành động nhịp nhàng của Đảng Cộng Sản để ngăn chặn quyền thông tin và quyền tự do bày tỏ quan điểm của công dân. Trong khi Việt Nam chuẩn bị cho đại hội Đảng vào tháng 1, 2011, chắc chắn là sẽ còn những vụ đàn áp tự do ngôn luận, bao gồm cả việc siết chặt hơn nữa những cá nhân và tổ chức (chẳng hạn IDS), vốn bị coi là hiểm họa đối với nhà nước."

Công điện:

■ "Minister defends decree 97 in face of criticism from charge, other COMs," 30/11/2009, từ Michael Michalak, Đại Sứ Hoa Kỳ tại Hà Nội. Loại bảo mật: Không bảo mật. http://wikileaks.org/cable/2009/11/09AMEMBASSYHANOI1274.html

Khi nào Việt Nam vào Lực Lượng Hòa Bình Liên Hiệp Quốc?

Đỗ Dzũng

[**2009-2010**] Chính phủ Việt Nam muốn có ít nhất là hai năm để chuẩn bị dư luận trước khi đưa quân tham gia lực lượng gìn giữ hòa bình của Liên Hiệp Quốc, và ngần ngại không muốn làm chuyện này tại đại hội đảng lần thứ 11.

Đó là nội dung hai bức công điện gởi đi từ tòa đại sứ Hoa Kỳ ở Hà Nội về Washington, D.C. Bức đầu tiên ký tên Đại Sứ Michael Michalak gởi ngày 23 tháng 10, 2009 giải thích quan điểm của Việt Nam trong việc tham gia lực lượng gìn giữ hòa bình Liên Hiệp Quốc, gọi tắt là PKO (Peacekeeping Operations).

Công điện thứ nhì do phó đại sứ Virginia Palmer gởi gần hai tháng sau đó, ngày 12 tháng 2, 2010, có nội dung khuyến khích Việt Nam tham gia PKO và chương trình Global Peace Operations Initiative (GPOI) của Mỹ, một chương trình huấn luyện cho các lực lượng gìn giữ hòa bình.

Trong cả hai công điện, đại diện phía Việt Nam nói chuyện với phía Mỹ về vấn đề này là Vụ Trưởng Vụ Các Tổ Chức Quốc Tế Lê Hoài Trung, chịu trách nhiệm về các hoạt động của Liên Hiệp Quốc, các chương trình nguyên tử và tổ chức nhân quyền tại Việt Nam. Ông Trung sau này lên thứ trưởng và hiện là đại sứ Việt Nam tại Liên Hiệp Quốc.

Theo công điện thứ nhất, trong một buổi ăn trưa với ông Trung, Phó Đại Sứ Palmer hỏi Việt Nam nghĩ gì về việc gởi quân đội tham gia PKO. Ông Trung cho biết phải mất hai năm để thủ tướng duyệt xét và chính phủ đề nghị phải làm một số việc cần thiết trước khi tham gia PKO.

Hơn nữa, giới lãnh đạo cao cấp Việt Nam phản đối đề nghị tham gia PKO vào lúc đó, và nói rằng trước hết chính phủ phải tiến hành "duyệt xét chi tiết toàn bộ các vấn đề liên quan," không loại trừ khả năng đối phó với trường hợp binh sĩ Việt Nam bị thiệt mạng, công tác huấn luyện, triển khai và duy trì quân đội ở nước ngoài, và một cuộc vận động chuẩn bị dư luận quần chúng "vẫn còn ký ức sâu đậm liên quan đến chiến tranh" liên quan đến việc binh sĩ Việt Nam tử trận ở nước ngoài.

Hiến Pháp Việt Nam cũng là một vấn đề. *"Trong khi Hiến Pháp không cấm quân đội Việt Nam tham gia PKO, nó cũng không cho phép binh sĩ Việt Nam tham gia công tác này,"* công điện viết. "Hiến Pháp chỉ viết vai trò của quân đội là 'bảo vệ đất nước.'"

Theo công điện thứ nhì, quan điểm của ông Trung là sự mâu thuẫn về vai trò của quân đội sẽ được làm rõ hơn sau này bằng một *"đạo luật của một ủy ban Quốc Hội để giải thích là Hiếp Pháp cho phép triển khai quân đội ra nước ngoài".*

"Trong bất cứ trường hợp nào, 'một cuộc vận động quần chúng vẫn còn những ký ức về cuộc chiến (với người Mỹ) để chấp nhận binh sĩ Việt Nam có thể hy sinh ở nước ngoài là rất cần thiết và công việc này không thể bắt đầu trong thời điểm chính trị nhạy cảm trước Đại Hội Đảng,' công điện thứ nhì nhắc lại nội dung chính của công điện thứ nhất.

Vụ Trưởng Lê Hoài Trung nói lãnh đạo chính phủ không hoài nghi khả năng của quân đội, vì họ chỉ tham gia công tác cấp cứu và gỡ mìn, theo công điện cho biết. Một khi lãnh đạo Việt Nam có quyết định chính trị tham gia PKO, quân đội Việt Nam sẽ yêu cầu trợ giúp từ những quốc gia khác, như Hoa Kỳ, trong các lĩnh vực như học tiếng Anh và các vấn đề chỉ huy/kiểm soát trong một lực lượng đa quốc gia.

Đáng chú ý, khi được hỏi mạnh hơn về thời điểm Việt Nam có thể tham gia PKO, trong một thái độ hàm ý rõ ràng Đại Hội Đảng tổ chức vào tháng 1, 2011, ông Trung nói không thể làm gì được nhiều trong "năm bầu cử," công điện của bà Palmer viết. Khi được hỏi tại sao Việt Nam không "chuẩn bị sẵn" để có thể tham gia PKO ngay sau Đại Hội Đảng, ông Trung cười ra vẻ sợ sệt và nói một cách nghiêm túc rằng "không ai muốn mình bị thấy đẩy mạnh một vấn đề trong thời điểm nhạy cảm như vậy," theo công điện cho biết.

Phó Đại Sứ Palmer nhận xét Vụ Trưởng Trung là người quen biết nhiều, một nhà ngoại giao lâu năm, có kinh nghiệm trong vấn đề PKO và thường rất thẳng thắn.

"Mặc dù chính quyền Việt Nam sẽ tiếp tục gởi quan sát viên, và ngay cả có thể tham gia một số chương trình huấn luyện ở mức độ nhỏ, đánh giá của ông Trung về thời điểm Việt Nam tham gia PKO có thể là đúng," bà Palmer viết trong công điện.

Quân đội Việt Nam tại cuộc duyệt binh kỷ niệm 1,000 năm Thăng Long.
Mỹ lâu nay vẫn muốn quân đội Việt Nam tham gia lực lượng gìn giữ hòa
bình. (Hình: Hoàng Đình Nam/AFP/Getty Images)

Bà cho biết tiếp: *"Trong khi bộ máy hành chánh có thể làm tiến trình tham gia PKO chậm hơn, tòa đại sứ Mỹ tin rằng cuối cùng Việt Nam sẽ tiếp tục hướng đến mục tiêu tham gia PKO, qua các cuộc tập trận và hành quân."*

Trong bức công điện thứ nhì, bà Palmer nói Việt Nam gần như sẵn sàng tham gia chương trình huấn luyện của Mỹ cho các lực lượng gìn giữ hòa bình (Global Peace Operations Initiative - GPOI), một bước đầu tiên để chuẩn bị tham gia PKO.

Công điện cho biết Phó Đại Sứ Palmer mở đầu cuộc họp với Vụ Trưởng Lê Hoài Trung ngày 12 tháng 2, 2010, chúc mừng Việt Nam vừa hoàn tất vai trò thành viên không thường trực Hội Đồng Bảo An Liên Hiệp Quốc.

Ông Trung cũng cảm ơn Hoa Kỳ vì *"sự hợp tác chặt chẽ"* tại New York và Hà Nội. Sau đó, ông cho biết Hội Đồng An Ninh Quốc Gia Việt Nam, bao gồm nhiều bộ và ban ngành, vừa hoàn tất duyệt xét và đã đề nghị với thủ tướng rằng Việt Nam gia tăng tham dự hội thảo đa quốc gia về các vấn đề toàn cầu như không phổ biến vũ khí nguyên tử, chống khủng bố, nạn cướp biển và thay đổi khí hậu.

Ông tin rằng kinh nghiệm tích cực ở Hội Đồng Bảo An sẽ làm giới lãnh đạo quyết định gia tăng vai trò của Việt Nam từ vị trí cổ vũ "tham gia thị trường kinh tế thế giới" sang một vị thế lớn hơn trong các vấn đề không liên quan đến kinh tế, công điện viết.

Vụ Trưởng Trung còn đề cập đến trường hợp Tổng Bí Thư Nông Đức

Mạnh dùng một từ mới trong bản duyệt xét công tác năm 2009 như là một thông điệp mạnh mẽ rằng Việt Nam sẽ tham gia nhiều hơn vào cộng đồng thế giới, nhưng lại nói rằng một thay đổi chính sách chính thức phải được Đại Hội Đảng thông qua.

Ông Trung muốn dùng bản báo cáo với Thủ Tướng Nguyễn Tấn Dũng về sự tham gia công tác quốc tế để có được sự chấp thuận của ông trong việc Việt Nam tham dự PKO.

Binh sĩ Việt Nam sửa một cây cầu tạm bắc qua sông Hồng.
(Hình: Hoàng Đình Nam/AFP/Getty Images)

Phó Đại Sứ Palmer, trong khi đó, muốn Việt Nam gia tăng vai trò từ một quan sát viên lên thành một tham dự viên trong chương trình GPOI, trong đó có cuộc tập trận "Exercise Angkor Sentinel" ở Cambodia vào tháng 6 và tháng 7, 2010.

Bà Palmer cũng nhắc rằng Bộ Trưởng Quốc Phòng Mỹ Robert Gates có nêu vấn đề này với người tương nhiệm phía Việt Nam, Đại Tướng Phùng Quang Thanh, trong cuộc gặp gỡ vào tháng 12 năm 2009, tại Washington.

Công điện nhấn mạnh rằng mặc dù Hoa Kỳ khen ngợi GPOI trong Đối Thoại Chính Sách Quốc Phòng Song Phương, bà Palmer cũng e ngại khi Mỹ lập lại vấn đề này trong ba năm liên tiếp nếu Việt Nam không gia tăng mức độ tham gia, công điện viết. Bà Palmer cũng nói chính phủ Mỹ sẵn sàng cung cấp trợ giúp kỹ thuật để Việt Nam có thể chuẩn bị tốt trước khi tham gia công tác liên quan đến PKO, cũng như chia sẻ kinh nghiệm của các quốc gia khác từng tham gia gìn giữ hòa bình.

"Ông Trung cảm ơn lời đề nghị, không bảo đảm là Việt Nam sẽ tham dự tập trận bên Cambodia. Tuy nhiên, ông hứa sẽ đưa vấn đề này ra với Bộ Quốc Phòng. Ông cũng đề nghị bà phó đại sứ thuyết phục Bộ Quốc Phòng lần nữa. Bà nói đại sứ Mỹ đã mời bộ trưởng quốc phòng dự ăn tối để thảo luận các công tác mà Việt Nam có thể tham gia, bao gồm gìn giữ hòa bình," bản công điện kết thúc.

Công điện:

- "Vietnam's long term view on PKO participation," 23/10/2009, từ Michael Michalak, Đại Sứ Hoa Kỳ tại Hà Nội. Loại bảo mật: Confidential. http://wikileaks.org/cable/2009/10/09HANOI883.html

- "CDA encourages Vietnam to step up participation in GPOI exercises," 12/2/2010, từ Virginia Palmer, Phó Đại Sứ Hoa Kỳ tại Hà Nội. Loại bảo mật: Sensitive. http://wikileaks.org/cable/2010/02/10HANOI29.html

Cảnh cáo "Diễn Biến Hòa Bình", miệng hùm gan sứa

Vũ Quí Hạo Nhiên

Phó Đại Sứ Virginia E. Palmer, tác giả bức công điện. (Hình: Đại Sứ Quán Hoa Kỳ tại Hà Nội)

[**2009**] Một chỉ thị nội bộ của đảng Cộng Sản Việt Nam cảnh báo về việc Mỹ lãnh đạo một âm mưu "diễn biến hòa bình" bị lộ ra công chúng, nhưng phía Mỹ đánh giá chỉ thị này đầu voi đuôi chuột, coi vậy chứ không phải vậy, và tuy hung hăn nhưng trong nội dung lại ít chống Mỹ hơn trước. Đó là kết luận của Phó Đại Sứ Virginia Palmer trong một công điện gửi về Washington DC đề ngày 12 tháng 11, 2009.

Chỉ thị được nói đến trong công điện, là chỉ thị số 34-CT/TW của Ban Bí Thư, do Ban Tuyên Giáo gửi ra.

Trang web tỉnh Quảng Ninh lỡ tay đăng lên mạng, rồi sau đó xóa đi. Tuy nhiên, tới lúc rút bài ra khỏi mạng, nhiều trang mạng, trang blog đã đăng lại rồi.

Tựa đề của chỉ thị này là *"Tăng cường cuộc đấu tranh chống âm mưu, hoạt động 'diễn biến hòa bình' trên lĩnh vực tư tưởng, văn hóa."* Chỉ thị đề ngày 25 tháng 6, nhưng trong chỉ thị thì cho biết Ban Bí Thư ban hành chỉ thị này ngày 24 tháng 4.

Chỉ thị 34-CT/TW cảnh báo: *"Các thế lực thù địch ráo riết đẩy mạnh chiến lược 'Diễn biến hòa bình' và 'xâm lăng văn hóa' đối với nước ta với các thủ đoạn ngày càng tinh vi, xảo quyệt."*

Tuy mở đầu với *"các thế lực thù địch,"* nhưng trong nội dung, chỉ thị này nhắm mũi dùi vào Mỹ.

"Mỗi lần nêu một thí dụ cụ thể có danh tánh" trong các kẻ thù bên

ngoài, thì thí dụ đó lại là một chương trình của Mỹ, bà Palmer viết trong công điện. Hầu hết các chương trình viện trợ, giúp đỡ, du học của Mỹ đều bị cho là một thứ âm mưu đen tối nguy hiểm, "diễn biến hòa bình" đối với Việt Nam.

"Đội Hòa Bình" chẳng hạn, tức Peace Corps hay còn gọi là Đội Chí Nguyện Hòa Bình, bị miêu tả là "tổ chức chuyên tuyên truyền và kích động lật đổ."

Cơ quan viện trợ USAID bị tố cáo vì có chương trình viện trợ cho Việt

❝Most conspiratorially perhaps, the document refers to a "four-step roadmap" culminating in efforts to encourage U.S. universities to "open institutions in Vietnam"...

Nam để đánh giá cách quản trị nhà nước. Chương trình này, theo chỉ thị trên, *"cho thấy rõ các bước cụ thể của Mỹ nhằm thúc đẩy mầm mống 'cách mạng màu' ở Việt Nam."*

Học bổng Fulbright và sáng hội Vietnam Education Fund bị cho là một thứ "chiến lược con người" và chiến lược này là *"để đào tạo một lớp người thân Mỹ và phương Tây."*

Học bổng Fulbright, tất nhiên, chính là học bổng tài trợ cho Phó Thủ Tướng Nguyễn Thiện Nhân du học tại Mỹ.

Chương trình sinh hoạt "Góc Hoa Kỳ" tại tòa đại sứ bị chỉ trích là *"quảng bá với lớp trẻ hình ảnh nước Mỹ, lối sống Mỹ."*

Điều tố cáo bị bà Palmer gọi mỉa mai là *"âm mưu thâm độc nhất"* - bà dùng chữ *"most conspiratorially"* để tương ứng với chữ *"conspiracy theory"* - là một thứ *"lộ trình 4 bước"* trong đó đỉnh điểm là *"khuyến khích đại học Mỹ mở chi nhánh ở Việt Nam."*

Phần viết về báo chí, xuất bản, văn hóa, văn nghệ, không tố cáo Mỹ, nhưng từ ngữ cũng không kém phần *"hốt hoảng"* - *"paranoid,"* bà Palmer viết. Thí dụ, việc truyền bá đạo Tin Lành bị cho là *"phát triển không bình thường."*

Chỉ thị này cũng cảnh cáo đảng viên về hiện tượng *"tự diễn biến,"* được hiểu là việc đảng viên cộng sản không còn tin vào cộng sản nữa.

Ngôn ngữ kiểu đấu tố của chỉ thị này rõ ràng. Phó Đại sứ Palmer cho rằng ngôn ngữ trong đó giống *"lập luận, giọng văn, và mục tiêu"* trong chương trình phát hình cái gọi là lời *"thú tội"* của Luật Sư Lê Công Định.

Tuy nhiên, bà Palmer cũng đánh giá chỉ thị này là miệng hùm đó, nhưng mà gan sứa: *"less than meets the eye."*

"Lối nói xách mé này," bà viết, *"không có gì lạ, nhất là khi đang chuẩn bị cho một Đại hội Đảng."*

Bà chỉ ra một điểm quan trọng: Khác với các tài liệu chống diễn biến hòa bình khác, chỉ thị này không đấu tố các tổ chức phi chính phủ quốc tế (NGO). Bà viết, *"các NGO quốc tế được nâng như nâng trứng"* (nguyên văn: *"treated with kid gloves"*).

Chỉ thị này chỉ nói chung chung, *"Các thế lực thù địch đã lợi dụng hoạt động của một số tổ chức NGO vào các mục đích chính trị, can thiệp vào công việc nội bộ, xâm hại an ninh và chủ quyền nước ta."*

Trong khi đó, theo bà Palmer trích lời một đại diện NGO làm việc ở Việt Nam hơn 15 năm, *"các tài liệu nội bộ trước đây về đề tài này dùng ngôn ngữ nặng nề hơn nhiều và thường nêu rõ tên của từng NGO liên quan."*

Với lời hăm dọa tuy nghiêm mà không nghiêm như vậy, bà Palmer kết luận là *"Chỉ thị 34 quan trọng ở chỗ nhắc chúng ta là có một nhóm có quyền lực trong nội bộ đảng, một nhóm mà chúng ta rất ít làm việc chung, đang chủ động chống lại việc hợp tác sâu đậm thêm."*

Bà cho rằng *"Không nên bỏ qua Chỉ thị 34, nhưng cũng không nên phản ứng thái quá."*

Bà còn nói, *"ở một mặt nào đó, tác giả Chỉ thị 34 nói cũng có lý."*

"Mặc dù chúng ta không có âm mưu một thứ 'cách mạng màu' ở Việt Nam," bà viết, *"nhưng chúng ta có khuyến khích điều hành nhà nước một cách dân chủ hơn, cũng như gia tăng sự tôn trọng cái mà các tác giả Chỉ thị 34 giễm pha là 'nhân quyền kiểu phương Tây.'"*

Ở mặt đó, bà viết, *"các phần tử cực đoan đồng ý với chúng ta, là với cách điều hành đúng đắn và tinh thần tôn trọng pháp luật, về lâu về dài chính trị sẽ phải thay đổi tới cội rễ."*

Công điện:

■ "Internal CPV Directive Warns of U.S.-Led 'Peaceful Evolution,' Provides Insights into Hardliners' Thinking," 12/11/2009, từ Virginia Palmer, Phó Đại sứ Hoa Kỳ tại Hà Nội. Loại bảo mật: Confidential. http://www.wikileaks.org/cable/2009/11/09HANOI899.html

Cha mẹ Nguyễn Tiến Trung
bị Đảng trả thù

Hà Giang

[**2009-2010**] Tài liệu do Wikileaks tiết lộ cho thấy Hoa Kỳ quan tâm theo dõi việc các nhà bất đồng chính kiến bị đàn áp tại Việt Nam. Trong cuốn sách này chúng tôi đã đề cập đến một công điện mật từ tòa lãnh sự Sài Gòn ngày 21 tháng 1 năm 2010, mô tả phiên xử 4 nhà hoạt động dân chủ là Luật sư Lê Công Định, Kỹ sư Trần Huỳnh Duy Thức, Kỹ sư Lê Thăng Long và Thạc sĩ kiêm Blogger Nguyễn Tiến Trung, mà công điện gọi là *"phiên tòa đi ngang về tắt."*

Nguyễn Tiến Trung thắp nhang trong đám tang ông Hoàng Minh Chính,
cựu tổng thư ký Đảng Dân Chủ Việt Nam vào ngày 16 tháng 2 năm 2008
tại Hà Nội. (Hình: Frank Zeller/AFP/Getty Images)

Những công điện khác, cũng từ tòa lãnh sự Sài Gòn gửi về cho Bộ Ngoại Giao Hoa Kỳ tại Hoa Thịnh Đốn ngày 4 tháng 11, 2009, 14 tháng 12, 2009 và 12 tháng 2, 2010, cho biết thêm về liên hệ thường xuyên của tòa lãnh sự với gia đình những nhà bất đồng chính kiến bị giam giữ, để tìm hiểu tình hình, và giúp đỡ họ đánh tiếng với các tổ chức nhân quyền quốc tế, như trường hợp của blogger Nguyễn Tiến Trung.

Công điện viết ngày 4 tháng 11, 2009 tóm tắt buổi gặp gỡ giữa cha mẹ của Nguyễn Tiến Trung với Tổng Lãnh Sự Sài Gòn, ông Kenneth Fairfax, qua đó đại diện Bộ Ngoại Giao Hoa Kỳ được thông báo 3 điểm chính: Nguyễn Tiến Trung không được gặp người thân trong thời gian bị tạm giam; gia đình gặp nhiều trở ngại trong việc tìm luật sư bào chữa cho Trung, và quan trọng hơn cả, là cả cha và mẹ của Trung bị đuổi ra khỏi đảng, và công ăn việc làm bị ảnh hưởng nặng.

❝The official MPS Newspaper recently warned parents that the biggest facing children studying abroad are "political traps laid by anti-Vietnam hostile forces to entice young intellectuals to betray both the nation and their families."

Đoạn đầu công điện cho biết Nguyễn Tiến Trung, một blogger và thành viên của cả Tập Hợp Thanh Niên Dân Chủ và đảng Dân Chủ Việt Nam bị CSVN bắt ngày 7 tháng 7 năm 2009, và truy tố tội *"tuyên truyền chống lại đảng,"* theo điều luật 88 của *Bộ Luật Hình Sự Việt Nam*, mà công điện mô tả là *"bộ luật mơ hồ về an ninh quốc gia."*

Về việc cha mẹ Nguyễn Tiến Trung gặp nhiều trở ngại trong việc tìm luật sư bào chữa cho Trung, công điện viết: "Cả cha lẫn mẹ của Trung cho biết là họ chưa thể tìm luật sư bào chữa cho Trung vì tất cả những luật sư họ tiếp xúc đều bị công an khuyến cáo là không nên nhận hồ sơ. Chẳng hạn Luật Sư Đặng Dũng thoạt đầu đã nhận lời, nhưng sau phải từ chối vì bị nhà chức trách bắt giữ. Luật Sư Trần Lâm ở Hà Nội cũng muốn nhận lời nhưng sau đó không được Hà Nội cho phép vì xung đột quyền lợi."

Không chỉ việc tìm luật sư bào chữa cho con bị khó khăn, kể cả bản thân của cha mẹ Nguyễn Tiến Trung cũng bị khốn khổ.

Theo lời của Tổng Lãnh Sự Fairfax, ông Nguyễn Tự Tu, bố của Nguyễn Tiến Trung cho biết sau khi đã bị đuổi ra khỏi đảng CSVN, tại sở làm, ông còn bị giáng chức:

"Ông nghỉ hưu và đang làm kỹ sư tại hãng máy bay của nhà nước tại TP.HCM tự dưng bị giáng xuống làm công việc lặt vặt của một thư ký."

Trong công điện viết ngày 14 tháng 12, 2009 khoảng một tháng sau đó, Tổng Lãnh Sự Fairfax cho biết rõ hơn về thân thế của cha mẹ Nguyễn Tiến Trung và hình phạt mà nhà cầm quyền dành cho họ.

"Mẹ của Trung, bà Lê Thị Minh Tâm, một người có hơn 20 năm tuổi đảng cho biết bà và chồng (một cựu quân nhân đã về hưu, có hơn 30 năm tuổi đảng) bị khai trừ khỏi đảng CSVN mà không được đối xử theo đúng thủ khai trừ của chính đảng đặt ra, vì cái tội là 'không cho con một thái độ chính trị đúng đắn.'"

Cả hai cũng cho tòa Tổng Lãnh Sự Hoa Kỳ tại Sài Gòn biết là "công an đe dọa tịch thu nhà cửa và tài sản của họ, cũng như tiếp tục theo dõi."

Nhận định sự kiện, Tổng Lãnh Sự Fairfax cho rằng quyết định trừng phạt cha mẹ Trung vì tội con "chống lại chính sách của Hà Nội" và cho thấy rõ hơn nỗi "lo lắng của đảng CSVN về những nguy cơ trước việc sinh viên trẻ ra nước ngoài du học," mà theo công điện đã được công bố trên báo chí.

Công điện viết: *"Một bài viết đăng trên tờ báo của công an đã lên tiếng cảnh báo rằng đời sống quá tự do và ăn chơi thậm chí bài bạc, hút xách, rượu chè, không phải là nguy cơ lớn nhất của các cha mẹ cho con đi du học. Thay vào đó, hiểm họa chính là việc các người trẻ này bị rơi vào các lưới chính trị của do 'các thế lực thù địch' giăng bẫy để mê hoặc khiến con cái những nhà cách mạng lão thành đầy uy tín hay trung thành với đảng có những hành vi phản bội cả quốc gia lẫn gia đình."*

Tổng lãnh sự lại có một nhận xét khác, ông viết: *"Cha mẹ Trung 'không cho rằng con mình có tội' và rõ ràng là cả hai vợ chồng đều cảm thấy khá thất vọng với cái đảng mà họ đã đi theo và ủng hộ gần hết cuộc đời."*

Công điện:

- "Parents of detained activist Nguyen Tien Trung raise access, legal concerns," 04/11/2009, từ Kenneth J. Fairfax, Tổng Lãnh Sự Hoa Kỳ tại TPHCM. Loại bảo mật: Confidential. http://wikileaks.org/cable/2009/11/09HOCHIMINHCITY651.html

- "Nguyen Tien Trung's parents ask USG to request amnesty," 12/2/2010, từ Kenneth J. Fairfax, Tổng Lãnh Sự Hoa Kỳ tại TPHCM. Loại bảo mật: Confidential. http://wikileaks.org/cable/2010/02/10HOCHIMINHCITY52.html

- "Dissidents charged with attempting to overthrow government," 14/12/2009 từ Kenneth J. Fairfax, Tổng Lãnh Sự Hoa Kỳ tại TPHCM. Loại bảo mật: Không bảo mật. http://www.wikileaks.org/cable/2009/12/09HOCHIMINHCITY673.html

Bắc Kinh liên tục cản trở các công ty dầu khí làm ăn với Việt Nam

Hà Tường Cát

[**2009**] Phúc trình mật của Đại Sứ Michalak gởi về Hoa Thịnh Đốn để ngày 20 Tháng Giêng năm 2009, nói về khó khăn phức tạp của các công ty muốn khai thác dầu khí ở Biển Đông trong tình hình Trung Quốc và Việt Nam còn tranh chấp chủ quyền C ác quần đảo Hoàng Sa và Trường Sa.

Bản công điện viết: *"Mặc dầu thỏa thuận xong về việc cắm mốc biên giới trên đất liền và tiến triển về dàn xếp ranh giới biển ở vịnh Bắc Bộ, năm 2008 Việt Nam và Trung Quốc không có tiến bộ cụ thể trong việc giải quyết tranh chấp chủ quyền ngoài khơi Biển Đông."*

Tranh chấp Biển Đông tiếp tục gây vướng mắc cho nhiều công ty năng lượng đa quốc gia, bao gồm các công ty Hoa Kỳ ExxonMobil, Chevron, ConocoPhillips và Plains Exploration & Production.

Năm 2008 cũng đưa tới tổn thất quan trọng đầu tiên về đầu tư do sự tranh chấp, như BP hồi Tháng Mười Một đã thông báo cho PetroVietnam biết rằng họ sẽ tìm cách chấm dứt hợp đồng thuê các Lô 5-2 và 5-3 trong vùng Nam Côn Sơn, nơi BP đã cầm đầu một dự án 2 tỷ đô la cho kế hoạch khai thác khí đốt và đường ống dẫn, cùng với ConocoPhillips và Idemitsu của Nhật Bản.

BP, ConocoPhillips chịu thua

Theo công điện, năm 2007, Trung Quốc đã cảnh cáo BP rằng hoạt động của họ ở những lô này vi phạm chủ quyền Trung Quốc. Chính quyền Trung Quốc không trực tiếp đe dọa danh mục đầu tư năng lượng của BP đang bành trướng ở Trung Quốc, nhưng ngụ ý là rõ ràng. Hợp đồng thuê mướn Lô 5-3 mãn hạn Tháng Mười Hai 2008 và Lô 5-2 mãn hạn cuối năm 2009. Câu hỏi đặt ra là Việt Nam có muốn gia hạn hợp tác trong tình hình trì hoãn hiện nay và quyền lợi kinh tế đáng kể của BP ở Trung Quốc hay không.

Công ty ExxonMobil của Hoa Kỳ từng bị Trung Quốc làm khó dễ khi muốn hợp tác với Việt Nam. (Hình: Karen Bleier/AFP/Getty Images)

Sự phản đối của Trung Quốc trước hết đưa tới việc BP/ConocoPhillips/Idemitsu ngưng, rồi sau đó hủy bỏ công việc mùa 2007 và chuyển công việc mùa 2008 cho PetroVietnam để khỏi trễ hạn kỳ.

PetroVietnam tiến hành thuê một tàu thăm dò địa chất Na Uy thực hiện lập bản đồ địa hình và khảo sát địa chất 3 chiều, trong thời gian Thế Vận Hội mùa Hè ở Bắc Kinh, và công tác này không gặp thêm những phản đối đáng kể của Trung Quốc.

Một viên chức BP ở Việt Nam tuần trước nói với tòa đại sứ là những công ty đa quốc gia từ Nga, Canada, Nhật Bản muốn thế chỗ hợp đồng thuê mướn của BP nhưng cho đến bây giờ ít thấy tiến triển của PetroVietnam trong việc tìm một đối tác mới cho những lô ấy. Viên chức này dự đoán là Việt Nam thận trọng trong việc mời các công ty mới tham gia vì sợ khiêu khích Trung Quốc. BP chịu lỗ 200 triệu đô la vì dự án này, giải thích sự rút lui của họ hoàn toàn là *"một quyết định thương mại."*

"NP, ConocoPhillips throw in the towel; Chevron defers project; Exxon and Plains move ahead..."

Đại Sứ Sakaba của Nhật Bản ở Việt Nam, gần đây có nói với ông đại sứ (Hoa Kỳ) là Idemitsu muốn tiếp tục tham gia trong dự án nhưng không thể làm một mình.

Công ty ConocoPhillips theo hợp đồng có quyền giữ nguyên 20% phần của họ hoặc tiến tới chiếm đa số vốn đầu tư ở những lô này, bao gồm cả việc điều hành công tác. Tuy nhiên tới Tháng Mười Hai năm 2008 công ty này báo cho PetroVietnam biết là cũng sẽ từ bỏ sự tham gia khai thác các lô này.

Nguyễn Bá Hùng, vụ trưởng Vụ Châu Mỹ thuộc Bộ Ngoại Giao Việt Nam, tiếp đó ngỏ lời phàn nàn với phó đại sứ Hoa Kỳ rằng hành động của Conoco Phillips "đưa ra một tín hiệu rất xấu cho Thủ Tướng Nguyễn Tấn Dũng," qua sự kiện Thủ tướng đã thảo luận với Tổng Thống Bush về vụ đầu tư cũng như trong chuyến đến Houston năm 2008 ông đã đi thăm trụ sở trung ương của ConocoPhillips.

Chevron trì hoãn dự án, Exxon và Plains tiến tới

Tranh chấp chủ quyền Việt-Trung cũng tiếp tục làm trở ngại những đầu tư Hoa Kỳ khác nữa. Tháng Tám năm 2007, Chevron ngừng thăm dò ở Lô 122 gần đảo Nam Sa, cách cảng Quy Nhơn 250 km về phía Đông, sau khi Tòa Đại Sứ Trung Quốc ở Washington cảnh cáo Chevron và đối tác Malaysia của họ là Petronas phải ngưng hoạt động. Một viên chức Chevron nói với chúng tôi tuần trước rằng Chevron không có chương trình thực hiện công tác ở những lô ấy năm 2009 hoặc 2010. Viên chức này cho biết Chevron đã yêu cầu PetroVietnam triển hạn hợp đồng để Chevron có thể làm tròn trách nhiệm đã cam kết vào năm 2011, nhưng chưa nhận được phúc đáp.

Trung Quốc cũng cảnh cáo ExxonMobil về hoạt động dự định của họ ở các Lô 117-8-9 (ngoài khơi Đà Nẵng) và 156-7-8-9 (nằm phía Đông các Lô của BP cũ). ExxonMobil đã báo là dự định sẽ tiến hành công việc và công ty hiện nay đang thương thuyết với PetroVietnam để kết hợp toàn bộ 7 lô - tất cả hãy còn ở giai đoạn sơ khởi - vào chung dưới một thỏa hiệp khung. ExxonMobil cũng đã can dự vào những cuộc thảo luận thất thường từ hơn một năm nay với PetroVietnam để thương lượng một thỏa thuận về các Lô 129-30-31-32, trước khi PetroVietnam bất ngờ cấp một hợp đồng thuê mướn 30 năm cho Gazprom của Nga qua một thỏa thuận song phương trực tiếp ngày 27 Tháng Mười năm 2008.

Công ty dầu khí Plains Exploration & Production, trước kia gọi là Pogo Producing Company, ở Houston, Texas, cũng có phần nhượng tại Lô 124 ngoài khơi Trung Bộ (phía Nam Lô 122 của Chevron). Tháng Chín năm 2007, Lãnh Sự Quán Trung Quốc ở Houston báo cho Pogo biết phải ngưng công tác dò tìm dầu khí ở đây, dù vậy công ty này tái tục công việc trong mùa hoạt động năm 2008. Các viên chức Plains gần đây cho chúng tôi biết là công ty đã hoàn thành cuộc khảo sát địa chất như đòi hỏi trong hợp đồng chia phần sản xuất với PetroVietnam, và sắp kết thúc việc nghiên cứu địa điểm để chuẩn bị khoan trong mùa 2009.

Ngay sau khi loan báo hoàn tất việc cắm mốc biên giới trên bộ, Việt Nam và Trung Quốc gặp nhau tháng này cho vòng đàm phán thứ 5 để thảo luận hợp tác, phân ranh giới và hỗ tương phát triển vịnh Bắc Bộ. Nhưng những thảo luận liên quan đến tranh chấp Biển Đông vẫn còn bị lảng tránh.

Tháng Tám năm 2008, tổng giám đốc BP tại Việt Nam lúc đó là Gretchen Watkins phàn nàn với đại sứ Hoa Kỳ rằng công ty dầu khí quốc doanh Trung Quốc CNOOC và PetroVietnam khước từ thảo luận về những bất đồng quan điểm ngoài khơi trong các cuộc đàm phán thương mại thường kỳ và có vẻ mong BP đứng trung gian hoặc thảo ra một nghị quyết thương mại cho cuộc tranh chấp, một vai trò mà BP không muốn đảm nhận.

Đại Sứ Nhật Bản Sakaba nói với đại sứ Hoa Kỳ là ông ta đã khuyến khích chính phủ Việt Nam thương thuyết với Trung Quốc thông qua đường ASEAN, nhưng tranh chấp lãnh thổ ngoài khơi giữa Trung Quốc và các nước Đông Nam Á khác sẽ cản trở khả năng là nhóm này có thể cùng làm việc trong vấn đề.

Tương tự như vậy phía Hoa Kỳ cũng đã thúc đẩy Việt Nam nên dựa nhiều hơn vào ASEAN để tăng ảnh hưởng của họ với Trung Quốc; tuy nhiên các giới chức chính phủ Việt Nam thẳng thừng thừa nhận rằng thủ tục đồng thuận trong quyết định của ASEAN để có một đáp ứng chung là hoàn toàn không thể nào có được.

Công điện:
- "The Sino-Vietnam South China Sea territorial dispute," 20/1/2009, từ Michael Michalak, Đại sứ Hoa Kỳ tại Hà Nội. Loại bảo mật: Confidential. http://wikileaks.org/cable/2009/01/09HANOI52.html

"Bad Boy" Tô Huy Rứa:
thủ cựu, thân Phiêu, chống Kiệt

Đông Bàn

Tô Huy Rứa, ủy viên Bộ Chính Trị, người được mô tả trong công điện là "thủ cựu, chống Mỹ." (Hình: Tư Liệu)

[**2009**] Công điện ngày 15 tháng 12, 2009 của đại sứ Hoa Kỳ tại Việt Nam, Michael Michalak, gởi cho Bộ Ngoại Giao Hoa Kỳ, chỉ để phân tích về nhân vật Tô Huy Rứa, vừa được bầu vào Bộ Chính Trị, và *"được nhiều người tiên đoán sẽ là ứng cử viên nặng ký cho vị trí Tổng Bí Thư Đảng vào năm 2011."*

Nội dung công điện, theo cách nhìn của Đại Sứ Hoa Kỳ, cho thấy một Tô Huy Rứa *"thủ cựu," "gần gũi Lê Khả Phiêu,"* một *"đối thủ chính yếu của Võ Văn Kiệt."*

Công điện có tựa: *"Đánh Giá Sơ Khởi Tân Thành Viên Bộ Chính Trị - Bad Boy Tô Huy Rứa."*

Siết báo chí, chống Mỹ

Sự tham gia của Tô Huy Rứa vào Bộ Chính Trị, theo đánh giá của Tòa Đại Sứ Hoa Kỳ, *"tương ứng với quan điểm cứng rắn của Đảng (Cộng Sản), với 'diễn tiến hòa bình' được gắn liền với "phê và tự phê.""*

Công điện viết: *"Theo quan điểm của chúng tôi, sự thăng tiến của nhân vật này phản ánh và tái khẳng định khuynh hướng bảo thủ, trùng hợp với việc bắt các nhà báo đưa tin vụ PMU-18 hồi năm ngoái. (Sự thăng tiến của Tô Huy Rứa) cũng đánh dấu sự gia tăng quyền lực của Ban Tuyên Giáo Trung Ương, do Rứa đứng đầu từ năm 2006. Rõ ràng là Rứa chính là nhân vật quyết định công bố đoạn ghi âm lời nhận tội của Lê Công Định."*

Mặc dầu khẳng định Tô Huy Rứa là nhân vật *"thủ cựu,"* phía ngoại giao Hoa Kỳ nhận định rằng *"*không nên cho rằng mọi khó khăn mà chúng ta (Hoa Kỳ) đang đối mặt đều do Rứa mà ra." Công điện giải thích, Tô Huy Rứa là người làm việc trực tiếp với Trương Tấn Sang, Thường Trực Ban Bí Thư Bộ Chính Trị, và qua ông Sang, làm việc với Tổng Bí Thư Nông Đức Mạnh. Do đó *"Rứa không thể làm được gì nhiều nếu không có sự chống lưng của Sang, Mạnh, và Thủ Tướng Nguyễn Tấn Dũng."*?

> **"**He is likely to rally opposition to U.S. programs such as the Peace Corps and Fulbright and to obstruct efforts to engage on governance..."

Hai ví dụ được nêu trong công điện.

Thứ nhất, chính Trương Tấn Sang từng bác một số đề nghị của Tô Huy Rứa, trong đó có đề nghị liên quan đến việc cho truyền thông đưa tin về bauxite. Thứ nhì, Nghị Định 97 - nội dung cấm các tổ chức khoa học công bố những ý kiến phản biện liên quan đến đường lối chính sách của Đảng và Nhà Nước CSVN - không đến từ Tô Huy Rứa mà đến từ Nguyễn Tấn Dũng, *"nhân vật nhiều người lầm tưởng là có đầu óc cải cách chính trị."*

Công điện cho rằng *"những cuộc đàn áp các nhân vật bất đồng chính kiến phản ánh sự đồng thuận của các thành viên Bộ Chính Trị cũng như thời điểm Đại Hội Đảng đang đến gần,"* và *"điều này phù hợp với quán tính làm việc của họ trong quá khứ."*

Ông Tô Huy Rứa, người đứng đầu bộ máy tuyên truyền của Đảng CSVN, không có tiếng nói trong các vấn đề kinh tế, đồng thời có khuynh hướng chống Mỹ rõ rệt. Tuy nhiên, *"những quan điểm chống Mỹ của Rứa không ngăn cản được thăng tiến trong quan hệ quân sự giữa hai nước."*

"Dấu ấn Tô Huy Rứa" rõ nét nhất ở các lãnh vực báo chí, văn học, nghệ thuật, theo chiều hướng *"siết chặt."* Công điện viết: *"Ảnh hưởng của Rứa được thể hiện rõ rệt nhất trong việc siết chặt báo chí, đến một mức cao hơn, quan tâm nhiều hơn về chính trị trong tiến trình tuyển cán bộ (mặc dầu điều đó có thực sự như vậy hay không thì không rõ)."*

Và quan điểm *"chống Mỹ"* là điều rõ nhất nơi nhân vật này. *"Chắc chắn là ông ta sẽ lôi kéo sự chống đối các chương trình của Hoa Kỳ, chẳng hạn chương trình Peace Corps, Fulbright, và những chương trình huấn luyện về điều hành chính quyền minh bạch."*

Chính vì Tô Huy Rứa, theo nhận định của công điện ngoại giao, mà nhiều việc *"đã không thể xảy ra."* Chẳng hạn, *"những bài giảng về tư tưởng của Rứa khiến các tranh luận về cải tổ không còn chỗ để nói."?*

Thân Phiêu, chống Kiệt

Người ta không ngạc nhiên khi Tô Huy Rứa thân Lê Khả Phiêu, đối thủ chính yếu của ông Võ Văn Kiệt, một cựu thủ tướng và người có đầu óc cải cách. Vẫn theo công điện.

"Những người đi theo ông Kiệt thấy rõ ảnh hưởng của họ giảm đi đều đều kể từ thời điểm ông Kiệt qua đời."

Cả Lê Khả Phiêu và Tô Huy Rứa cùng là người Thanh Hóa. Điều khác nhau giữa hai nhân vật này là: Tô Huy Rứa đã không thực sự có quyền ảnh hưởng trong việc cài đặt nhân sự - mà điều đó có nghĩa là tiền - cho đến khi ông ta vào Ban Chấp Hành Trung Ương Đảng trong năm 1996 và được chỉ định làm Bí Thư Thành Ủy Hải Phòng từ năm 1999.

Tô Huy Rứa là ví dụ cụ thể của *"lực lượng nòng cốt về tư tưởng,"* là *những nhân vật thành viên của nhóm quyền lực trung tâm Hà Nội, chiếm được quyền lực thông qua kiến thức và tư tưởng/tuyên truyền Đảng hơn là kinh qua các vị trí đứng đầu các tỉnh hoặc bộ.*

Công điện ghi nhận, chống Mỹ, nhưng có vẻ không góp phần vào cuộc chiến tranh Việt Nam, Tô Huy Rứa lại được tưởng thưởng huân chương cho "cuộc chiến chống Mỹ."

Nhân vật này học Triết học Marxist, học Toán, lấy tiến sĩ Triết tại Liên Xô, làm bí thư thành ủy Hải Phòng, được bổ nhiệm phó giám đốc Học Viện Chính Trị- Hành Chánh Quốc Gia Hồ Chí Minh năm 1996. Ông ta nắm chức giám đốc vào năm 2004, rồi vào Ban Bí Thư năm 2006, sau đó, ông ta giữ chức Trưởng Ban Tư Tưởng-Văn Hóa Trung Ương.

Sau khi Bộ Ngoại Giao Hoa Kỳ tại Washington nhận được công điện từ Tòa Đại Sứ ở Hà Nội, đầu năm 2010, họ có công điện trả lời.

Công điện trả lời nói rằng *"chúng ta có rất ít thông tin về Tô Huy Rứa,"* và *"với khả năng thăng tiến của Rứa tại Đại Hội Đảng 11, và với khuynh hướng chống Mỹ của cơ quan của ông ta, chúng tôi sẽ tiếp tục đọc, với sự quan tâm, bất cứ tường trình nào liên quan đến Tô Huy Rứa. Đại Hội Đảng đang đến gần, chúng ta cần bất cứ thông tin nào liên quan đến những diễn tiến quyền lực về vị trí Tổng Bí Thư, Chủ Tịch Nước, Bộ Chính Trị, và các vị trí chủ chốt của Ban Bí Thư."*

Tại Đại Hội Đảng CSVN lần thứ 11, ông Rứa tiếp tục được ở lại Bộ Chính Trị nhưng không "thăng tiến" như dư luận tiên đoán. Tuy nhiên, ông làm Trưởng Ban Tổ Chức Trung Ương từ tháng 2, 2011 đến nay.

Cả hai công điện, một gởi đi từ Hà Nội, và một gởi trả lời từ Washington D.C., đều đánh dấu "MẬT."

Công điện:

■ "Preliminary Assessment of Politburo Bad Boy To Huy Rua," 15/12/2009, từ Michael Michalak, Đại Sứ Hoa Kỳ tại Hà Nội. Loại bảo mật: Confidential. http://wikileaks.org/cable/2009/12/09HANOI927.html

■ "Vietnam: Kudos for To Huy Rua Report," 28/2/2010, từ Hilary Clinton, Ngoại trưởng Hoa Kỳ tại Washington DC. Loại bảo mật: Confidential. http://wikileaks.org/cable/2010/02/10STATE18597.html

Bí Thư xử Thiếu Tướng

Đòn Độc Của Nguyễn Bá Thanh

Vũ Quí Hạo Nhiên

Bí thư Thành ủy Đà Nẵng Nguyễn Bá Thanh chủ trì một phiên họp hồi tháng 4/2011. (Hình: vtvdanang.vn)

[**2009**] Vì bị chặn đường chuyển đi Hà Nội, viên bí thư chủ tịch Đà Nẵng đánh đòn nặng nề để trả thù kẻ địch trong đó có cả một thiếu tướng công an.

Điều này được tường thuật lại trong một công điện đánh đi từ Tòa Tổng Lãnh Sự Mỹ tại Sài Gòn đề ngày 1 tháng 4, 2009, với tựa đề *"Người khổng lồ chính trị thoát án tham nhũng, còn công an và phóng viên thì đi tù."*

Vụ án xử Thiếu Tướng Trần Văn Thanh tới nay vẫn còn nhiều người nhớ. Đó là phiên xử mà viên tướng công an, tuy đang bệnh hôn mê liệt giường, vẫn bị đẩy vào phòng xử với đẩy đủ dây nhợ và máy trợ thở oxygen, để bị nghe tố cáo và tuyên án.

Bàn tay đằng sau vụ xử dã man ấy được bức công điện khẳng định là ông Nguyễn Bá Thanh, chủ tịch Hội Đồng Nhân Dân và bí thư Thành ủy Đà Nẵng.

Gọi ông Nguyễn Bá Thanh là *"người khổng lồ chính trị"* là đúng. Vào đảng Cộng Sản Việt Nam năm 1980, ông đi từ chức vụ phó bí thư huyện ủy leo dần lên tới chủ tịch Ủy Ban Nhân Dân TP. Đà Nẵng từ năm 1995 và nắm quyền tại đó cho tới nay, lúc đầu trong vai trò chủ tịch UBND, sau đó qua chủ tịch Hội đồng Nhân dân và bí thư Thành ủy. Là bí thư thành ủy, ông Thanh cũng trở thành ủy viên trung ương đảng.

Ở Đà Nẵng, Nguyễn Bá Thanh là một ông vua con. Quyền tổng lãnh sự Charles Bennett gọi ông này là "chủ nhân của đất và gió". Ông kể lại:

"Những nhà đầu tư phát triển địa ốc nào dại dột xây cất vườn tược trước khi hỏi ý Bá Thành là trồng cây gì và lối đi xây làm sao, chẳng hạn, sẽ bị đóng cửa và phải bới lên xây lại từ đầu."

"Những nhà đầu tư nào không chịu nói chuyện trước với Nguyễn Bá Thanh từ trước khi nộp đơn, đều nói rằng họ chẳng bao giờ được cấp giấy phép," công điện cho biết.

Ông vua con còn đặt hàng một bài hát chính thức cho thành phố - công điện không nói tên, nhưng đó là bài "Tình yêu của đất và nước." Bài hát này ca ngợi Đà Nẵng, từ đất tới nước và tất cả mọi thứ ở giữa. Nhưng theo công điện, ở Đà Nẵng người ta truyền miệng một bản "lời 2" trong đó nói tài sản của ông Thanh gồm từ đất tới nước và tất cả mọi thứ ở giữa, chừa lại một con chim. Con chim này, bản công điện trích bài hát, là tài sản ông Hoàng Tuấn Anh, chủ tịch UBND thành phố.[1] (Ông Hoàng Tuấn Anh sau này là bộ trưởng Văn hóa Thể thao Du lịch.)

Ngược lại, bức công điện viết, nếu nhà đầu tư nào chịu chơi đúng luật của Thanh, mọi loại giấy tờ sẽ dễ dãi và suôn sẻ, hơn tất cả chỗ nào khác tại Việt Nam. *"Các nhà đầu tư ngoại quốc cho biết thành phố hứa hẹn rất nhiều và luôn giữ lời,"* công điện viết. Ông Thanh được cho là không ăn hối lộ trực tiếp, mà làm giàu bằng cách mua rẻ đất của dân rồi bán lại cho các nhà đầu tư, theo lời giới làm ăn ở Đà Nẵng thuật lại cho TLS Mỹ.

Tuy làm vua một cõi, nhưng ông Thanh vẫn muốn leo lên chức vụ cao hơn. Bản công điện cho rằng ông Thanh muốn đi, là vì không muốn bị ép về hưu khi nhiệm kỳ chấm dứt năm ông 57 tuổi và không thể ở lại thêm 5 năm nữa. Tuy nhiên, nhận định này của quyền TLS Bennett không đúng: Ông Thanh vẫn có thể ở lại thêm một nhiệm kỳ tới năm 62 tuổi, vì phải tới 65 tuổi mới đụng hạn hưu của một ủy viên trung ương.

---

[1] Lời chế được truyền tụng, là "Trời của Thanh, đất của Thanh, con chim trên cành là của Tuấn Anh."

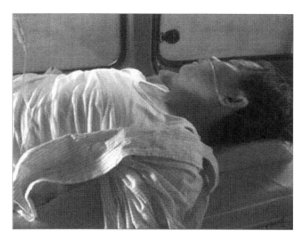

Tướng Trần Văn Thanh đang hôn mê bị đẩy ra tòa trên băng ca. (Hình: VN-Express)

Đường vào Hà Nội bị chặn

Với ý đồ chính trị muốn leo cao nữa, ông Thanh biết rằng ông không thể ngồi mãi một chỗ không bước chân ra khỏi Đà Nẵng. Cơ hội đến với ông năm 2008.

Vào tháng 8 năm đó, chính quyền Việt Nam sáp nhập tỉnh Hà Tây (tự nó đã gồm hai tỉnh Hà Đông và Sơn Tây thời xưa) vào thành phố Hà Nội. Chỉ qua một đêm, Hà Nội bỗng lớn lên gấp 3 lần diện tích cũ, và bỗng có một chỗ trống cho một phó chủ tịch phụ trách vùng đất mới sáp nhập.

Theo lời công điện, ông Thanh vận động trung ương đảng để được đặt vào chỗ đó. Vào tháng 7 năm 2008, trong lúc chuẩn bị mở rộng Hà Nội, trung ương đảng để nghị ông Thanh vào ghế phó chủ tịch mới có. Nhưng phía thành phố Hà Nội lại không thích bị một người từ nơi khác vào làm phó chủ tịch Hà thành. Để có thể vận động Bộ Chính Trị đi ngược lại "để nghị" của trung ương đảng, họ lại lôi ra vụ án tham nhũng dính líu tới ông Thanh.

Nhận định này của viên quyền tổng lãnh sự cần phải xét lại. Ghế phó chủ tịch, dù của thủ đô Hà Nội và phụ trách một miếng đất rộng lớn, vẫn không cao bằng ghế chủ tịch Đà Nẵng. Khác với vị trí lúc đó của ông

Thanh là chủ tịch Đà Nẵng và ủy viên trung ương, nếu "xuống" ghế phó chủ tịch Hà Nội sẽ không thể là ủy viên trung ương.

Theo dư luận thời bấy giờ, cái ghế ở Hà Nội mà ông bí thư Thanh muốn, không phải là phó chủ tịch thành phố, mà là một chân đại biểu Quốc Hội.

Dù vì động cơ nào, tin tức về vụ tham nhũng này được tuồn ra cho giới báo chí và blogger, kể cả báo Công An. Ông Thanh bị tố cáo nhận hối lộ 4 tỷ đồng Việt Nam (tương đương 200,000 đô la Mỹ) hồi năm 2007 khi giải tỏa đất. Tin tức cũng rộ lên về người dân oan viết thư tố cáo lên thủ tướng rồi bị chết bí hiểm.

❝...many of the original witnesses ... "miraculously" changed their stories entirely and now swear that General Thanh fabricated false statements...

Một doanh gia ngân hàng, người Singapore làm ăn tại Đà Nẵng, giải thích về vụ này cho TLS. Theo ông này, tuy đảng Cộng Sản vẫn biết về sự tham nhũng của ông Thanh, nhưng họ sẽ không làm gì, thứ nhất là *"vì mức độ tham nhũng của ông Bá Thanh không quá đáng và không ảnh hưởng tới sự phát triển của thành phố,"* và thứ nhì là *"ông chia phần làm giàu cho rất nhiều thế lực chính trị ủng hộ".*

Chuyện tham nhũng ngày xưa bị đem ra xem lại, theo ông này, chỉ là vì quan chức Hà Nội không thích người ngoài nhảy vào nhận một chức vụ trong thành phố của họ. Và họ đã thành công. Bộ Chính Trị ra chỉ thị chính quyền Hà Nội mới chỉ gồm nhân sự chính quyền Hà Nội và Hà Tây cũ.

Khi trâu bò húc nhau, ruồi muỗi phải chết. Trong vụ này, *"ruồi muỗi"* không phải là từ chính xác để miêu tả nạn nhân - vì chính những nạn nhân cũng có thế lực.

Ngày 24 tháng 2 năm 2009, nhiều tháng sau khi ông Thanh đã lỡ chuyến tàu ra Hà Nội, công an Đà Nẵng ra tay truy tố nguyên chánh thanh tra Bộ Công An Việt Nam, Thiếu Tướng Trần Văn Thanh. Ông này là người đứng đầu cuộc điều tra vụ án tham nhũng.

Ông Thanh bị tố cáo là đứng đầu một âm mưu triệt hạ uy tín lãnh đạo Đà Nẵng. Ba con "ruồi muỗi" khác đã bị truy tố từ trước đó, gồm cựu thiếu tá công an Đinh Công Sắt; trung tá công an Dương Ngọc Tiến là trưởng đại diện báo công an TP. HCM tại Hà Nội; và ông Nguyễn Phi Duy Linh, một người bạn thân của Tướng Thanh.

Vụ án ông Sắt, ông Tiến, lẽ ra diễn ra tháng 9 năm 2008, nhưng bất ngờ vào tháng 8 năm đó (là lúc Hà Nội mở rộng) phiên tòa dời lại vì hai ông Sắt và Tiến đều khai ra người chủ mưu là Tướng Thanh.

Ông Sắt bị tố cáo *"rải truyền đơn và tố cáo sai sự thật nhằm hạ uy tín lãnh đạo Đà Nẵng"*. Công điện không nói, nhưng theo đài RFA, những tờ "truyền đơn" này thật ra là công văn của Viện Kiểm Sát Nhân Dân thành phố Đà Nẵng gửi Viện Kiểm Sát Nhân Dân tối cao và ông Phan Diễn (lúc đó là bí thư Thành ủy Đà Nẵng). Cả hai công văn đều đề cập việc ông Nguyễn Bá Thanh nhận hối lộ 4.4 tỷ đồng trong các công trình xây dựng Cầu Sông Hàn và đường Bắc Nam ở Đà Nẵng.

Ông Tiến và ông Linh bị tố cáo đã hỗ trợ cho ông Sắt trong việc phân phát những công văn này. Tội danh của họ là *"lợi dụng các quyền tự do, dân chủ, xâm phạm lợi ích của nhà nước, quyền, lợi ích hợp pháp của tổ chức, công dân"*.

Phiên tòa "dã man"

Phiên tòa mở màn tháng 7 năm 2009 tại nhà hát Trưng Vương. Khi đó, mặc dù Tướng Trần Văn Thanh bị tai biến, nhưng tòa vẫn ra lệnh phải đẩy ông này từ bệnh viện lên xe cứu thương đưa vào nhà hát, trong tình trạng hôn mê, phải thở bằng máy oxygen và phải truyền dịch[2].

Tướng Thanh là người gốc Đà Nẵng và "có tiếng lương thiện," bức công điện viết. Trước khi làm chánh thanh tra Bộ Công An, ông là giám đốc công an Đà Nẵng. Bức công điện kể lại nguồn gốc vụ án tham nhũng:

"Năm 2000, ông Thanh khi đó là đại tá bắt giữ một nhà thầu về tội hối lộ trong công trình xây dựng cầu sông Hàn. Nhà thầu này (công điện

---

[2] Trong một bài viết mang tựa đề *"Chánh án tòa Đà Nẵng lập kỷ lục vi phạm nhân quyền"* đăng trên Bô Xít Việt Nam và được đăng lại nhiều nơi, Tiến Sĩ Cù Huy Hà Vũ gọi đây là *"hành vi dã man chưa từng thấy trong lịch sử pháp đình hiện đại."*

không nói tên, nhưng là ông Phạm Minh Thông) *bị kết tội 13 năm tù.*" Ông Thông khai là đã hối lộ cho Nguyễn Bá Thanh. Phía công an và viện kiểm sát muốn truy tố ông bí thư, nhưng không được.

Ông bí thư tìm cách trả thù, thì ông công an chạy ra khỏi Đà Nẵng. Mặc dù bị chủ tỉnh đì, ông công an Thanh ra được Hà Nội, được lên lon, và trở thành chánh thanh tra. Ông Tướng Thanh trở thành công cụ lý tưởng để kẻ thù ông bí thư Thanh lôi kéo.

Điều xui xẻo cho ông công an Thanh, là cuộc điều tra đã không được chuẩn bị đúng luật. Bức công điện nêu thí dụ: "*Trong cuộc điều tra năm 2000, Tướng Thanh là người trực tiếp lấy cung nhiều nhân chứng quan trọng chống ông Bá Thanh, kể cả ông nhà thầu.*" Nhưng thay vì cho người khai viết tay biên bản, ông cho đánh máy biên bản rồi cho nhân chứng ký tên.

Mặc dù đây là chuyện ai cũng làm, "*nhưng riêng trong vụ này, điều này khiến Tướng Thanh bị hở sườn*". Khi người của Bí thư Thanh nói chuyện thẳng với những nhân chứng này, "*phép lạ*" là họ đều lắc đầu và chối rằng ông Tướng Thanh tự ý đánh máy tờ khai rồi ép họ ký.

Ông tướng, bị lôi vào tòa trên băng ca trong lúc hôn mê, thở bằng máy, đang truyền dịch, bị tuyên án 18 tháng tù treo. Lên phúc thẩm (cũng tại Đà Nẵng), Viện Kiểm Sát yêu cầu đình chỉ vụ án với ông Tướng Thanh nhưng tòa phúc thẩm vẫn tuyên bố ông tướng có tội, chỉ giảm án xuống 12 tháng tù treo vì lý lịch tốt. Cuối cùng, phải tới khi Tướng Thanh gởi đơn lên giám đốc thẩm, ông mới được tuyên bố vô tội.

Cựu Thiếu Tá Đinh Công Sắt bị tuyên án 12 tháng tù treo. Trung Tá Dương Ngọc Tiến bị 17 tháng 5 ngày tù, ngang với thời gian tạm giam. Ông Nguyễn Phi Duy Linh bị 36 tháng tù.

Mục đích? Dằn mặt công an nhúng tay vào đấu đá

Vụ án "dã man" nhưng rồi kết thúc với những án treo dành cho công an, được viên quyền tổng lãnh sự cho là một hành động dằn mặt. Ông Bennett nói không ai thắng trong vụ. Thua nặng nhất là báo chí, "*Như vụ PMU 18, báo chí nằm trong hạng 'ruồi muỗi' bị giết trong vụ húc nhau của người khổng lồ.*"

Quyền TLS Bennett cho rằng mặc dù Bí thư Thanh tạm thắng, ông vẫn bị dừng chân tại chỗ ở Đà Nẵng. *"Vì có tiếng tham nhũng và tương đối bị cô lập ở Đà Nẵng, nếu ông không tìm được đường tới thì có thể gặp nguy khi quyền lực và ảnh hưởng của ông bị thuyên giảm."*

Nhưng lý do ông Bí thư Thanh truy tố được một tướng, một nhân vật của Bộ Công An, là vì ông lôi kéo được thành phần lãnh đạo đảng Cộng Sản là phải duy trì nguyên tắc quan trọng về vai trò của công an trong hệ thống cộng sản. Công điện viết:

"Sau khi bị thua nhục nhã tháng 7 năm 2008, ông (Bá Thanh) muốn trả thù và thuyết phục được các nhân vật cao cấp khác trong ĐCSVN là, cũng như trong vụ PMU 18, Bộ Công An và báo chí bị dạy cho bài học là không được nhúng vào các cuộc tranh chấp chính trị nội bộ."

Nói cách khác, phe phái trong đảng cộng sản có thể đấu đá nhau, nhưng các loại công cụ như công an, báo chí, không được dính vào.

Công điện:

■ "Political Titan Survives Corruption Charges; Police and Reporter Go to Jail," 1/4/2009, Charles Bennett, Quyền Tổng Lãnh Sự Hoa Kỳ tại Thành Phố Hồ Chí Minh. Loại bảo mật: Confidential. http://wikileaks.org/cable/2009/04/09HOCHIMINHCITY236.html

"Con Ông Cháu Cha" trong cách nhìn của Mỹ

Con cái Nguyễn Tấn Dũng và Lê Duẩn

Hà Giang

[**2006-2009**] Nhiều công điện do Wikileaks tiết lộ cho thấy không chỉ bản thân những nhân vật lãnh đạo cấp cao của nhà cầm quyền CSVN được Hoa Kỳ chiếu cố, mà cả con cái của họ cũng không thoát khỏi "ra-dar" của Bộ Ngoại Giao Hoa Kỳ.

Trong công điện ngày 26 tháng 12, 2006, gởi cho bộ Ngoại Giao ở Washington D.C., Tổng Lãnh Sự Hoa Kỳ tại Sài Gòn, ông Seth Win-nick đã tóm lược những tin tức thu nhặt được về ba người con của ông Nguyễn Tấn Dũng, thủ tướng Cộng Hòa Xã Hội Chủ Nghĩa Việt Nam.

Công điện viết, ngụ ý, Tổng Thống George W. Bush đã *"bắt nọn"* ông Dũng khi đột nhiên đề cập đến mối quan hệ giữa các con ông Dũng với phía Hoa Kỳ. Còn về phía ông Dũng, vẫn theo ghi nhận của công điện, ông ta "tìm cách lảng tránh, hoặc hạ thấp tầm quan trọng của quan hệ ấy (giữa con cái ông ta với Hoa Kỳ)."

Công điện viết về cuộc gặp gỡ giữa Tổng Thống Bush và Thủ Tướng Dũng ở hội nghị thượng đỉnh APEC: *"Theo một nguồn tin đáng tin cậy ở thành phố Hồ Chí Minh, Thủ Tướng Dũng giật mình khi Tổng Thống Bush hỏi han về việc học hành cũng như những liên hệ khác của các con ông tại Hoa Kỳ."*

Lý do, theo công điện, là vì tại Việt Nam, tin tức cá nhân và cả sinh hoạt của thân nhân các viên chức cao cấp chính quyền được xem là *"nhạy cảm."*

Thế nhưng, các công điện tường trình khá đầy đủ về 3 người con của Nguyễn Tấn Dũng cho thấy những gì Bộ Ngoại Giao Hoa Kỳ cần biết, họ đều biết.

Cậu ấm, cô chiêu

Công điện viết rõ, con trai cả của Dũng là Nguyễn Thanh Nghị, sinh năm 1977, lấy bằng tiến sĩ ngành kỹ sư công chánh (structural engineering) từ George Washington University, và sau khi tốt nghiệp đã trở về Việt Nam giảng dạy tại khoa Xây Dựng của Đại Học Kiến Trúc thành phố Hồ Chí Minh.

Vợ tương lai của Nghị, một cô gái gốc Hà Nội, cũng là một du học sinh tại George Washington University, nơi hai người gặp nhau. Họ làm đám cưới sau khi trở lại Việt Nam.

Dư luận cho rằng "cậu ấm" Nghị sau này sẽ lãnh đạo một trong những tập đoàn ngành xây dựng nhà nước tại thành phố Hồ Chí Minh, và cũng có liên hệ mật thiết với công ty Bitexco, một công ty tư nhân đảm trách việc xây cất một số tòa nhà chọc trời tại Hà Nội và Sài Gòn. Tầm hoạt động của Bitexco còn gồm cả ngành đóng chai, dệt và các công trình thủy điện. Tòa chung cư sang trọng The Manor ngay cầu là một dự án của Bitexco.

Công điện nêu rõ là vào những năm 2001 và 2002, Nghị vừa nắm đầu ngành giao tế vừa là "quản lý dự án" của Bitexco.

Đoạn dưới đây của công điện "xác nhận một nguồn tin" về cô con gái rượu của Thủ Tướng Dũng, tên Nguyễn Thanh Phượng. Nội dung công điện cho thấy, khi Hoa Kỳ quan tâm, họ quan tâm tất cả mọi chuyện về đối tượng, kể cả chuyện tình cảm.

Công điện ghi lại nội dung cuộc phỏng vấn tại Tòa Lãnh Sự Hoa Kỳ tại Sài Gòn, khi cô Phượng đến xin visa vào Mỹ.

"Trong lúc trò chuyện với chúng tôi, Phượng xác nhận tin cô đang hẹn hò với một người Mỹ gốc Việt cùng làm việc trong ngành tài chánh hiện đang phát triển mạnh tại Việt Nam."

Về học vấn của Nguyễn Thanh Phượng, công điện của tổng lãnh sự tại Sài Gòn cho biết, sau khi tốt nghiệp tại *"trường trung học danh tiếng Sài Gòn, Marie Curie"* năm 1995, Phượng tốt nghiệp cử nhân Đại Học Kinh Tế Quốc Gia tại Hà Nội năm 2001, và học cao học tại Học

Nguyễn Thanh Nghị, con trai lớn của Thủ tướng Nguyễn Tấn Dũng được vào Trung Ương Đảng CSVN sau Đại hội đảng 11. (Hình: Daylife)

Viện Quốc Tế Geneva (International University in Geneva), Thụy Sĩ, "một trường liên kết với Michigan State University, và chỉ đến thăm Hoa Kỳ trong vòng 2 tuần vào năm 2004 để nhận bằng tốt nghiệp từ Michigan State University."

Cũng trong buổi nói chuyện trên, Phượng xác nhận em trai cô, là Nguyễn Minh Triết, sinh năm 1990, hiện đang học trung học ở Anh Quốc và dự định sẽ theo ngành truyền thông.

Nguyễn Thanh Phượng, con gái Nguyễn Tấn Dũng, được giao trách nhiệm giám đốc đầu tư Vietnam Holding Asset Management, quản trị số vốn $112 triệu của các nhà đầu tư Thụy Sĩ, lúc mới 25 tuổi. (Hình: http://nguyenthanhphuongvn.net)

Con ông cháu cha

So sánh 3 người con của ông Dũng, Tổng Lãnh Sự Winnick tỏ ra có cảm tình với Phượng. Ông viết: *"Phượng giống cha như đúc, và dường như trong ba người con ông thủ tướng, Phượng là người năng động nhất. Trong câu chuyện với chúng tôi, cô tỏ ra cởi mở, tò mò, và chăm chú. Rõ ràng cô là một người có tài."*

Vẫn theo nhận xét của Tổng Lãnh Sự Winnick thì con đường sự nghiệp thênh thang rộng mở của Phượng, và của anh em Phượng, hiển nhiên là được đưa đến từ thân thế của họ.

❝ Clearly it makes good political sense to hire the Prime Minister's daughter to manage an investment fund, especially if that fund is seeking to focus on investment in government-controlled sectors..."

Ông viết tiếp: *"Tuy thế, việc thăng tiến vượt trội của Phượng, và những cánh cửa rộng mở đón chào Phượng và anh em của cô,"* là *"bằng chứng cho thấy cách thức mà tầng lớp lãnh đạo (Việt Nam) bảo đảm cho con cái họ những vị trí đầy lợi thế về giáo dục, chính trị và cả kinh tế."*

Công điện đơn cử một vài ví dụ, *"Tháng Giêng năm 2006, lúc mới hơn 25 tuổi, Phượng đã là giám đốc đầu tư của công ty Vietnam Holding Asset Management, quản trị vốn đầu tư $112 triệu của các nhà đầu tư Thụy Sĩ. Đến tháng 11 cùng năm, Phượng lên làm chủ tịch Hội Đồng Quản Trị Công Ty Cổ Phần Quản Lý Quỹ Đầu Tư Chứng Khoán Bản Việt-Viet*

Capital Fund Management Joint Stock Company, được viết ngắn gọn là Công Ty Quỹ Đầu Tư Bản Việt hoặc VCFM với nhiều trăm tỉ đồng Việt Nam đến từ các cá nhân và doanh nghiệp tư nhân Việt Nam."

Tại sao người ta có thể tin tưởng để giao một số vốn không lồ như thế cho một người trẻ tuổi, thiếu kinh nghiệm như Phượng?

Tổng Lãnh Sự Winnick trả lời câu hỏi này thay cho lời kết của công điện: *"Tất nhiên, về mặt chính trị, giao quỹ đầu tư cho cô con gái cưng của thủ tướng quản lý, là một điều khôn ngoan, nhất là khi quỹ này tập trung vào việc đầu tư trong những ngành mà nhà nước kiểm soát, như dầu khí, ngân hàng và công nghệ thông tin."*

Một công điện khác, được xếp hạng "mật," do Quyền tổng lãnh sựChoales Bennett, gửi về Bộ Ngoại Giao Hoa Kỳ khoảng đầu năm 2009 cho thấy, không chỉ riêng ba người con của ông Nguyễn Tấn Dũng được hưởng mọi ưu đãi *"con ông cháu cha,"* mà chức giám đốc hải quan thành phố Hồ Chí Minh, một địa vị ngon lành, cũng được trao cho con trai cựu Tổng Bí Thư Đảng CSVN Lê Duẩn.

Lê Kiên Thành, con trai cố Tổng bí thư Lê Duẩn. (Hình: Tamnhin.net)

Một đoạn trong công điện này viết: *"Lê Kiên Trung (con trai nhỏ của Lê Duẩn) chính là tổng giám đốc Hải Quan Thành Phố Hồ Chí Minh, một trong những chức vụ được cho là béo bở và được nhiều người thèm muốn nhất trong guồng máy nhà nước Việt Nam."*

Cũng theo công điện này, ông Lê Kiên Thành, con trai lớn của cựu Tổng Bí Thư Lê Duẩn, có thể đã có những tư tưởng *"lành mạnh"* khi nhận định rằng, với guồng máy cai trị hiện tại, khi tự do báo chí không có, thì khó tiêu diệt được tệ nạn tham nhũng đang lan tràn ở mọi tầng lớp.

Công điện trích lời phát biểu của Lê Kiến Thành trong một buổi họp liên quan đến "xì căng đan" tham nhũng nổi tiếng PCI: *"Chức tổng biên tập chẳng ăn nhằm gì cả, khi cả ngành truyền thông yếu ớt và bị thao túng có hệ thống, nhưng việc các tổng biên tập của các tờ Pháp Luật, Thanh Niên và Tuổi Trẻ đồng loạt bị thay thế đã đánh dấu một bước lùi cho nền dân chủ."*

Có thể có những con ông cháu cha có một quan điểm lý tưởng hướng về dân chủ không?

Ông Bennett tỏ ra dè dặt khi ông kết luận: *"Nếu chúng ta tin vào những điều Lê Kiến Thành phát biểu, thì nhiều đảng viên đảng CSVN hiện không hài lòng với hướng đi của đất nước đang sẵn sàng tham gia vào các cuộc tranh luận sôi nổi, ít nhất là giữa họ với nhau."*

Có lẽ chẳng ai có thể khẳng định được điều gì, ngoài việc ghi nhận sự kiện Ông Thành, 31 năm tuổi Đảng, đã ra ứng cử độc lập vào Quốc Hội năm 2007, rồi sau đó họp đảng ủy, và được thuyết phục rút đơn.

Công điện:

- "Revolution in decline, Le Kien Thanh on media and corruption," 12/3/2009, từ Charles Bennett, Quyền Tổng lãnh sự Hoa Kỳ tại TPHCM. Loại bảo mật: Confidential.   http://wikileaks.org/cable/2009/03/09HOCHIMINHCITY181.html
- "All his (Prime Minister Dzung's) children," 26/12/2006, từ Seth Winnick, Tổng lãnh sự Hoa Kỳ tại TPHCM. Loại bảo mật: Secret. http://wikileaks.org/cable/2006/12/06HOCHIMINHCITY1492.html

Cứ tham nhũng,
đã có Đảng "bảo kê"

Đông Bàn

[**2009**] Tiền, quyền lợi cá nhân và quyền lợi thân tộc là động lực chính đằng sau cỗ máy chính trị của Đảng Cộng Sản Việt Nam hiện nay. Đó là ghi nhận của hai công điện do Tổng Lãnh Sự Hoa Kỳ tại thành phố Hồ Chí Minh gởi về Washington D.C. trong hai tháng cuối năm 2009.

Hai công điện, một viết hồi tháng 10, một viết hồi tháng 12, 2009, bao gồm nội dung các cuộc nói chuyện riêng của ngoại giao Hoa Kỳ với một doanh gia và một quan chức thành phố Hồ Chí Minh hiện nay. Cả hai nhân vật Việt Nam đều bày tỏ sự ngao ngán trước tình trạng tham nhũng lan tràn. Cả hai bày tỏ sự bất lực trước tình trạng tham nhũng không thể ngăn chặn, mà phần lớn là vì, dưới sự bảo vệ của đảng, các đảng viên gần như trở thành "bất khả xâm phạm."

Đại hội lần thứ 11 của đảng CSVN. Theo công điện của Ngoại giao Hoa Kỳ, dưới sự bảo vệ của đảng, các đảng viên gần như trở thành "bất khả xâm phạm.
(Hình: Getty Images)

Vào Đảng để kiếm tiền!

Một doanh gia tại Sài Gòn nói, Đảng Cộng Sản bị chi phối bởi nhóm đảng viên *"chỉ muốn làm giàu cho cá nhân và gia đình họ,"* và nhóm này *"chống lại tiến trình minh bạch hóa hoặc những cuộc chiến chống nạn tham nhũng."*

"Tiền bạc đóng vai trò tai hại trong cơ chế hoạch định chính sách của Đảng Cộng Sản, và cũng chính vì tiền mà đảng này bị Trung Quốc lợi dụng để mở rộng quyền lợi của họ tại Việt Nam, bất kể sự bực mình ngày càng lan rộng của quần chúng đối với chính sách của chính phủ và Đảng CSVN đối với Trung Quốc." Vẫn theo lời doanh gia.

"Trên thực tế, quyền lợi kinh tế của cá nhân (đảng viên cộng sản) đã và đang trở thành yếu tố quan trọng nhất trong tiến trình làm chính sách của đảng. Tiến trình hoạch-định-chính-sách-dựa-trên-tiền khiến Đảng Cộng Sản Việt Nam ngày càng được tổ chức dựa theo tinh thần bè phái, loại bè phái được định hình bởi các thỏa hiệp về quyền lợi kinh tế."

Doanh nhân này nhận định, sự ra đời của tinh thần bè phái dựa trên quyền lợi kinh tế là một hiện tượng hoàn toàn mới. Hiện tượng này xuất hiện từ cuối năm 2005 và từ đó trở thành khuynh hướng chính trị có tính cách quyết định đối với Việt Nam: *"Vào đảng, tất cả là vấn đề tiền bạc!"*

"Hệ quả tất yếu, và nguy hiểm, của sự thăng tiến của nhóm đặc quyền kinh tế trong đảng chính là khuynh hướng chống lại sự minh bạch, chống lại cải tổ, chống lại điều hành chính phủ tích cực - vốn từng có thời được áp dụng. Sự đảo chiều này không phải do nhóm thủ cựu lấn thế, mà do quan điểm của nhóm đặc quyền kinh tế, xem sự minh bạch, tự do ngôn luận và cải tổ là trở ngại để họ thu vén quyền lợi."

Trong số thành phần lãnh đạo chủ chốt của Đảng Cộng Sản, có rất nhiều người hiểu rằng, đảng sẽ mất quyền kiểm soát nếu cứ tiếp tục đi theo con đường này. Tuy nhiên, thay vì ủng hộ khuynh hướng cải tổ để xây dựng sự ủng hộ cho đảng, họ tập trung mọi khả năng để kìm chế những thay đổi tích cực, cho dẫu chỉ là tạm thời, để có thể vơ vét càng nhiều càng tốt cho riêng họ và gia đình họ.

"Họ muốn vơ vét trước khi khuynh hướng chống đảng thắng thế."

Khi được hỏi có phải cá nhân ông Nguyễn Tấn Dũng kiểm soát những tập đoàn quốc doanh lớn nhất hay không, doanh gia này nhận định, *"nhiều quyết định tại Việt Nam phải đi qua Văn Phòng Thủ Tướng, để thủ tướng ra quyết định."*

Trong số những quyết định này, có quyết định phân chia đất đai, tài nguyên - và quan trọng nhất - quyết định hỗ trợ tín dụng do nhà nước bảo đảm (và vì vậy phân lời thấp). Vì có quyền chấp thuận hoặc bác bỏ các quyết định ấy, *"Thủ Tướng Dũng đủ sức khống chế, và khống chế một cách hiệu quả, các tập đoàn kinh tế quốc doanh lớn."* Tuy nhiên, những tập đoàn này lại cạnh tranh với nhau, không phải trên thương trường, mà thường là *"trong cuộc đua để xem ai có thể cung cấp bổng lộc nhiều hơn cho gia đình và cho những đảng viên chủ chốt đã đứng ra ủng hộ họ."*

"Dưới quyền Thủ Tướng Dũng, các tập đoàn kinh tế quốc doanh ngày càng trở nên trung tâm của tiến trình chính trị, và là cỗ máy chính yếu mà Đảng Cộng Sản sử dụng để thu vén quyền lợi cho đảng viên. Các tập đoàn này cũng ngày càng trở nên thiếu hiệu quả. Lý do là vì họ đo sự 'thành công' bằng khả năng phân phối tài nguyên quốc gia đến các giám đốc và người ủng hộ, chứ không bằng khả năng kinh doanh."

Điều quan trọng, vẫn theo công điện thuật lời doanh nhân, tiền và quyền lợi chi phối cả các quyết định liên quan đến Trung Quốc - theo chiều hướng tiêu cực.

> **"**Investigations of Communist Party members cannot even begin without the permission of top party leaders..."

"Vì biết Đảng Cộng Sản bị chi phối bởi tiền, giới lãnh đạo Trung Quốc sẵn sàng tung tiền để tiếp cận đảng viên Việt Nam, và qua đó mở rộng ảnh hưởng của Bắc Kinh tại Việt Nam. Trong khi quần chúng không ưa Trung Quốc, và trong khi một số cơ quan thuộc chính phủ Việt Nam cũng rất không ưa Trung Quốc vì cho rằng quyền lợi làm ăn với Trung Quốc gắn liền với nạn tham nhũng, thì quyền lực chính trị của Trung Quốc lại thăng tiến ngay trong nội bộ Đảng Cộng Sản Việt Nam. Lý do là vì, đây (Đảng Cộng Sản Việt Nam) chính là nơi mà Đảng Cộng Sản Trung Quốc biết rằng họ phải tập trung mọi nỗ lực để có được ảnh hưởng thật sự tại Việt Nam."

Tổng Lãnh Sự Hoa Kỳ ghi nhận, trong nhiều cuộc nói chuyện với ở chốn riêng tư với giới tư doanh thành đạt tại Sài Gòn, giới này thường chỉ trích trực tiếp vai trò của Thủ Tướng Nguyễn Tấn Dũng cùng nhiều người khác đã hỗ trợ doanh nghiệp nhà nước - vốn ngày càng lớn thêm lên và có vai trò tàn phá trong nền kinh tế.

"Bảo kê" của Đảng

Nội dung một cuộc nói chuyện khác, với một quan chức của thành phố Hồ Chí Minh, tái khẳng định quan điểm của giới doanh gia về nạn tham nhũng và sự bảo bọc của đảng đối với đảng viên của mình.

Công điện làm ngày 17 tháng 12, 2009 bàn về chức năng và thực lực của cơ quan Thanh Tra Chính Phủ tại Sài Gòn. Công điện trích lời quan chức này, rằng chống tham nhũng tại thành phố Hồ Chí Minh là công việc "tứ bề thọ địch."

Bởi vì cơ quan Thanh Tra Chính Phủ không được quyền truy tố, và cũng không có thẩm quyền phối hợp (với các cơ quan khác), các cuộc điều tra công chức tham nhũng dễ dàng bị ngăn chặn bởi quan chức các bộ và ngành. Các cuộc điều tra tham nhũng liên quan đến đảng viên thậm chí không thể được tiến hành nếu không được giới lãnh đạo đảng cho phép.

Bên cạnh những khó khăn này, giới thanh tra cho rằng thách thức lớn nhất của họ bắt nguồn từ quan điểm của tất cả mọi công chức chính quyền, rằng chính *giới lãnh đạo cao cấp nhất của họ cũng dùng quyền lực để tham nhũng, để thu vén quyền lợi cá nhân.* Và vì vậy, *"tham nhũng là điều chấp nhận được."*

Theo quan chức này, nỗ lực chống tham nhũng sẽ không bao giờ thành công trừ khi giới lãnh đạo cao nhất của đảng và chính phủ chịu nhúng tay vào. Ông nói, những người chịu trách nhiệm chống tham nhũng *"không bao giờ có thể thuyết phục được giới công chức đừng nhận hối lộ, đừng lạm dụng ngân sách, hoặc đừng lạm dụng quyền hành, nếu giới này vẫn còn tiếp tục chứng kiến cảnh lãnh đạo của họ, thành viên gia đình và bạn bè của lãnh đạo, vẫn cứ tiếp tục trở nên giàu có (nhờ vào tham nhũng)."*

"Tham nhũng ở Việt Nam diễn ra từ nóc," *"và chỉ có thể chấm dứt bằng cách bắt đầu từ nóc."*

Ở Việt Nam, Thanh Tra Chính Phủ không được quyền khởi tố, không được phép yêu cầu các cơ quan khác nhau cùng hợp tác điều tra. Trong khi Thanh Tra Chính Phủ có thể điều tra từng cá nhân một, họ lại không được quyền khám xét văn phòng làm việc, khám xét computer, giấy tờ của các cá nhân đang bị điều tra, nếu không có "cơ quan chủ quản" viết giấy cho phép. Thậm chí, nếu một cấp trên trực tiếp của người đang bị điều tra đồng ý cho phép điều tra, chỉ cần một người khác, cấp cao hơn, bảo phải ngưng, thì toàn bộ tiến trình điều tra phải dừng lại.

Quan chức này nói, tại Việt Nam, công an có thẩm quyền tuyệt đối. *"Công an chuyên về mảng an ninh và chính trị đứng riêng, có thẩm quyền tuyệt đối trong việc yêu cầu, hoặc trực tiếp nhúng tay, tịch thu tài liệu của bất cứ ai, không cần lệnh tòa."*

Mặc dầu Việt Nam có cơ quan "Thanh Tra Chính Phủ," có vẻ như cơ quan này chỉ tồn tại *"làm vì."* Thanh Tra Chính Phủ tại thành phố Hồ Chí Minh *"hoàn toàn không được quyền điều tra đảng viên, bất kể đảng viên cao cấp hay đảng viên quèn, nếu không được phép của Thành Ủy."*

"Thậm chí với đảng viên cấp thấp nhất, quyết định điều tra cũng phải do Bí Thư Thành Ủy cho phép, tức là phải có phép của Bí Thư Thành Ủy, Ủy Viên Bộ Chính Trị, Lê Thanh Hải và Phó Bí Thư Nguyễn Văn Đua."

"Đối với các thành viên tương đối cao cấp, hoặc đối với các vụ "nổi cộm," Thành Ủy thành phố Hồ Chí Minh chắc chắn sẽ phải đưa ra cho lãnh đạo đảng tại Hà Nội quyết định."

Bởi vì phải xin phép trước khi điều tra, các thanh tra luôn bị rơi vào tình huống: Đảng sẽ không cho phép điều tra nếu không có chứng cứ rành rành về một cá nhân nào đó tham nhũng; hoặc là các thanh tra viên có thể bị kỷ luật, hoặc thậm chí bị bỏ tù, nếu cứ việc điều tra trước khi được cho phép.

Trên thực tế, một đảng viên chỉ bị điều tra nếu có một cơ quan vệ tinh nào đó của đảng, chẳng hạn Mặt Trận Tổ Quốc, yêu cầu phải có điều tra, dựa trên những tố cáo có bằng chứng hẳn hoi. Thậm chí trong các trường hợp này, đảng cũng sẽ yêu cầu đảng viên phạm lỗi "tự kiểm," chứ thường là không cho phép tiến hành điều tra. Những đảng viên không biết tự kiểm, hoặc làm cho đảng mất mặt, thì đảng chắc chắn sẽ cho phép điều tra. Thậm chí, trong những trường hợp ấy, một số đảng viên cao cấp sẽ nhảy vào, tung ô dù che chở cho những đảng viên đàn em trung thành với mình.

Vụ Huỳnh Ngọc Sỹ và Xa Lộ Đông-Tây là một ví dụ. Thanh Tra Chính Phủ đã yêu cầu được điều tra vụ này, nhưng bị từ chối. Huỳnh Ngọc Sỹ có mối quan hệ cá nhân rất thân với Bí Thư Thành Ủy Thành Phố Hồ Chí Minh, Lê Thanh Hải!

Công điện:

- "Talk of Money Politics and Distrust of China Top Ambassador's Lunch in HCMC," 9/10/2009, từ Kenneth Fairfax, Tổng Lãnh Sự Hoa Kỳ tại Thành Phố Hồ Chí Minh. Loại bảo mật: Confidential. http://wikileaks.org/cable/2009/10/09HOCHIMINHCITY619.html
- "Fighting Corruption in HCMC an Uphill Battle," 17/12/2009, từ Kenneth Fairfax, Tổng Lãnh Sự Hoa Kỳ tại Thành Phố Hồ Chí Minh. Loại bảo mật: Confidential. http://wikileaks.org/cable/2009/12/09HOCHIMINHCITY675.html

Phiên tòa "đi ngang về tắt"

Vụ xử Định, Trung, Long, Thức

Hà Giang

[**2009 - 2010**] Tài liệu do Wikileaks công bố cho thấy bề nổi cũng như nguyên nhân sâu xa của những vụ xử các nhà dân chủ, diễn ra tại Việt Nam hồi đầu tháng 1, 2010.

Tài liệu cho thấy, giới ngoại giao Hoa Kỳ tại Hà Nội và Sài Gòn nắm rõ, nếu không muốn nói là rất rõ, những chi tiết liên quan đến các vụ xử này.

"Phiên Tòa Đóng Kịch" xử 4 nhà dân chủ tại Sài Gòn ngày 20 tháng 1, 2010.
Từ phải qua trái: Luật sư Lê Công Định, Kỹ sư Lê Thăng Long, Thạc sĩ Nguyễn Tiến
Trung và Kỹ sư Trần Huỳnh Duy Thức. (Hình: Vietnam News Agency via Reuters)

Không biết vì sự *"hiểu quá rõ"* này, hay vì nội dung được xếp hạng là "mật" (confidential), mà một công điện gửi từ tòa tổng lãnh sự Sài Gòn về Washington D.C. cho Bộ Ngoại Giao Hoa Kỳ, trong tháng 1 năm 2010, tường trình về phiên tòa xử 4 nhà dân chủ, có lối viết rất thẳng thừng, nhuốm phần mỉa mai, châm biếm.

"Phiên tòa đóng kịch"

Sự mỉa mai của công điện bắt đầu ở ngay cái tựa, qua cách mà người viết bản tường trình đặt tên cho buổi xử án: *"'Phiên tòa đóng kịch' xử những nhà dân chủ đã làm nổi bật những thách thức trong việc quảng bá nhân quyền tại Việt Nam."*

Phần tóm lược của công điện viết: *"Phiên tòa xét xử 4 nhà hoạt động dân chủ, trong đó có luật sư nổi tiếng, từng được học bổng Fulbright, Lê Công Định, nhà đấu tranh và blogger Nguyễn Tiến Trung, khai diễn và kết thúc cùng ngày, vào hôm 20 tháng 1, tại thành phố Hồ Chí Minh."*

"Cả 4 người bị kết tội 'tìm cách lật đổ chính quyền,' lãnh án từ 5 đến 16 năm tù, cộng thêm nhiều năm quản thúc. Trong khi phán quyết kéo dài chỉ sau 15 phút xét xử của tòa, điều chẳng ai ngạc nhiên, phiên-tòa-một-ngày này cho chúng ta một dẫn chứng rành rành về cách chính phủ và đảng CSVN biến việc bày tỏ chính kiến một cách ôn hòa thành một tội hình sự."

"Luật sư Lê Công Định thú nhận đã gia nhập một đảng không-cộng-sản (và do đó, theo quy định của pháp luật Việt Nam, thì (ông) đã có hành vi chống chính quyền, nhưng ông thừa nhận đã không làm bất cứ điều gì sai trái)."

"Bản tuyên bố chỉ trích phiên xử một cách gay gắt, do vị tổng lãnh sự tham dự phiên tòa đưa ra, đã được truyền thông quốc tế phổ biến rộng rãi, nhưng không tờ báo Việt Nam nào đưa tin."

Ngoài Luật sư Lê Công Định và Blogger Nguyễn Tiến Trung, phiên tòa còn xử hai nhà dân chủ khác là ông Lê Thăng Long và Trần Huỳnh Duy Thức. Tất cả 4 người, theo bản tường trình, đều bị kết tội một cách chóng vánh, qua một phiên tòa vi phạm nhiều thủ tục tố tụng.

"Với tốc độ 'nhanh như chớp' và việc nhất định không xét đến nhiều cáo buộc hành hạ tù nhân, ngụy tạo bằng chứng, bắt phải nhận tội, phiên tòa cho thấy rõ Việt Nam còn lâu mới có được một ngành tư pháp chuyên nghiệp và độc lập." Công điện viết.

Mô tả diễn tiến của phiên tòa, công điện dùng cụm từ "A Short Road to Guilty" (tạm dịch: Một Bản Án Đi Bằng Lối Tắt) và ghi rõ:

"Phần lớn thời giờ của phiên tòa kéo dài 10 tiếng đồng hồ này được dành cho việc đọc đi đọc lại, những 3 lần, gần như nguyên văn, một bản văn dài lê thê kết tội 4 bị cáo. Bản văn này, được đọc lần đầu tiên, lúc phiên tòa vừa khai mạc, như bản cáo trạng; lần thứ nhì được đọc như cáo buộc theo kết quả điều tra; và lần thứ ba được đọc như lời kết tội chính thức của tòa."

"Sau thủ tục này, các thẩm phán bàn luận chỉ 15 phút trước khi kết án 4 bị cáo."

Một đoạn của công điện nêu lên đặc điểm của bản cáo trạng, như sau:

"While the verdicts -- reached after fifteen minutes deliberation -- were hardly surprising, the one-day trial nonetheless provided an instructive example of how the GVN/CPV recasts peaceful political speech into criminal acts..."

"Trọng tâm của bản cáo trạng cáo buộc các bị can thành lập một nhóm có tên là 'Nhóm nghiên cứu Chấn' với mục đích 'lật đổ chính quyền.' Mặc dù thế, bản cáo trạng không hề cho biết nhóm đã thực hiện hoặc chuẩn bị cho bất cứ hành vi bạo động nào, hay khuyến khích người khác có những hành động như vậy. Thay vào đó, các công tố viên cáo buộc Trần Huỳnh Duy Thức, trong vai trò lãnh đạo của nhóm, đã tuyên bố rằng năm 2010 đánh dấu sự khởi đầu việc Chủ Nghĩa Cộng Sản bị sút giảm hỗ trợ của quần chúng, và đến năm 2020, đảng CSVN sẽ mất quyền kiểm soát đất nước vì càng ngày người ta càng đòi hỏi sự mở rộng nhân quyền và một chế độ dân chủ đa đảng."

Khiếm khuyết nghiêm trọng

Nhận định rằng phiên tòa nói trên là biểu hiện của một *"tiến trình (pháp lý) khiếm khuyết nghiêm trọng"* (a deeply flawed process), công điện đơn cử việc ông Trần Huỳnh Duy Thức, ngay từ đầu phiên xử, đã yêu cầu *"thay thế toàn bộ thẩm phán và công tố viên bằng một đội ngũ khách quan hơn, lý do là vì tất cả những người này là đảng viên đảng CSVN, một vế của việc tranh tụng, mà ông thì bị buộc tội âm mưu lật đổ chính quyền và đảng."*

"Sau khi yêu cầu của ông bị khước từ," công điện viết tiếp: *"Khi Trần Huỳnh Duy Thức yêu cầu hủy bỏ cáo buộc vì trong tù ông đã bị truy bức, nhục hình để ép nhận tội, người công an tòa án ngồi phía sau lưng ông bật đứng dậy để quản thúc ông, nhưng quan tòa vẩy tay ra hiệu cho công an ngồi xuống. Tuy nhiên, sau đó, những gì ông nói bị át đi bởi sự nhiễu sóng."*

Cũng theo công điện, ông Lê Thăng Long, tương tự Trần Huỳnh Huy Thức, khai rằng mình đã bị tra tấn, ép cung, nhưng "lời khai của ông luôn bị các thẩm phán cắt ngang," hoặc microphone không phát tiếng.

Ngoài ra, công điện cho biết, trong suốt phiên tòa, cả hai ông Lê Thăng Long và Trần Huỳnh Huy Thức liên tục khai rằng các tài liệu, chứng cớ dùng để buộc tội họ đều đã bị sửa đổi, hay giả mạo.

Sự tham dự của giới truyền thông báo chí trong phiên tòa được xem là phiên xử công cộng cũng có nhiều đặc điểm đáng ghi nhận. Công điện viết: *"Không phóng viên hay người quan sát nào được vào phòng xử, một số ít người quan sát ngoại quốc được cho phép ngồi xem trước một máy truyền hình được đặt trong một căn phòng phía ngoài phòng xử. Tổng Lãnh Sự, Đại Sứ Liên Hiệp Âu Châu và Đan Mạch, và một số chính khách Canada và Úc là những nhà ngoại giao ngoại quốc duy nhất được chứng kiến phiên xử."*

"Ba phóng viên ngoại quốc của AP, Reuters và AFP, và một phóng viên người Việt Nam làm việc cho hãng tin DPA của Đức, và khoảng 30 phóng viên của báo chí Việt Nam cũng có mặt. Phóng viên ngoại quốc bị cấm không được mang theo điện thoại cầm tay, máy ảnh hay bất cứ dụng cụ điện tử nào, trong khi đó phóng viên của báo chí nhà nước không bị giới hạn nào."

Tại sao sự giới hạn chỉ áp dụng cho phóng viên ngoại quốc? Công điện giải thích: *"Làm như vậy, không một hình ảnh hay âm thanh nào về những hành vi sai trái của các quan chức trong phiên xử được ghi lại. Trong quá trình tố tụng, nhiều lúc âm thanh bị tắt ngúm, hay bị át đi vì nhiều sóng ngay khi các luật sư bào chữa bắt đầu cất tiếng để tranh cãi."*

Công điện cũng đơn cử việc microphone bị im tiếng trong phần phát biểu của Blogger Nguyễn Tiến Trung, và trong phần tranh cãi rất hùng hồn của Luật sư Triệu Quốc Mạnh, bào chữa cho ông Trần Huỳnh Duy Thức.

Cái tội dân chủ

Sự mỉa mai châm biếm của công điện càng trở nên rõ hơn ở đoạn có tựa "Bị Kết Cái Tội Dân Chủ," mở đầu bằng đánh giá việc nhận tội của Luật sư Lê Công Định: *"Trong khi Lê Công Định đã nhận tội trong một khuôn khổ rõ ràng là của một thỏa thuận được điều đình rất cẩn thận để đạt được sự giảm án, ngôn từ của Định trong việc nhận tội vô cùng sâu sắc và đầy hàm chứa."*

"Định tuyên bố rằng ông không có lời bào chữa, vì ông không làm gì

để phải cần bào chữa. Thay vào đó, ông chỉ đơn giản thừa nhận rằng, theo Hiến Pháp Việt Nam, Đảng Cộng Sản Việt Nam là đảng duy nhất và vĩnh viễn có quyền lãnh đạo đất nước. Vì đảng Dân Chủ Việt Nam, mà Định đã gia nhập, kêu gọi tiến trình đa đảng cho Việt Nam, cho nên, trước pháp luật Việt Nam, Định phạm tội theo điều 79 của Bộ Luật Hình Sự. Ngoài việc thừa nhận gia nhập đảng Dân Chủ Việt Nam, Định không nhận mình có tội gì khác."

Công điện kết luận: *"Dù xét theo ngôn từ nhận tội rất khéo léo của Lê Công Định, hay bản cáo trạng dài lê thê của công tố viện, người ta cũng phải đi đến một kết luận: Bởi vì theo Hiến Pháp Việt Nam, đảng CSVN là đảng duy nhất được nắm quyền, cho nên bất cứ ai bàn luận gì đến dân chủ, hay cổ động cho việc dân chủ hóa Việt Nam, đều phạm tội, một trọng tội mà hình phạt là nhiều năm dài tù tội, thậm chí có thể phải chịu án tử hình."*

Công điện:

- ■ "Show trial of democracy activists showcases challenges to promoting human rights in Vietnam," 21/1/2010 từ Kenneth J. Fairfax, Tổng Lãnh Sự Hoa Kỳ tại TPHCM. Loại bảo mật: Confidential. http://www.wikileaks.org/cable/2010/01/10 HOCHIMINHC-ITY33.html

- ■ "Dissidents charged with attempting to overthrow government," 14/12/2009, từ Kenneth J. Fairfax, Tổng Lãnh Sự Hoa Kỳ tại TPHCM. Loại bảo mật: Không bảo mật. http://www.wikileaks.org/cable/2009/12/09HOCHIMINHCITY673.html

Video Luật Sư Lê Công Định "nhận tội" bị cắt xén

Đỗ Dzũng

[**2009**] Đoạn video dài 20 phút về Luật Sư Lê Công Định "nhận tội" đã bị chính quyền cắt xén rất nhiều, và được chiếu trên đài truyền hình nhà nước Việt Nam VTV vào lúc 7 giờ tối ngày 19 Tháng Tám, 2009, theo công điện ngoại giao do Đại Sứ Hoa Kỳ Michael Mikhalak gởi từ Hà Nội về Washington D.C.

Đây là một trong bốn đoạn video về bốn người bất đồng chính kiến bị an ninh Việt Nam bắt trước đó hơn hai tháng và bị tố cáo tội "âm mưu lật đổ chính quyền" hoặc "tuyên truyền chống nhà nước."

Những người bị bắt gồm Luật Sư Lê Công Định, thạc sĩ Nguyễn Tiến Trung, doanh gia/kỹ sư Trần Huỳnh Duy Thức và cựu trung tá quân đội nhân dân Việt Nam, Trần Anh Kim.

"Cắt xén"

"Đây là một trong những đoạn video chiếu toàn quốc vào buổi tối, cho thấy nhiều nhà hoạt động địa phương, làm việc với một số người ngoại quốc, nhằm 'lật đổ chính quyền Việt Nam,'" bản công điện viết. *"Chương trình cho chiếu đoạn video thứ tư của buổi tối hôm đó, một đoạn dài 20 phút, dài một cách bất bình thường đối với một bản tin. Trong tất cả những đoạn phim này - bị cắt xén rất nhiều - khán giả thấy những cá nhân bị bắt trong thời gian từ Tháng Năm đến Tháng Bảy, nhận tội với công an, trong đó có cả Luật Sư Lê Công Định."*

"Theo nhiều nguồn tin báo chí, những đoạn phim và lời đọc này do Bộ Công An sản xuất, và được Ban Tuyên Giáo Trung Ương gởi tới đài VTV một ngày trước đó, và không giải thích gì cả," bản công điện viết tiếp.

Bản công điện còn mở ngoặc, rằng: *"Ủy ban này do ông Tô Huy Rứa đứng đầu, và ông là ủy viên mới nhất của Bộ Chính Trị."*

*Luật Sư Lê Công Định tại một buổi họp ở Sài Gòn hồi Tháng Năm, 2009,
trước khi bị bắt. (Hình: AFP/AFP/Getty Images)*

Chương trình được phát hình vào lúc có nhiều người xem nhất
trong ngày, ban đầu trên đài VTV3, sau đó phát lại trên đài VTV lúc 10
giờ tối và được đưa lên trang web của đài sau đó.

Đại sứ Hoa Kỳ nhận xét: *"Đoạn phim cuối cùng chiếu phần nhận tội
của người được chú ý nhiều nhất, Luật Sư Lê Công Định, cư dân thành phố
Hồ Chí Minh. Đoạn phim bắt đầu với một tuyên bố hơi khó hiểu từ người
đọc, cho rằng đây là 'một trong nhiều' mô tả về hoạt động của Luật Sư Lê
Công Định."*

Bản công điện viết tiếp: *"Ông Định nói rằng đã gặp Trần Huỳnh Duy
Thức và Nguyễn Sỹ Bình tại Thái Lan, và từng là thành viên đảng Dân Chủ
Việt Nam và 'tuyên truyền chống lại chính quyền Việt Nam.' Phần lớn đoạn
phim bị cắt xén tập trung vào chuyện ông Định thường xuyên gặp quan
chức chính phủ và ngoại giao Mỹ."*

Những người ông Định nêu tên trong đoạn phim là Thứ Trưởng
Ngoại Giao John Negroponte, Đại Sứ Ủy Ban Tự Do Tôn Giáo Quốc Tế
John Hanford, Đại Sứ Michael Michalak, Tổng Lãnh Sự Ken Fairfax, Tùy
Viên Kinh Tế Tổng Lãnh Sự tại TP HCM Douglas Sonnek và Tùy Viên
Chính Trị Tổng Lãnh Sự tại TP HCM Katia Bennett.

Bản công điện mở ngoặc: *"Một cách lạ lùng, ông Định không nhắc
tới cuộc gặp gỡ với Phó Phụ Tá Ngoại Trưởng đặc trách Đông Á Thái Bình
Dương Scot Marciel hồi Tháng Hai, cũng như Phó Đại Sứ Virginia Palmer
và Tùy Viên Chính Trị Tòa Đại Sứ Christian Marchant."*

Chi tiết nhất là vụ ông Định gặp ông Negroponte vào Tháng Chín, 2008, theo bản công điện. Ông Định nói vị cựu thứ trưởng ngoại giao nói với ông rằng chính phủ Hoa Kỳ quan tâm rất nhiều đến sự phát triển chuyên nghiệp của luật sư ở Việt Nam, bởi vì, nếu không có luật sư tốt thì không thể có một chính phủ tốt làm việc dựa trên luật pháp, bản công điện cho biết.

"Ông Định nói ông nhận thức rằng - dựa trên quan tâm của Hoa Kỳ để có sự hợp tác giữa hệ thống tòa án và tư pháp của Mỹ và Việt Nam - chính phủ Hoa Kỳ muốn khuyến khích một nền tư pháp độc lập tại Việt Nam, một hệ thống mà không bị đảng Cộng Sản kiểm soát."

Đại Sứ Mikhalak nhận xét: "Ông Định cũng mô tả cuộc gặp gỡ giữa ông Negroponte và lãnh đạo Đoàn Luật Sư TP HCM. Nếu tách riêng việc này ra, phát biểu của ông Định là trung lập - và chúng ta chắc chắn không phủ nhận khuyến khích một nền tư pháp độc lập - nhưng khi bị cắt xén, họ (Bộ Công An) làm cho cuộc gặp gỡ giống như là một âm mưu đầy nham hiểm."

❝Not mentioned, oddly, was Dinh's February meeting with EAP DAS Scot Marciel, DCM Virginia Palmer, and PolOff Christian Marchan."

Bị đẩy khỏi Đoàn Luật Sư

Một bản công điện khác do Tổng Lãnh Sự Ken Fairfax chuyển đi đề cập đến chuyện Đoàn Luật Sư TP HCM bị ép phải khai trừ Luật Sư Lê Công Định sau khi ông bị bắt và chuyện giằng co giữa Đoàn Luật Sư TP HCM với Bộ Tư Pháp Việt Nam trong việc bổ nhiệm nhân sự đứng đầu Liên Đoàn Luật Sư Việt Nam.

Ông Ken Fairfax nhận xét rằng: *"Cuộc đấu đá giữa Bộ Tư Pháp và Đoàn Luật Sư TP HCM chấm dứt bằng một cuộc giống như 'đình chiến,' trong đó Luật Sư Nguyễn Đăng Trừng vẫn làm chủ tịch Đoàn Luật Sư và Phó Chủ Tịch Lê Công Định phải từ chức. Vụ dàn xếp chính trị này, do ông Trừng và Bộ Trưởng Tư Pháp Hà Hùng Cường thỏa thuận, dọn đường công việc thành lập Liên Đoàn Luật Sư Việt Nam mà người đứng đầu là Luật Sư Lê Thúc Anh, do đảng Cộng Sản bổ nhiệm, và bị Đoàn Luật Sư TP HCM phản đối vì thiếu kinh nghiệm tư pháp."*

Công điện trích lời Luật Sư Nguyễn Đăng Trừng cũng nói rằng cuộc "đấu tranh kiên quyết" của ông với Hà Nội qua vấn đề chính trị hóa Liên Đoàn Luật Sư Việt Nam chấm dứt, ông tiếp tục làm chủ tịch, và các cuộc điều tra về tài chánh và hoạt động doanh nghiệp của ông được chấm dứt. Đổi lại, ông Trừng chấm dứt chuyện ngăn cản việc bổ nhiệm ông Lê Thúc Anh.

Tuy nhiên, ông Trừng bác bỏ việc "trao đổi" này và nói rằng trong khi luật sư nhân quyền Lê Công Định từ chối tái ứng cử Ban Chấp Hành Đoàn Luật Sư TP HCM, ông đã bổ nhiệm ông Định đứng đầu một trung tâm nghiên cứu tư pháp mới, bản công điện viết.

Trong cuộc thảo luận với tùy viên chính trị Mỹ hôm 6 Tháng Ba, vài ngày trước khi bị bắt, Luật Sư Lê Công Định có vẻ hài lòng với cuộc tương nhượng và cảm thấy vai trò mới của ông tương đối thoải mái hơn cũng như cảm thấy nhẹ nhõm khi Luật Sư Nguyễn Đăng Trừng tiếp tục làm chủ tịch, theo bản công điện.

Ông Định cũng nói rằng Phó Chủ Tịch TP HCM Nguyễn Văn Đua - con cưng của thành phần bảo thủ trong đảng lúc đó - là người thương thuyết với ông Trừng, bản công điện cho biết tiếp. Sự can dự của ông Đua cho thấy ông Trừng được sự ủng hộ của "thành phố" trong cuộc đấu tranh của ông với Bộ Trưởng Cường qua vụ bổ nhiệm ông Lê Thúc Anh.

Một trong những lý do ông Trừng *rất thất vọng* với ông Anh, theo bản công điện, vì ông này thiếu kinh nghiệm của một luật sư chuyên nghiệp và thiếu kiến thức về luật quốc tế liên quan đến Việt Nam.

Đây chính là lý do mà Đoàn Luật Sư TP HCM từ chối nhận ông Lê Thúc Anh làm hội viên, làm ông phải gia nhập Đoàn Luật Sư Bà Rịa-Vũng Tàu, một thủ tục bắt buộc để có thể đứng đầu Liên Đoàn Luật Sư Việt Nam mới thành lập, bản công điện cho biết tiếp.

Trong khi làm việc để thành lập Liên Đoàn Luật Sư Việt Nam, bản công điện viết, ông Trừng kiên quyết không nhượng bộ và nói rằng, nếu Hà Nội ép, ông sẽ từ chức và không để tổ chức này "trở thành một công cụ" vì hơn một nửa luật sư Việt Nam sống tại và làm việc tại TP HCM.

Bản công điện trích lời ông Trừng nói tương lai thuộc về những luật sư *giỏi và thông minh* như Luật Sư Lê Công Định, và hy vọng ông Định sẽ thăng chức khi thời cơ đến, và nói thêm rằng *can đảm không có nghĩa là liều lĩnh một cách không cần thiết.*

Trong khi đó, cũng theo bản công điện, ông Định rất phấn khởi về trung tâm pháp lý mới mà ông định biến nó trở thành một nơi nghiên cứu và cố vấn pháp luật. Trung tâm này sẽ nghiên cứu luật mới và cải tổ hành chánh cũng như cách gia tăng sự công khai và hiệu quả trong hệ thống hành chánh đối với người dân, một phương cách sẽ có ảnh hưởng lớn đối với chính sách đất đai của chính phủ.

Ông Định cũng hy vọng trung tâm này sẽ kết hợp với các trung tâm tư pháp quốc tế và khu vực để trao đổi ý kiến và học hỏi kinh nghiệm liên quan đến luật hiến pháp, một đề tài mà ông nghĩ rất quan trọng trong cố gắng cải tổ hệ thống tư pháp Việt Nam.

Công điện:

■ "Politics at play in HCMC Bar Association reshuffle," 9/3/2009, từ Ken Fairfax, Tổng Lãnh Sự Hoa Kỳ tại Thành phố Hồ Chí Minh. Loại bảo mật: Confidential. http://wikileaks.org/cable/2009/03/09HOCHIMINHCITY169.html

■ "Leading Vietnamese lawyer Le Cong Dinh arrested," 15/6/2009, từ Ken Fairfax, Tổng Lãnh Sự Hoa Kỳ tại Thành phố Hồ Chí Minh. Loại bảo mật: Confidential. http://wikileaks.org/cable/2009/06/09HOCHIMINHCITY473.html

■ "MPS notches up criticism of US 'threat' on national TV news program," 21/8/2009, từ Michael Michalak, Đại Sứ Hoa Kỳ tại Hà Nội. Loại bảo mật: Không bảo mật. http://wikileaks.org/cable/2009/08/09HANOI820.html

Tàu ngầm Nga giúp Việt Nam "tước quyền kiểm soát của Trung Quốc"

Vũ Quí Hạo Nhiên

[2009] Việc Việt Nam chi 1.8 tỷ đô la Mỹ để mua 6 tàu ngầm hạng Kilo của Nga là nằm trong mục tiêu đối phó với mối đe dọa đến từ Bắc Kinh, theo một công điện ngoại giao của Đại Sứ Quán Mỹ bị Wikileaks tiết lộ.

Sáu tàu ngầm hạng Kilo, cộng 12 máy bay Su-30 MK2 nằm trong kế hoạch hiện đại hóa quân đội kéo dài từ 10 tới 20 năm, theo Phó Đại Sứ

Một chiếc tàu ngầm hạng Kilo của Nga giống chiếc bán cho Việt Nam.
Chiếc này được bán cho Iran. (Hình: defenselink.mil)

Virginia Palmer viết trong công điện đề ngày 23 tháng 6, 2009.

Ngoài tàu ngầm, tin tức còn cho biết Việt Nam sẽ mua luôn cả thủy lôi và hỏa tiễn. *"Nguồn tin trong hãng xuất cảng võ khí Rosoboronexport xác nhận là Nga và Việt Nam đã thương thuyết từ 1 năm nay mới kết thúc hợp đồng mua 6 tàu ngầm hạng Kilo trị giá $1.8 tỷ đô la, và sẽ giao hàng trong khoảng một năm."*

Sáu tàu ngầm mà Việt Nam mua được, chính là giựt từ hợp đồng của Venezuela. Bản công điện tiết lộ, hãng Rosoboronexport của Nga đã hủy đơn đặt hàng của Venezuela để bán cho Việt Nam.

Lý do bên Nga đưa ra, là vì vào tháng 4, Tổng Thống Hugo Chavez của Venezuela đã gặp Tổng Thống Barack Obama rồi hứa sẽ cải thiện quan hệ với Mỹ. Tuy nhiên, bà Palmer cho rằng lý do này chỉ là cái cớ - bà dùng chữ "mỏng." Bà gọi đó là *"một lý do khá mỏng để công khai biện minh cho việc hủy một đơn đặt hàng vũ khí $1.5 tỷ, nhất là khi Venezuela là khách hàng Top 5 của Nga về vũ khí và quân cụ."*

Phó Đại Sứ Palmer cho rằng lý do thật là *"thị trường dầu thế giới sụp đổ, và nền kinh tế Venezuela thì lại lệ thuộc vào dầu hỏa để kiếm thu nhập."*

Trong khi đó, phía Việt Nam đã cố gắng mua tàu ngầm từ lâu. Bản công điện trích lời Giáo Sư Carl Thayer, một chuyên gia Úc về quân đội Việt Nam, *"xác nhận là Hà Nội đã muốn mua tàu ngầm hạng Kilo từ năm 1991."* Bản công điện cho biết:

"Khi đó, Việt Nam đang thảo luận với Liên Xô nhưng rồi nước này tan rã trước khi hai bên kịp thỏa thuận."

Không mua được tàu ngầm mới của Liên Xô, Việt Nam xoay qua hướng khác. *"Gần đây hơn, giới chỉ huy Hải Quân Việt Nam định mua lại tàu ngầm hạng Kilo đã qua sử dụng, của Serbia."*

Ngoài ra, không mua được tàu ngầm lớn thì Việt Nam mua tàu ngầm nhỏ. *"Có tin rằng Hà Nội mua được hai tàu ngầm nhỏ (mini-submarines) của Bắc Hàn năm 1977, có thể để dùng trong các vụ biệt kích, hoặc để phát triển và huấn luyện."*

Sáu chiếc tàu ngầm hạng Kilo này *"có biệt danh 'lỗ đen' vì có khả năng tránh phát hiện, nằm trong số yên lặng nhất trong các tàu ngầm chạy máy diesel."*

Tàu ngầm này *"được thiết kế để chống tàu ngầm và chống tàu trên mặt nước, cũng như để trinh sát và tuần tiễu."*

Không nhiều nước có tàu ngầm này. Công điện cho biết: *"Tính tới tháng 11, 2006, có 16 chiếc đang được dùng trong Hải Quân Nga, và 8 chiếc dự trữ. Thêm 29 chiếc nữa được cho là đã xuất cảng đi Trung Quốc, Ấn Độ, Iran, Ba Lan, Romania và Algeria."*

Vừa tàu ngầm, lại máy bay

Chỉ vài tuần sau khi Việt Nam mua được tàu ngầm, báo Vedomosti của Nga loan tin Việt Nam mua thêm máy bay, gồm 12 chiếc chiến đấu cơ siêu thanh Su-30 MK2. Hợp đồng trị giá $500 triệu đã được ký với Rosoboronexport từ tháng 1, tờ báo cho biết.

Máy bay được bán trống, không có vũ khí, nhưng dạng MK2 *"có dàn điện tử có thể dùng chung với hỏa tiễn chống tàu,"* bản công điện viết. Hợp đồng bán hỏa tiễn và các loại vũ khí khác cho máy bay này *"còn trị giá hàng trăm triệu đô la nữa."*

" While Vietnam cannot hope to match China in naval power, it can make any conflict over disputed claims a complex and risky proposition for China."

Máy bay Su-30 MK2 sẽ giúp nâng trình độ của Không Quân Việt Nam lên một mức cao hơn hẳn. Vào lúc đó, Việt Nam có khoảng 400 máy bay quân sự, nhưng hầu hết đều là MiG-21 của thời thập niên 1960 và Su-22 dùng để oanh tạc mặt đất. Về máy bay tối tân, Việt Nam lúc đó chỉ đang có 12 chiếc Su-30 và 36 chiếc Su-27.

Máy bay Su-30 được Phó Đại Sứ Palmer miêu tả là *"tương tự như F-15 của Mỹ, nhưng giá thành ít hơn 1 phần 3 và được công nhận là một trong những chiến đấu cơ tốt do Nga sản xuất."*

Với số tàu ngầm và máy bay mới mua, Việt Nam lên tới hàng Top 5 trong số khách mua vũ khí của Nga, cùng với Ấn Độ, Algeria, Venezuela và Trung Quốc.

Tàu ngầm đánh với ai?

Phó Đại Sứ Palmer đánh giá việc Việt Nam mua tàu ngầm là *"đặc biệt đáng để ý"* và sẽ cho Việt Nam một *"bước nhảy vọt"* khiến Việt Nam sẽ có *"khả năng chinh chiến dưới mặt nước hiện đại nhất trong toàn vùng Đông Nam Á."*

Ngoài việc nâng cấp quân đội nói chung, *"Việt Nam đang hy vọng tàu ngầm này thay đổi cán cân quân sự tại biển Nam Trung Hoa,"* công điện viết.

"Mặc dù Việt Nam không có hy vọng gì cân bằng với sức mạnh hải

quân của Trung Quốc, nhưng họ có thể khiến một cuộc chiến trong vùng tranh chấp trở thành phức tạp và nguy hiểm cho Trung Quốc," theo Phó Đại Sứ Palmer.

Bà gọi tàu ngầm mới mua này là *"một mối đe dọa bất đối xứng"* cho Trung Quốc. Tàu ngầm này sẽ giúp *"tước đoạt quyền kiểm soát của Trung Quốc trong vùng, nếu Trung Quốc có ý định dùng vũ lực chiếm đoạt những đảo tranh chấp."*

Tuy nhiên, bà Palmer đặt dấu hỏi về khả năng chi trả $1.8 tỷ cho tàu ngầm này. *"Vụ suy thoái kinh tế ảnh hưởng tới Việt Nam ít hơn các nước láng giềng, nhưng với tổng ngân sách quốc phòng chỉ có $3.6 tỷ, khó có thể là Việt Nam có tài nguyên để mua đứt tàu ngầm này."* Bà cho rằng, trên thực tế, có lẽ *"Việt Nam sẽ trả tiền cho Nga qua một số sự trao đổi hàng hóa và trả tiền góp theo thời gian."*

Công điện:

- "Building Vietnam's military deterrent with Russian arms," từ Virginia Palmer, Phó Đại sứ Hoa Kỳ tại Hà Nội. Loại bảo mật: Confidential. http://www.wikileaks.org/cable/2009/06/09hanoi582.html

"Đại gia" FTP bị phạt 300 ngàn đô la

Vi phạm tác quyền âm nhạc

Triệu Phong

[**2009**] WikiLeaks tiết lộ công điện ngoại giao về việc Hiệp Hội Công Nghiệp Ghi Âm Việt Nam (RIAV) xác nhận thắng một kèo lớn đối với FPT, một tay cỡ bự về viễn thông trong nước, trong trận chiến chống vi phạm sản phẩm trí tuệ.

Trụ sở FPT tại Hà Nội. (Hình: Hoàng Đình Nam/Getty Images)

Sau nhiều tháng đeo đuổi vụ kiện vi phạm tác quyền âm nhạc của FPT, công ty làm ăn chung với Nokia, cuối cùng RIAV nhận được tiền bồi thường $300,000, qua sự dàn xếp bên ngoài tòa án.

RIAV mạnh dạn đứng dậy

RIAV, viết tắt từ *"The Recording Industry Association of Vietnam,"* một tổ chức gồm 27 công ty thuộc kỹ nghệ thu băng đĩa, đại diện cho ca nhạc sĩ người Việt trong nước cũng như ở hải ngoại, nhằm bảo vệ sản phẩm trí tuệ trong kỹ nghệ âm nhạc ở Việt Nam.

Chủ tịch RIAV, Huỳnh Tiết, gặp gỡ viên tham tán kinh tế hôm 2 tháng 7 để giải thích về nỗ lực của RIAV, nhằm bảo vệ tài sản trí tuệ của các thành viên. Hội có được những thỏa ước tập thể với các công ty thu nhạc cũng như những cá nhân các nghệ sĩ, vốn sản xuất và phân phối nhạc, đồng thời có hai mươi trang mạng âm nhạc được cấp giấy phép chuyển tải nhạc của các thành viên theo yêu cầu. RIAV thu được một phần lợi nhuận, đồng thời trả tiền hoa hồng cho các thành viên, căn cứ trên báo cáo hằng tháng về thuế của các trang mạng. Ngoài ra RIAV còn hoạt động canh chừng sự vi phạm tác quyền của thành viên nơi các trang mạng. Ví dụ, theo ông Tiết, không lâu sau khi RIAV mới thành lập vào cuối năm 2007, mặc dù thiếu ngân sách lẫn kinh nghiệm, họ bám sát hai trang mạng âm nhạc săn trộm nhạc của thành viên của mình, và làm việc với các ban ngành ở Việt Nam để đóng cửa các trang mạng đó.

Đối đầu với FPT/Nokia

Theo thỏa thuận ký kết khuyến mãi vào cuối năm 2007 giữa Nokia với FPT, công ty viễn thông lớn nhất Việt Nam, Nokia đưa ra một chương trình khuyến mãi, theo đó người mua điện thoại di động của mình, có thể vào trang mạng của FPT để chuyển tải nhạc và các âm điệu điện thoại reo xuống. RIAV có thỏa thuận riêng với FPT ngoại trừ Nokia. RIAV đại diện các công ty thâu nhạc, khẳng định, FPT đã không hỏi ý kiến của họ *"trước khi chuyển quyền sử dụng sang nhóm thứ ba"*. RIAV nói, trong khi FPT có ký thêm thỏa thuận với 5 công ty phân phối và một vài ca sĩ để được phép dùng nhạc của họ, các thỏa thuận của FPT không phù hợp với tác quyền trong hợp đồng giữa RIAV/FPT.

Ông Tiết cho biết, RIAV thực hiện vụ kiện năm 2008 theo ba mũi dùi: Chuẩn bị vụ kiện trên mặt pháp lý, thương lượng trực tiếp với FPT/Nokia, và phổ biến rộng rãi chi tiết vi phạm tác quyền của FPT/Nokia đến khắp giới truyền thông. RIAV nói hy vọng đây sẽ tạo một *"tiền lệ"* đồng thời cảnh tỉnh trước công luận.

Nokia là người đầu tiên chấp nhận sự sai trái của mình trong cuộc gặp gỡ với RIAV vào tháng 4,2008, nhưng khẳng định rằng FPT mới chịu trách nhiệm hoàn toàn.

Vừa thương thuyết, vừa làm mất mặt, vừa kiện

RIAV thương lượng với FPT nhưng không đạt được thỏa thuận đóng cửa trang mạng, cũng như đền bù cho các thành viên của RIAV. Kết quả là RIAV nộp đơn kiện FPT vi phạm tác quyền về âm nhạc vào tháng 10, 2008. Về phần mình, ông Tiết nói, FPT bác bỏ việc thương thuyết để bãi nại trong nhiều tháng trời, cho đến khi Nokia áp lực FPT phải hành động, nếu không họ sẽ kiện FPT ở Singapore vì diễn dịch sai lạc thỏa ước khuyến mãi về âm điệu điện thoại reo của mình. FPT đồng ý trả $300,000 với điều kiện việc thương lượng này không được công bố trước công chúng. Tuy nhiên trên thực tế FPT khẩn cầu RIAV giữ yên lặng về số tiền trả vì FPT không muốn thông tin nào bị xì ra thêm nữa.

Ông Tiết ngạc nhiên về việc chính quyền Việt Nam, đặc biệt là Bộ Văn Hóa Thể Thao và Du Lịch, mở cuộc điều tra độc lập và nhận thấy cả

> **"** FPT resisted settling the case for months until Nokia pressured FPT into making the move by threatening to sue FPT in Singapore court..."

Nokia lẫn FPT phải chịu trách nhiệm về pháp lý. Ông ghi nhận rằng nỗ lực của chính quyền do sự thúc đẩy của thứ trưởng Bộ Văn Hóa Thể Thao và Du Lịch, Trần Chiến Thắng (trong công điện ghi là Tran Chien), người đồng thời cũng là Chủ tịch của RIAV.

Vì Nokia và FPT thường xuyên nhắc nhở RIAV về ảnh hưởng của mình ở trong nước, ông Tiết tin rằng sự yểm trợ của chính phủ Việt Nam là cần thiết và cho thấy sự gia tăng tầm nhận thức cùng nỗ lực mới của chính quyền nhằm bảo vệ quyền sở hữu trí tuệ ở Việt Nam.

Luật về quyền sở hữu trí tuệ vừa mới được bổ túc, tăng tiền phạt vi phạm từ 100 triệu đồng Việt Nam ($5,500) lên đến 500 triệu ($27,700).

Sự thành công của RIAV cho thấy trong khi hệ thống tư pháp Việt Nam còn cần phải làm việc nhiều hơn nữa, tầm nhận thức về quyền sở hữu trí tuệ đang trên đà mạnh mẽ ở Việt Nam. Tạo cho người giữ bản quyền được bảo vệ tài sản trí tuệ của họ hơn.

Để các nhà sản xuất bớt đi các hoạt động bất hợp pháp, câu trả lời tối hậu tùy thuộc vào việc thi hành cưỡng bách các luật lệ về tác quyền và một hệ thống tòa án tốt hơn.

Công điện:

■ "Vietnamese Recording Association slings telecom Goliath for IPR copyright violations," 15/7/2009, từ Kenneth J. Fairfax, Tổng Lãnh sự Hoa Kỳ tại TPHCM. Loại bảo mật: Không bảo mật. http://wikileaks.org/cable/2009/07/09HOCHIMINHCITY551.html

An ninh vụng về
quậy phá Đỗ Nam Hải

Vũ Quí Hạo Nhiên

[**2009**] Giả làm khách uống nước, nhưng nhân viên an ninh chìm Việt Nam lại đọc báo ngược - đó là một chi tiết hài hước trong chuyện công an Việt Nam quấy nhiễu cuộc gặp mặt giữa đại sứ Mỹ và kỹ sư Phương Nam Đỗ Nam Hải, được tường thuật lại trong một công điện bị Wikileaks tiết lộ.

Kỹ sư Đỗ Nam Hải

Kỹ sư Đỗ Nam Hải, có bút hiệu Phương Nam, là một trong những nhà sáng lập Khối 8406. Cũng trong Khối 8406 còn có những nhân vật quen thuộc khác như Luật Sư Nguyễn Văn Đài, Luật Sư Lê Thị Công Nhân, Linh Mục Nguyễn Văn Lý. Cuộc gặp mặt giữa Đỗ Nam Hải và Đại Sứ Michael Michalak được tường thuật trong công điện đề ngày 8 tháng 5, 2009, ký tên phó tổng lãnh sự Angela Dickey.

Điều oái oăm là Đại Sứ Michalak đi gặp ông Đỗ Nam Hải trong chuyến đi Sài Gòn tìm hiểu về thương mại. Nếu an ninh đã đừng quậy phá cuộc gặp gỡ, bức công điện đã là một bản văn tốt cho phía Việt Nam, với tựa đề "Lạc quan ở Thành phố Hồ Chí Minh".

Đại Sứ Michalak gặp Đỗ Nam Hải trong một quán cà phê. Hai người đang nói chuyện về tầm quan trọng của Internet, và Đỗ Nam Hải cho rằng Internet là mấu chốt cho sự thay đổi tại Việt Nam. Ông cho rằng đó chính là lý do *"công an lục soát nhà ông ta sáu lần trong năm qua để tịch thu modem, máy computer, máy laptop và cả điện thoại, và đưa tên ông vào danh sách cấm đối với các dịch vụ Internet, để ông không vào mạng được".*

Hai bên đang nói chuyện được 20 phút, thì *"một cặp nam nữ với vóc dáng tuyệt vời ngồi vào bàn bên cạnh chúng tôi".* Hai người này *"bắt đầu đọc tạp chí thời trang - người đàn ông cầm báo ngược mất một lúc,"* bà Dickey viết.

Mười phút sau đó, thì người đàn ông trẻ đứng dậy, xông tới chỗ Hải và mắng Hải bằng tiếng Việt là *"nói láo"* và *"bêu xấu đất nước".*

> **"**...a well-dressed young couple with exquisite posture sat next to us and began to read fashion magazines - his upside down for a time..."

Người nữ cũng nhào vô, *"Đất nước này nuôi dạy anh, sao anh có thể bêu xấu đất nước như vậy?"*

Rồi người đàn ông quay qua nói với ông đại sứ nhiều lần bằng tiếng Anh: *"Tôi xin tôi, tôi chỉ là một người dân bình thường và tôi rất giận khi thấy ông ấy nói xấu đất nước tôi."*

Một người khách khác trong quán, dường như ngây thơ không biết gì, mắng lại anh chàng *"người dân bình thường"* ấy: *"Sao anh bất lịch sự vậy, người ta đang nói chuyện sao anh xía vô?"*

Đại Sứ Michalak bèn can hết cả ba người. Ông còn nói ông rất mừng là thấy mọi người đều công khai phát biểu suy nghĩ của mình, và tất cả mọi người nên có quyền đó.

'Bài báo lạ'

Tường trình của phó tổng lãnh sự Dickey cũng giống như những điều mà ông Đỗ Nam Hải sau đó nói với đài RFA. Ông kể:

"Khoảng 15 phút, thì người đàn ông trạc 40 tuổi bước đến, nói bằng một thứ tiếng Anh và tiếng Việt lộn xộn, rằng ông xin lỗi phải xen vào. Ông ấy nói rằng ông là một công dân bình thường, thế mà ông này [chỉ vào tôi], lại nói là Việt Nam không có dân chủ, tự do, nhân quyền. 'Việt Nam hoàn toàn có tự do, dân chủ, nhân quyền. Người này không có lòng tự hào dân tộc, đi nói những cái xấu của mình cho người nước ngoài.'"

Sau cuộc gặp mặt, Đại Sứ Michalak đi bộ với ông Đỗ Nam Hải đưa ông về nhà.

Sau đó không lâu, trên báo Tuổi Trẻ ngày 11 tháng 5 xuất hiện một bài báo mang tựa "Chuyện không bình thường," trong đó chỉ trích đại sứ

Hoa Kỳ vì đã gặp *"một người đàn ông trạc 50 tuổi,"* bàn về vấn đề dân chủ, nhân quyền ngay tại Việt Nam.

Cùng ngày đó, Sở Ngoại Vụ tại Sài Gòn đòi gặp Tổng Lãnh Sự Kenneth Fairfax "theo yêu cầu của cơ quan an ninh" và khiếu nại nhân viên tổng lãnh sự quán đã "khuyến khích" người bất đồng chính kiến, theo một công điện của ông Fairfax để ngày 12 tháng 5.

Tổng Lãnh Sự Fairfax bác bỏ những tố cáo này, và nhắc lại cho Sở Ngoại Vụ rằng mọi cuộc gặp gỡ đều có báo trước cho Sở Ngoại Vụ. Khi ông Nguyễn Vũ Tú, phó giám đốc Sở Ngoại Vụ, nhắc tới cuộc gặp với Đỗ Nam Hải, ông Fairfax nhắc ông Tú là Đại Sứ Michalak đã nói trước với Thượng Tướng Nguyễn Văn Hưởng thứ trưởng Bộ Công An là sẽ gặp Bác Sĩ Nguyễn Đan Quế và kỹ sư Đỗ Nam Hải.

Ông Fairfax cũng khẳng định quyền của ngoại giao đoàn đi gặp người dân Việt Nam theo đúng thủ tục ngoại giao.

Và trong công điện, ông nhắc tới bài báo Tuổi Trẻ. Rồi ông viết:

"Nói chuyện với người trong tòa soạn, họ nói riêng với chúng tôi là bài báo do bên Công An viết rồi ra lệnh cho báo phải đăng."

Công điện:

- "Optimism in Ho Chi Minh City: From Business and from 'Ordinary Citizens,'" 8/5/2009, từ Angela Dickey, Phó Tổng Lãnh Sự Hoa Kỳ tại Thành phố Hồ Chí Minh. Loại bảo mật: Confidential. http://wikileaks.org/cable/2009/05/09HOCHIMINHCITY339.html

- "Security Police Accuse Consulate Of Fomenting Dissent And Supporting Protestors," 12/5/2009, từ Kenneth J. Fairfax, Tổng Lãnh sự Hoa Kỳ tại Thành phố Hồ Chí Minh. Loại bảo mật: Confidential. http://wikileaks.org/cable/2009/05/09HOCHIMINHCITY359.html

RFA nói về Hồ Chí Minh,
Việt Nam phản đối Mỹ

Nam Phương

[**2009**] Bất bình với một bài phỏng vấn nhà văn Dương Thu Hương
về Hồ Chí Minh, Bộ Ngoại Giao Việt Nam triệu tập phó đại sứ Mỹ để
phản đối, theo một công điện đề ngày 19 tháng 2, 2009, của Đại Sứ
Michael Michalak chuyển về Bộ Ngoại Giao ở Washington DC.

Video phỏng vấn nhà văn Dương Thu Hương về Hồ Chí Minh của RFA
(Nguồn : RFA)

Công điện này viết: *"Phó đại sứ Mỹ được triệu đến Bộ Ngoại Giao Việt
Nam hôm 19 tháng 2 để gặp quyền vụ trưởng Vụ Châu Mỹ, Vũ Viết Dũng,
để nghe ông này chính thức phản đối việc trang mạng của đài Á Châu Tự
Do (RFA) cho đăng bài phỏng vấn bà Dương Thu Hương, tác giả cuốn sách
mới về cuộc đời của Hồ Chí Minh."*

"Ông Dũng nói cuốn sách này 'bội nhọ' hình ảnh của Hồ Chí Minh,"
bức công điện viết, *"và gây phản cảm trong lòng nhân dân Việt Nam. Chính
quyền Việt Nam thúc giục RFA hãy rút bài phỏng vấn này ra khỏi trang
mạng."*

Phó Đại Sứ Virginia Palmer khi đó trả lời: *"Ngoại Giao Hoa Kỳ không có quyền kiểm soát bài vở của đài RFA,"* nhưng đồng thời hứa chuyển lại lời phản đối của chính quyền Việt Nam với Washington.

Điều oái oăm là bài viết và bản video phỏng vấn nhà văn Dương Thu Hương không phải do đài RFA thực hiện, mà do ký giả Nguyễn An dịch lại từ bài phỏng vấn bằng tiếng Pháp, do thông tấn xã AFP thực hiện.

Có hai chi tiết chính trong bài dịch của RFA, trích dẫn sách của nhà văn Dương Thu Hương: Điều thứ nhất, là "ở lứa tuổi 60, ông Hồ quan hệ và có hai con với một phụ nữ kém ông chừng 40 tuổi." Người phụ nữ này sau đó bị giết, và theo bà Dương Thu Hương, *"xác bị vứt ra đường, giả làm một tai nạn giao thông."*

Về cái chết của Hồ Chí Minh, bà Dương Thu Hương viết rằng ông *"tự ý dứt bỏ dây nhợ để chết vào đúng ngày kỷ niệm 2 tháng 9."* Bà gọi đó là *"một hành động kiên cường sau cùng chống lại đảng cộng sản."*

Quyền Vụ Trưởng Vũ Viết Dũng trao công hàm chính thức phản đối bài này. Bức công hàm được tòa đại sứ dịch ra tiếng Anh. Bản dịch ngược lại tiếng Việt như sau:

"Bộ Ngoại Giao nước Cộng Hòa Xã Hội Chủ Nghĩa Việt Nam có lời chào Tòa Đại Sứ Hoa Kỳ ở Hà Nội và lấy làm vinh dự để cập đến vấn đề sau.

"Gần đây, trang mạng của Đài Á Châu Tự Do có thực hiện trích đoạn tài liệu về hình ảnh của Hồ Chí Minh với tựa đề "Chuyện Đời Thật của ông Hồ," với ý đồ cổ xúy một cuốn sách với nội dung xuyên tạc và bôi nhọ hình ảnh Chủ Tịch Hồ Chí Minh.

"Hành động này của đài RFA không những làm hoen ố hình ảnh tôn kính của Chủ Tịch Hồ Chí Minh, mà còn làm tổn thương trầm trọng đến tình cảm của nhân dân Việt Nam, đồng thời gây phương hại đến mối quan hệ của Việt Nam với Hoa Kỳ."

Công điện:

- "GVN protests RFA posting on critical biography of Ho Chi Minh," 19/2/2009, từ Michael Michalak, Đại sứ Hoa Kỳ tại Hà Nội. Loại bảo mật: Không bảo mật. http://wikileaks.org/cable/2009/02/09HANOI139.html

Tranh giành quyền lực làm ASEAN suy yếu

Nam Phương

[**2010**] Bức công điện của đại diện thường trực của Hoa Kỳ, cấp đại sứ, tại tổ chức ASEAN gửi về Washington, DC, 18 Tháng Hai, 2010 báo cáo cho thấy Hiệp Hội Các Nước Đông Nam Á (ASEAN) tổ chức cồng kềnh, các cơ chế của tổ chức bất đồng ý kiến về vai trò của nhau, tranh giành ảnh hưởng, lại thiếu cả nhân sự có khả năng chuyên môn, dẫn đến kém hiệu năng cho tập thể.

Bức công điện không thấy để tên người gửi mà chỉ ghi chức vụ "đại diện thường trực" nên có thể hiểu, nhiều khả năng là ông Cameron Hume, Đại sứ Mỹ tại Jakarta gửi.

ASEAN được thành lập năm 1967, bao gồm 10 quốc gia thành viên là Brunei, Cambodia, Indonesia, Lào, Malaysia, Miến Điện, Philippines, Singapore, Thái Lan và Việt Nam.

Trong phần mở đầu, bản công điện cho hay một cơ chế mới được thiết lập là Ủy Ban Đại Diện Thường Trực (CPR) mà mỗi nước cử một đại diện để hoạt động ở trụ sở chính của ASEAN đặt tại Jakarta, thủ đô của Indonesia. Ủy ban này hoạt động để xác định chính sách và vai trò đã được sắp xếp để thỏa mãn ước muốn của các nước thành viên là giám sát Thư Ký Đoàn của tổ chức (ASEC) trong khi gia tăng tính hiệu quả của tổ chức bằng cách tập trung thẩm quyền ra quyết định ngay tại Jakarta.

Chủ đích lập ra cơ chế CPR là hợp lý hóa hoạt động của ASEC, như giải thích cho đại diện thường trực của Mỹ nghe, sẽ hết sức quan trọng để ASEC đương đầu với khối lượng công việc gia tăng và giải quyết tình trạng thường xuyên làm thiếu công suất.

Một số viên chức ASEC, trong khi đó, lại coi Ủy Ban Đại Diện Thường Trực (CPR) như là thêm một tầng nấc hành chính mà lại thiếu thẩm quyền và sẽ làm chậm thêm các quyết định của ASEAN.

Làm thế nào để cuộc tranh giành thẩm quyền quyết định giữa ba mặt là CPR, ASEC và các thành viên ASEAN giải quyết với nhau, sẽ tác động không những đến hiệu quả của sự giao tiếp giữa Mỹ với tổ chức ASEAN, mà đồng thời còn tác động đến mức độ mà ASEAN có thể thành công trong các mục tiêu để ra.

Từ trái, Tổng Thư Ký ASEAN Surin Pitsuwan, Ngoại Trưởng Indonesia Marty Natalegawa và Đại Diện Thường Trực Việt Nam Vũ Đăng Dũng thổi nến sinh nhật thứ 43 của ASEAN vào Tháng Chín, 2010, ở Jakarta, Indonesia. Ông Dũng cho rằng Hoa Kỳ là "đối tác quan trọng nhất của ASEAN." (Hình: Bay Ismoyo/AFP/Getty Images)

Cả CPR và ASEC đều hoan nghênh sự chú ý của Mỹ đến ASEAN và cả hai cơ chế đều muốn ảnh hưởng tới phái đoàn đại biểu Mỹ để tăng vị thế của họ trong vai trò ra quyết định.

Theo điều 12 của Hiến Chương ASEAN, có hiệu lực từ Tháng Mười Hai, 2008, mỗi nước sẽ cử một đại diện thường trực cấp đại sứ (Ambasador-level Permanent Representative) đặt tại cơ sở thường trực của tổ chức ở Jakarta.

Như được định nghĩa trong bản Hiến Chương, vai trò của đại diện thường trực bao gồm cả hậu thuẫn cho hoạt động của ASEC, phối hợp giữa ASEC với Ban Thư Ký đặt tại thủ đô mỗi nước, dàn xếp sự hợp tác giữa ASEAN với các đối tác đối thoại bên ngoài, chẳng hạn như với Hoa Kỳ.

Bốn nước (Philippines, Singapore, Thái Lan và Việt Nam) cử đại biểu và có nhóm nhân viên riêng với cơ sở văn phòng riêng. Ba nước nhỏ Miến Điện, Cambodia và Lào để đại sứ của họ ở Jakarta kiêm nhiệm.

Bất đồng ý kiến về vai trò

Những đại diện thường trực mà đại diện Mỹ tiếp xúc đều mau mắn nhấn mạnh bản chất ngày một tăng của các nỗ lực của họ là tập trung thẩm quyền ra quyết định của ASEAN tại Jakarta.

Nhưng đại diện thường trực của Singapore nói nhiệm vụ của đại diện thường trực không phải là đưa ra chính sách (quyết định) mà vẫn là được thúc đẩy từ các thủ đô, từ các viên chức cấp cao về chính trị (SOM) và kinh tế (SEOM). Đại diện của Thái Lan cũng nói khi hai cơ chế SOM và SEOM có từ trước, họ là cái tầng báo cáo có tính cách tối quan trọng giữa ASEAN và các cơ quan liên quan ở tại các thủ đô. Tuy nhiên, vị đại diện Thái Lan hy vọng tất cả các thông tin bắt đầu được chuyển qua đại diện thường trực, "nếu không thì cơ chế này sẽ không bao giờ có trọn quyền hành."

Đại diện Việt Nam, ông Vũ Đăng Dzũng tiên đoán CPR sẽ đóng vai trò quyết định trong các quyền quyết định trong tổ chức ASEAN. Dù sao, theo ông, phải đi từng bước một và nên theo gương Tổ Chức Liên Hiệp Châu Âu (EU).

Trong khi đó, ông Dhannan Sunoto, một viên chức kỳ cựu của ASEC đánh giá rằng CPR không nên học theo kiểu EU. Ông hoài nghi vai trò của đại diện trường trực là những đại sứ "đúng nghĩa," bởi vì vị trí thấp và có gốc hành chánh.

Nhưng theo sự nhận định của đại diện Mỹ, thật ra, những người được nước cử làm đại diện thường trực ở trụ sở trung ương ASEAN cũng đều là những người từng được cử làm đại sứ, chứ không phải cấp thấp như lời giềm pha của viên chức ASEC.

Tuy nhiên, cả CPR và ASEC đều đồng ý là cơ cấu ASEC hiện không được trang bị để đáp ứng các đòi hỏi mà họ phải thi hành. Hiện ASEC phải triệu tập 800 cuộc họp suốt năm ở các nước trong khu vực. Ông Vũ Đăng Dzũng nhận xét rằng có nhiều chương trình của ASEAN đã sắp đặt xong rồi nhưng lại không được thi hành.

Cơ chế ASEC tái tổ chức lại thành ba bộ phận hay ba "cộng đồng," gồm Cộng Đồng Kinh Tế ASEAN (AEC), Cộng Đồng Chính Trị và An Ninh (APSC), và Cộng Đồng Xã Hội Văn Hóa, rồi thêm một bộ phận thứ tư là Ban Giám Đốc phụ trách doanh nghiệp và cộng đồng.

Theo nhận xét trong công điện, tuyển chuyên viên cho các chức vụ trung cấp của cơ cấu mới gặp khó khăn nên có nhiều chức vụ chính yếu bị bỏ trống. Theo phó đại diện của Philippines, tổ chức có ngân sách để thuê người nhưng ASEC chỉ sử dụng hết có 70% và phần còn dư trả lại là những chức vụ đã bỏ trống. Lý do là không có người đủ điều kiện để thuê, nhưng nhiều chuyên viên của ASEC lại kêu rằng tiền lương trả thấp nên không hấp dẫn nổi người có khả năng.

Theo sự nhìn nhận của Winston Goh, đệ nhất bí thư của phái đoàn Singapore tại ASEAN, sự thành lập CPR là để đòi hỏi ASEC hoạt động nhiều hơn, nhưng ông cho hay các nước thành viên có bổn phận phải bảo đảm rằng tổ chức ASEAN và ASEC là các tổ chức hoạt động "dựa theo nguyên tắc luật." Theo ông nói, các nỗ lực giám sát của CPR là nhằm giúp hệ thống vào đúng vị trí để bảo đảm ASEC hoạt động hiệu quả và có trách nhiệm.

CPR biểu lộ ý muốn đảm nhận vai trò đại diện ASEAN đối thoại với các nhà tài trợ và các đối tác.

Phó đại diện thường trực của Philippines, Daza, người phối hợp với đối tác Mỹ của ASEAN năm nay, khẳng định rằng CPR có thể nhận vai trò cấp tổng giám đốc để phối hợp với các đối tác đối thoại của ASEAN, cũng như nói rằng các kế hoạch hành động của ASEAN là tất cả các đối tác đối thoại bây giờ cần sự chấp thuận của CPR.

Bức công điện bình luận là nếu cả ASEC và CPR không cần tham khảo với các thủ đô (tức các chính phủ) về chương trình làm việc với các đối tác đối thoại, điều này sẽ tập trung thành công một thành phần quan trọng của ASEAN ở Jakarta.

Trong khi đó, bức công điện nêu ý kiến của ông Michael Bliss, tham tán chính trị và kinh tế của tòa Đại Sứ Úc, và của bà Jennifer Hoverman, người cầm đầu bộ phận viện trợ của Úc (AusAID), bình luận với đại diện Mỹ rằng cả CPR cũng như ASEC đều đang cố xác định thẩm quyền của mình, và ASEC có cảm tưởng bị kềm chế khi có CPR.

Theo bà Hoverman, ASEC nhận được thông điệp không rõ ràng từ thủ đô các nước thành viên là vai trò của họ chỉ nên khai thông công việc, hoặc là tham gia đưa chính sách hay phân tích. Bà cho rằng CPR muốn chiếm cả công việc của ASEC, có thể làm sụp một tổ chức vốn đã suy nhược vì quá chú trọng vào thủ tục.

Thêm nữa, các nước thành viên cũng có mức độ ủng hộ ASEC nhiều ít khác nhau.

Theo bức công điện, cả CPR cũng như ASEC đều hoan nghênh ý định của Hoa Kỳ là thành lập một phái bộ thường trực cấp đại sứ tại ASEAN. Ông Dhannan của ASEC phát biểu là lợi ích của ASEAN, cũng như Hoa Kỳ, có đến 85% trùng hợp. Ngay cả Miến Điện cũng cảm thấy hài lòng khi thấy Hoa Kỳ có ý định có mặt tại ASEAN. Đại diện của Việt Nam gọi Hoa Kỳ là "đối tác quan trọng nhất của ASEAN."

"Recruiting staff at the middle levels has been difficult, with many key positions in the new structure left vacant..."

Cả CPR cũng như ASEC đều muốn dựa vào sự hiện diện của các đối tác đối thoại để đạt thế thượng phong trong cuộc tranh giành quyền hành. Đại diện Mỹ thấy rất ấn tượng về chủ đích nghiêm túc của CPR và đồng ý với nhận định căn bản của họ là ASEC sẽ được lợi nếu được định hướng nhiều hơn từ tổ chức. Sự tăng cường quyền quyết định của CPR sẽ ăn khớp với các nỗ lực của Mỹ là thúc đẩy những công tác rõ rệt của ASEAN ở khu vực.

Dựa vào các lời bình luận mà đại diện Mỹ nghe được từ nhân viên ASEC, tinh thần của họ sa sút vì công việc gia tăng, và CPR còn dồn thêm việc.

Câu hỏi là sự việc sẽ tới đâu nếu CPR theo đuổi vai trò giám sát mà không đưa ra một công thức cùng phát triển, kể cả việc thay đổi cơ cấu giải ngân chặt chẽ của ASEAN, thì có sự nghi ngờ là CPR được lập ra để gây khó cho ASEC, thay vì nuôi dưỡng nó.

Chúng tôi (Mỹ) cũng như các đối tác đối thoại khác cùng ý kiến, đều nghi ngờ rằng sự gia tăng canh chừng của CPR cũng có thể liên quan đến sự kềm chế sự lèo lái tổ chức ASEAN của tổng thư ký, Tiến Sĩ Surin Pitsuwan, một nhà vô địch năng nổ cổ võ cho cả tập trung ASEC và nhãn hiệu ASEAN.

Nếu chính sách của Mỹ là hậu thuẫn cho sự hợp nhất của tổ chức ASEAN và các nỗ lực xây dựng cộng đồng, các chính sách và chương trình về ASEAN của chúng ta (Mỹ) cần hậu thuẫn cho cả các nỗ lực của

Tiến Sĩ Surin và nâng thẩm quyền quyết định của CPR đối diện với các thủ đô thành viên ASEAN.

Sự đề cử và chuẩn y (của Quốc Hội) cho một đại diện thường trực của Hoa Kỳ tại ASEAN sẽ đóng góp cho điều vừa nêu. Ngay bây giờ, hãy cứ cho CPR sự hoài nghi và dùng họ như kênh đối thoại với ASEAN.

Công điện:

■ "CPR asserts its role in ASEAN," 18/2/2010, từ Cameron Hume, Đại sứ Hoa Kỳ tại Jakarta, Indonesia. Loại bảo mật: Confidential. http://wikileaks.org/cable/2010/02/10JAKARTA216.html

Dân biểu Cao Quang Ánh
tại Hà Nội: Đòi CPC

Vũ Quí Hạo Nhiên

[**2010**] Đầu năm 2010, Dân Biểu Joseph Cao Quang Ánh đi thăm chính thức Việt Nam. Ông đi mà không báo ai biết, phải tới khi ông xuất hiện tại Sài Gòn, báo chí trong nước đưa tin dồn dập, người ta mới biết vị dân biểu liên bang gốc Việt đầu tiên đã về nước.

Dân Biểu Cao Quang Ánh tại Louisiana năm 2010.
(Hình: Chris Graythen/Getty Images)

Một số dư luận bắt đầu chỉ trích chuyến đi vừa âm thầm vừa ồn ào này. Một tuần sau khi về lại Mỹ, Dân Biểu Cao Quang Ánh họp báo với truyền thông Việt ngữ hải ngoại. Buổi họp báo không làm dịu được dư luận. Nhiều người cho là ông Ánh đã làm lợi cho tuyên truyền cộng sản khi ông đến Việt Nam ngay lúc nhà cầm quyền đang đập phá Thánh giá ở Đồng Chiêm và đàn áp giáo dân tại đó, mà ông, một cựu chủng sinh Dòng Tên, lại không phản ứng gì.

Một công điện của Đại Sứ Michael Michalak gởi đi từ Hà Nội, đề ngày 2 tháng 2, 2010, tiết lộ thêm chi tiết về chuyến đi này. Một mặt công điện này xác nhận rằng ông Ánh chỉ đi thăm những địa điểm chính thức và không hề đi tới gần những chỗ nhạy cảm như Đồng Chiêm, Thái Hà.

Mặt khác, công điện này cho thấy ông Ánh không phải vì thế mà hoàn toàn tránh chuyện nhân quyền, tự do tôn giáo. Ông chỉ trích chính sách nhân quyền của Hà Nội và trực tiếp cho rằng Việt Nam phải bị đưa vào danh sách CPC - các nước cần quan tâm đặc biệt.

Ông Ánh đi Việt Nam trong một phái đoàn 3 dân biểu: Eni Faleomavaega, Michael Honda và Joseph Cao Quang Ánh. Phái đoàn lưỡng đảng này được cho là *"phái đoàn Mỹ gốc Á đầu tiên"* đến Việt Nam.

"Congressman Faleomavaega was prepared to cancel the visit if the GVN did not issue Congressman Cao a visa..."

Chuyến đi này đã xém bị hủy bỏ, vì chính quyền Việt Nam chần chừ không định cấp visa cho ông Ánh cho tới phút chót. Bản công điện cho biết, *"Dân Biểu Faleomavaega đã sẵn sàng hủy bỏ chuyến đi nếu chính phủ Việt Nam không cấp visa cho Dân Biểu Cao."*

Hai ông Honda và Cao tới Sài Gòn trước. Tòa Tổng Lãnh Sự đón và đưa họ tới họp với Sở Ngoại Vụ thành phố. Sau đó, hai dân biểu này đến thăm bệnh viện Từ Dũ. Rồi ông Cao Quang Ánh chạy về thăm sinh quán của ông, ở Trung Chánh.

Tới sáng ngày 4 tháng 1, DB Faleomavaega tới Sài Gòn, và cùng hai ông này họ bay ra Hà Nội, nơi Đại Sứ Michalak ra đón và đưa đi các nơi.

Tại Hà Nội, phái đoàn này ăn tối với ông Ngô Quang Xuân, phó chủ tịch Ủy Ban Đối Ngoại của Quốc Hội Việt Nam. Hai bên bàn thảo thoải mái về việc hợp tác giữa ngành lập pháp hai nước.

Trong bàn ăn, Dân Biểu Cao Quang Ánh chỉ trích tình trạng nhân quyền và tự do tôn giáo tại Việt Nam. Bản công điện miêu tả phát biểu của ông Ánh là *"đánh giá thẳng thắn và cá nhân của ông"* về nhân quyền và tôn giáo.

Ông Ánh cũng đề nghị là Việt Nam phải bị đưa lại vào danh sách CPC. *"Không lạ gì là phát biểu của ông dân biểu khiến ông Phó Chủ Tịch Xuân phản bác mạnh mẽ,"* công điện viết. *"Ông này bào chữa cho chủ trương của chính phủ Việt Nam về nhân quyền và tự do tôn giáo bằng những lập luận quen thuộc."*

Sáng hôm sau, phái đoàn đi gặp Chủ Tịch Ủy Ban Đối Ngoại Nguyễn Văn Son. Ông này chào mừng phái đoàn ngoại quốc đầu tiên của năm 2010, và nói muốn thấy thêm nhiều phái đoàn Quốc Hội Mỹ qua thăm Việt Nam. Dân Biểu Cao Quang Ánh nói bằng tiếng Việt với ông Son và trấn an ông này là ông Ánh không có mục đích lật đổ chính quyền Việt Nam, và khuyến khích hai bên *"tiếp tục nói về các quan điểm khác biệt."*

Dân Biểu Faleomavaega thì khuyến khích ông Son nên giữ liên lạc với Dân Biểu Cao, là *"người đại diện không chính thức"* của 2.2 triệu người Mỹ gốc Việt, ông nói.

Trong một cuộc họp sau đó, Thứ Trưởng Ngoại Giao Nguyễn Thanh Sơn, kiêm chủ nhiệm Ủy ban Nhà nước về Người Việt Nam ở Nước ngoài, nói với phái đoàn này là chính quyền Việt Nam *"muốn hợp tác với người Việt hải ngoại để phát triển Việt Nam."* Ông Sơn khen ngợi người Việt Nam ở ngoại quốc thành công trong nhiều lãnh vực và giúp đóng góp vào sự lớn mạnh của Mỹ.

"Hai Dân Biểu Faleomavaega và Cao," công điện viết, *"trả lời rằng sức mạnh của Mỹ đến từ sự đa dạng của nước này, và nói thêm rằng cộng đồng người Mỹ gốc Việt hoan nghênh cơ hội được giúp Việt Nam phát triển."*

Dân Biểu Cao cũng giải thích rằng nhiều người Việt Nam hải ngoại hay lên tiếng về những vấn đề ở Việt Nam là vì họ muốn nước này giàu mạnh.

Nghe vậy, Thứ Trưởng Sơn nói ông muốn làm việc với Dân Biểu Cao để được cộng đồng người Mỹ gốc Việt ủng hộ. Ông nói ông sắp sửa qua thăm Mỹ và muốn các dân biểu này giúp ông gặp người Việt bên đó.

Sau đó, phái đoàn này qua gặp ông Phạm Bình Minh, thứ trưởng thường trực Bộ Ngoại Giao. Ông này hiện là bộ trưởng Ngoại Giao và là con trai cựu Bộ Trưởng Ngoại Giao Nguyễn Cơ Thạch. Ông Cao Quang Ánh cám ơn Bộ Ngoại Giao đã cấp visa cho ông về thăm nơi ông sinh ra, và nói ông sẽ tiếp tục lên tiếng về các vấn đề Việt Nam, nhưng chỉ vì ông muốn nước này giàu mạnh hơn.

Phái đoàn sau đó đã rời Việt Nam đi các nước Châu Á khác.

Tới tháng 5 năm đó, Thứ Trưởng Sơn viết thư để nghị ông Ánh giúp gặp cộng đồng người Việt hải ngoại. Bức thư gởi *"Ngài Ánh 'Joseph' Cao, hạ nghị sĩ Hợp Chủng Quốc Hoa Kỳ*" có đoạn nhắc lại buổi gặp gỡ ở Việt Nam:

"*Trong cuộc tiếp xúc tại Hà Nội ngày 5 tháng 1, 2010, ngài đã bày tỏ tình cảm yêu mến quê hương Việt Nam, cội nguồn của ngài và mong muốn Việt Nam trở thành một quốc gia giàu mạnh. Cũng dịp này, ngài cũng cho rằng dù còn có những ý kiến khác nhau trên một số vấn đề nhưng chúng ta vẫn có thể đối thoại và tìm cách hợp tác vì sự phát triển của Việt Nam.*"

Ông Sơn nói ông muốn đi Mỹ và Canada để "*gặp gỡ và tiếp xúc với cộng đồng người Việt Nam, trong đó có cả những cá nhân, tổ chức còn thiếu thông tin đúng đắn về Việt Nam và vẫn còn mang tư tưởng hận thù cùng những lời nói, việc làm chống lại nhà nước Việt Nam.*"

Ông nhờ ông Ánh giúp gặp những tổ chức này. Khi đó, ông Ánh đã từ chối, và trả lời bằng một bức thư tiếng Anh. Ông bác bỏ điều ông Sơn cho rằng người Việt hải ngoại đã hiểu nhầm tình hình trong nước. Bức thư có đoạn viết, "*Những người Việt quyết định đánh đổi mạng sống để rời bỏ quê hương không hề hiểu lầm về chính phủ Việt Nam.*"

Công điện:

■ "Codel faleomavaega touts engagement during January 4-5 v   isit to Vietnam," 2/2/2010, từ Michael Michalak, Đại sứ Hoa Kỳ tại Hà Nội. Loại bảo mật: Không bảo mật. http://wikileaks.org/cable/2010/02/10HANOI124.html

Thất bại cải tổ Đại học

Cả giảng viên lẫn sinh viên đều kém tiếng Anh

Đỗ Dzũng

[**2010**] Mặc dù giáo dục đại học rất quan trọng đối với sự phát triển chính trị và kinh tế Việt Nam, kế hoạch cải tổ ngành này trong ba năm thực sự "cải tổ" được rất ít và gần như thất bại vì cơ cấu hành chánh và vì thời điểm thực hiện xảy ra gần đại hội đảng.

Đó là nhận xét của ông Michael Michalak, Đại Sứ Mỹ tại Hà Nội, qua bức công điện được thực hiện ngày 13 Tháng Giêng, 2010 và sau đó được gởi về Washington, DC.

❝One recent study found that 83 percent of students graduate lacking soft skills such as analytic and problem solving abilities...

Kế hoạch này do ông Nguyễn Thiện Nhân đưa ra, và lúc đó ông là phó thủ tướng kiêm bộ trưởng Bộ Giáo Dục và Đào Tạo, cơ quan chịu trách nhiệm thi hành công cuộc cải tổ.

Theo ông Michalak, hai yếu tố quan trọng trong cải cách giáo dục là: để các đại học tự chủ hơn và phải có một hệ thống độc lập đánh giá các trường đại học (có nghĩa là không bị Bộ Giáo Dục và Đào Tạo kiểm soát) để bảo đảm chất lượng dạy học.

Tuy nhiên, thực hiện hai điều này "cực kỳ khó vì môi trường chính trị bảo thủ trước Đại Hội Đảng năm 2011," theo bản công điện.

Kế hoạch

Theo bản công điện, trước đó hai năm, Bộ Giáo Dục và Đào Tạo thông báo một kế hoạch mà tới năm 2020 Việt Nam sẽ có một hệ thống giáo dục đa dạng, tiêu chuẩn hóa, hiện đại, ở mọi cấp để đào tạo những nhà quản lý trình độ cao và lực lượng lao động có tay nghề đáp ứng nhu cầu của nền kinh tế.

Sinh viên Đại Học Bách Khoa Hà Nội nghe tỉ phú Bill Gates nói chuyện qua màn ảnh truyền hình tại Hà Nội năm 2006. Một nghiên cứu cho thấy chỉ có 10% sinh viên Việt Nam đạt tiêu chuẩn ngoại ngữ để tốt nghiệp. (Hình: Hoàng Đình Nam/AFP/Getty Images)

Kế hoạch này bao gồm lập thêm trường học, đại học cộng đồng, đại học công và tư; cải tiến chương trình giảng dạy, sách giáo khoa, phương pháp giảng dạy; huấn luyện giáo viên, đơn giản hóa thủ tục hành chánh và khuyến khích mọi người học Anh ngữ.

Các mục tiêu khác là trao quyền tự chủ hơn cho đại học, lập ra một hệ thống đánh giá các đại học và đào tạo 20,000 tiến sĩ để dạy đại học.

Bộ Giáo Dục và Đào Tạo còn đưa ra một kế hoạch thành lập bốn đại học "đẳng cấp thế giới" với sự tài trợ của Ngân Hàng Thế Giới hoặc Ngân Hàng Phát Triển Châu Á và bốn quốc gia khác là Mỹ, Đức, Pháp và Nhật. Trên nguyên tắc, mỗi quốc gia này sẽ cung cấp nhân viên quản trị và giáo sư giảng dạy tại một đại học trong 10 năm.

Quá chậm

Dù kế hoạch cải tổ giáo dục đưa ra rất hấp dẫn, tiến trình thực hiện của Bộ Giáo Dục và Đào Tạo quá chậm ở mọi mức độ, theo nhiều nhà giáo dục Hoa Kỳ và Việt Nam, bản công điện của đại sứ Mỹ cho biết.

Phương pháp giảng dạy quá thụ động, sinh viên có rất ít cơ hội thảo luận hoặc đặt câu hỏi với giảng viên. Một nghiên cứu lúc đó cho thấy 83% sinh viên tốt nghiệp thiếu khả năng phân tích và giải quyết những vấn đề hóc búa, cũng như thiếu sự làm việc tập thể và khả năng quản trị. Một nghiên cứu khác cho thấy chỉ có 10% sinh viên đạt tiêu chuẩn ngoại ngữ để tốt nghiệp.

Tại một hội nghị giáo dục, người tham dự xác định giáo dục Việt Nam vẫn còn một số vấn đề như giáo viên dạy nghề có quá ít kinh nghiệm thực tập và giảng dạy, phòng học trang bị kém, nhà trường ít có quan hệ với công ty có khả năng mướn sinh viên qua công tác thực tập và hội chợ việc làm.

Ngoài ra, quyết định của Bộ Giáo Dục và Đào Tạo chuyển cách tính điểm sang hệ thống tín chỉ (credit), giống như hệ thống điểm của Mỹ, không triển khai được vì các đại học thiếu hiểu biết trong việc chuyển điểm cũng như không thể giải thích cho sinh viên hiểu.

Mô hình đại học cộng đồng được nhiều tỉnh hoan nghênh, vì hệ thống này cung cấp kỹ thuật cho lực lượng lao động trên nhiều lãnh vực. Tuy nhiên, tương lai của hệ thống này vẫn không sáng sủa vì Bộ Giáo Dục và Đào Tạo vẫn kiểm soát hệ thống này, thay vì chính quyền tỉnh. Hơn nữa, cơ quan giáo dục đầu não Việt Nam coi đại học cộng đồng là chương trình thí điểm và chưa công nhận quy chế vĩnh viễn cho loại trường này, bản công điện viết.

Khiếm khuyết

Cho dù có những vấn đề nêu trên, nhu cầu giáo dục đại học vẫn tăng cao đối với sinh viên, gia đình, nhà đầu tư và các công ty muốn mướn người tốt nghiệp đại học.

Kết quả là nhiều trường đại học được mở ra rầm rộ. Năm 1998, Việt Nam chỉ có 87 đại học (bao gồm 55 trường cao đẳng được nâng cấp lên đại học), nhưng đến năm 2010, quốc gia này có tới 149 trường.

Sự gia tăng này tất nhiên dẫn đến nhiều khiếm khuyết trong việc quản trị và giảng dạy đại học.

Theo bản công điện, một cuộc khảo sát 20 đại học, do tổ chức National Council for Education Quality Verification (NCEQV) có văn phòng ở Illinois thực hiện, cho thấy chỉ có ba trường đạt được trên 50% tiêu chuẩn yêu cầu.

Những khiếm khuyết phổ quát này bao gồm nhân viên và giảng

viên kém chất lượng, cơ sở học tập thiếu thiết bị, không có đủ phòng thí nghiệm và máy điện toán, thiếu giảng viên, chương trình học phát triển chậm, cả giảng viên lẫn sinh viên đều nói tiếng Anh kém và thiếu vắng hẳn sáng tạo trong giảng dạy và phương pháp học tập.

Tuy vậy, NCEQV vẫn chứng nhận 20 đại học này đạt tiêu chuẩn.

Trung ương tập quyền

Trở ngại lớn nhất làm cải tổ giáo dục Việt Nam không thành công là do sự kiểm soát quá nhiều của chính quyền trung ương, theo nhiều nguồn tin thân cận của tòa đại sứ và bản báo cáo Havard University Report đưa ra hồi Tháng Mười Một, 2009, bản công điện của Đại Sứ Michael Michalak viết.

Nhiều nhà giáo dục và giảng viên đại học Việt Nam đồng ý với nhận định trên và ngày càng chỉ trích chính sách trung ương tập quyền trong việc quản trị đại học như học phí, tuyển nhân viên và giảng viên, cung cấp bằng đại học và duyệt xét môn học, và kiểm soát số lượng sinh viên vào đại học.

Các nhà giáo dục bắt đầu lên tiếng muốn có quyền tự chủ hơn trong các lĩnh vực này, và cố gắng đưa ra phương pháp quản trị mới bằng cách hợp tác với đại học nước ngoài.

Tự chủ trong quản trị đại học cũng quan trọng đối với đối tác nước ngoài, nhất là các đại học của Mỹ, muốn thiết lập chương trình giảng dạy mới tại đại học có sẵn hoặc đại học mới thành lập. Giới chức giáo dục Mỹ cho rằng bắt buộc chương trình đại học phải có lớp dạy về Chủ Nghĩa Mác Lê Nin và Tư Tưởng Hồ Chí Minh là không thích hợp.

Trong khi thừa nhận yêu cầu cho đại học được tự chủ hơn, Bộ Giáo Dục và Đào Tạo nói họ chưa sẵn sàng cho tới khi có một hệ thống đánh giá độc lập để bảo đảm chất lượng các trường đại học toàn quốc.

Mặc dù yêu cầu các đại học nộp báo cáo chi tiết về chất lượng giáo dục, cơ sở, học phí và tài chánh niên khóa 2009-2010, Bộ Giáo Dục và Đào Tạo vẫn chưa thiết lập tiêu chuẩn hoặc chuẩn bị thành lập một hệ thống vĩnh viễn để đánh giá các đại học.

Nhiều giảng viên phàn nàn rằng Bộ Giáo Dục và Đào Tạo không hề hỏi ý kiến các giảng viên và giới nghiên cứu có uy tín tại các đại học hoặc viện nghiên cứu khi đưa ra quy định mới liên quan đến đào tạo, tuyển sinh và nghiên cứu khoa học.

Chuyên gia giáo dục cũng chỉ trích những hành động này, cho rằng không cần thiết, không thể thực hiện được và là một hành động kiểm soát chặt chẽ hơn, thay vì để đại học được tự chủ hơn.

Bản công điện của đại sứ Mỹ viết: *"Một nhà giáo dục người Mỹ từng làm việc trong hệ thống đại học Việt Nam nhiều năm thắc mắc với chúng tôi như thế này: 'Làm sao Việt Nam có thể thực hiện những chính sách giáo dục mà họ rất muốn thực hiện với bối cảnh chính trị và suy nghĩ như thế?'"*

Ông Michael Michalak cho biết thêm, vào Tháng Mười Một, 2009, một phái đoàn Đại Học Quốc Gia Việt Nam có sang thăm Hoa Kỳ hai tuần lễ để nghiên cứu hệ thống độc lập đánh giá các trường đại học của Mỹ, trong đó có một tuần huấn luyện tại Hội Đồng Đánh Giá Đại Học New England. Phái đoàn này cũng thăm hai trường đại học để học cách thức chuẩn bị đánh giá đại học. Tuy nhiên, chính phủ Việt Nam vẫn chưa cho phép các đại học bắt đầu thiết lập hệ thống này.

Nhân sự và chính trị

Theo đại sứ Mỹ, có nhiều yếu tố cản trở cải tổ giáo dục đại học tại Việt Nam, trong đó có vấn đề nhân sự.

Vào thời điểm thi hành chính sách này, vị trí thứ trưởng thường trực Bộ Giáo Dục và Đào Tạo rất quan trọng, bởi vì Bộ Trưởng Nguyễn Thiện Nhân, trên thực tế, kiêm luôn chức phó thủ tướng. Trong khi đó, chức thứ trưởng này bị bỏ trống từ Tháng Năm, 2009 cho đến Tháng Giêng, 2010, khi ông Phạm Vũ Luận được đôn lên.

"Một thứ trưởng thường trực mạnh mẽ là tối cần thiết để thi hành cải tổ giáo dục, nhất là khi có nhiều khuynh hướng khác nhau trong Bộ Giáo Dục và Đào Tạo, để biết mục tiêu nào là cần thiết khi thực hiện chính sách," bản công điện viết. *"Nhưng ông Luận lại không phải là người có ý tưởng cải tổ và táo bạo."*

"Thêm vào đó, Bộ Tài Chánh, Bộ Kế Hoạch và Đầu Tư, Bộ Công An, Văn Phòng Thủ Tướng và Quốc Hội lại chính là các cơ quan có quyết định ảnh hưởng đến giáo dục," theo Đại Sứ Michalak. *"Cuối cùng, nhiều nhà giáo dục nghĩ rằng Bộ Trưởng Nguyễn Thiện Nhân, đang lo vận động cho chức vụ cao hơn tại đại hội đảng tổ chức vào Tháng Giêng, 2011, chắc chắn không dám đưa ra cải tổ có thể làm ảnh hưởng mạnh nền giáo dục Việt Nam trong những năm tới."*

Thiếu cải tổ trong việc cho phép đại học được tự chủ hơn và không có một hệ thống đánh giá đại học độc lập làm chậm cố gắng của Bộ Giáo Dục và Đào Tạo thành lập một đại học kiểu Mỹ, bản công điện cho biết.

Sự kiểm soát chặt chẽ của cơ quan giáo dục này trong nhiều lãnh vực của đại học cũng cản trở cố gắng hợp tác giữa Việt Nam và Hoa Kỳ liên quan đến việc thành lập đại học có nhiều chi nhánh hoặc văn phòng hợp tác giáo dục.

Mặc dù vậy, Tòa Đại Sứ Mỹ vẫn tổ chức một hội nghị giáo dục tại Hà Nội nhằm bảo đảm là giới chức Bộ Giáo Dục và Đào Tạo tập trung giải quyết đúng vấn đề mà nhiều nhà giáo dục quan tâm nhất, và để Việt Nam có thể đáp ứng nhu cầu khi quan hệ song phương với Hoa Kỳ phát triển mạnh.

Tuy nhiên, *"với những vấn đề dai dẳng chưa giải quyết được, cùng với thời điểm chính trị và khó khăn làm cải tổ khó thực hiện, những chương trình mà chính phủ Mỹ giúp Việt Nam cải tổ giáo dục có lẽ sẽ không tạo ra kết quả nào lớn trong tương lai gần,"* bản công điện kết luận.

"Cải tổ hệ thống giáo dục sẽ là yếu tố duy nhất, lâu dài và quan trọng, trong sự thành công của cải tổ chính trị và phát triển kinh tế đang tiếp tục của Việt Nam."

Công điện:

- "Education reform in Vietnam: Everyone Being Left Behind," 13/1/2010, từ Michael Michalak, Đại Sứ Hoa Kỳ tại Hà Nội. Loại bảo mật: Không bảo mật. http://www.wikileaks.org/cable/2010/01/10HANOI32.html

Chuyện Việt – Nhật hợp tác hạt nhân

Hà Giang

[**2010**] Một công điện xếp hạng "mật" gửi từ Tòa Đại Sứ Hoa Kỳ tại Tokyo cho Bộ Ngoại Giao tại Washington ngày 22 Tháng Hai, 2011 cho thấy hai điều, thứ nhất là trong lãnh vực vũ khí hạt nhân có lẽ chẳng có gì thực sự là mật, và thứ hai, quan hệ rất chặt chẽ giữa Hoa Kỳ và Nhật Bản, ít nhất là trong phương diện vũ khí hạt nhân.

"...the GOJ has learned that the GVN has in fact decided to award the first two reactors to Russia..."

Công điện trên được viết trong bối cảnh Nhật Bản và Việt Nam ở trong giai đoạn chuẩn bị đàm phán về một thỏa thuận hợp tác hạt nhân dân sự giữa hai bên, đã tường trình những gì viên chức kinh tế ở Tòa Đại Sứ Hoa Kỳ tại Tokyo thu thập được trong buổi gặp gỡ với ông Takatoshi Mori, phó giám đốc chính (Principal) đặc trách khu vực Đông Nam của Bộ Ngoại Giao Nhật Bản.

Theo công điện, buổi gặp gỡ này do ông Mori tổ chức, đã xảy ra vào ngày 17 Tháng Hai, qua đó ông Mori đã hỏi han về "tiến trình của Hoa Kỳ trên cùng một đàm phán tương tự," đồng thời chia sẻ tin tức với Hoa Kỳ bằng cách "duyệt sơ qua những điều khoản liên quan đến thỏa thuận hợp tác hạt nhân giữa Nhật Bản với Việt Nam" cũng như và triển vọng tương lai theo nhận định của chính phủ Nhật Bản.

Một đoạn trong công điện đề cập đến một "Biên bản ghi nhớ" (Memorandum of Understanding) hết hạn vào Tháng Ba, mà Bộ Kinh Tế, Thương Mại và Công Nghiệp Nhật Bản đã gửi cho Việt Nam. Công điện cũng cho biết là biên bản ghi nhớ này được ông Mori mô tả là "một tài liệu dài ba trang, không có tính cách ràng buộc, liệt kê những khu vực tiềm năng cho hợp tác hạt nhân giữa hai quốc gia, và sẽ được gia hạn."

Trong buổi họp, theo công điện, "ông Mori đã đánh giá mối quan hệ giữa Việt Nam và Nhật Bản là một tương quan xây dựng tiềm năng," qua đó, "Nhật Bản sẽ cố gắng giúp đỡ Việt Nam phát triển nhân sự, khuôn khổ pháp lý, và những hỗ trợ khác cần thiết cho việc phát triển hạt nhân."

Qua Tòa Đại Sứ Hoa Kỳ tại Tokyo, đại diện của chính phủ Nhật Bản

đã cho chính phủ Mỹ biết rõ về tiến trình của hai bên.

Một đoạn của công điện viết: "Mori báo cáo rằng chính phủ Việt Nam đã yêu cầu Nhật Bản ký kết một thỏa thuận hợp tác hạt nhân dân sự, và chính phủ Nhật Bản dự định sẽ sớm bắt đầu tiến hành cuộc đàm phán. Hai bên cũng đã có một cuộc họp tiền đàm phán."

Không chỉ những gì liên hệ giữa Nhật Bản và Việt Nam được thông báo. Đoạn dưới đây của công điện cho thấy, cả những thỏa thuận giữa Việt Nam và một nước thứ ba là Nga cũng được chia sẻ:

"Mori cũng đề cập đến hiện trạng kế hoạch xây dựng bốn lò phản ứng thương mại của Việt Nam và cho biết báo chí Nhật Bản đã tường trình hồi đầu tuần rằng Nga sẽ được cấp hai lò phản ứng đầu tiên trong một hợp đồng thỏa thuận lớn rộng hơn, qua đó Việt Nam sẽ được viện trợ quân sự."

Mori cho viên chức kinh tế của Hoa Kỳ biết rằng theo một "nguồn tin bí mật," chính phủ Nhật Bản biết rằng thực sự chính phủ Việt Nam đã quyết định trao hai lò phản ứng đầu tiên sang Nga, và lưu ý rằng việc trao hai lò phản ứng đầu tiên cho Nga:

"Là dự định 'không công khai' của chính phủ Việt Nam, và nếu chính phủ Nhật Bản có hỏi về tình trạng của các lò phản ứng, thì chính phủ Việt Nam sẽ nói là họ chưa có quyết định gì."

Công điện nhấn mạnh tính chất nhạy cảm của tin này và "yêu cầu chính phủ Hoa Kỳ không công bố việc chính phủ Nhật Bản đã đưa tin này cho Hoa Kỳ."

Phần cuối của công điện cho biết: "Mori (chính phủ Nhật Bản) sẽ thường xuyên cập nhật tin tức cho viên chức kinh tế của Hoa Kỳ về tiến triển của cuộc đàm phán giữa Nhật Bản với Việt Nam liên quan đến vũ khí hạt nhân, và hoan nghênh trao đổi với chính phủ Hoa Kỳ về vấn đề này trong tương lai."

Công điện:

- "Japanese comments on nuclear energy engagement with Vietnam," 22/2/2010, từ John Roos, Đại Sứ Hoa Kỳ tại Tokyo. Loại bảo mật: Confidential. http://www.wikileaks. org/cable/2010/02/10TOKYO344.html

Cách tìm và đọc công điện trong Wikileaks

Công điện Wikileaks được đưa lên trang mạng *wikileaks.org/cablegate.html*. Để xem các công điện liên quan tới Việt Nam, có thể tìm trong các "tags" và bấm vào tag "VM." Khi viết công điện, người gởi viết thêm chữ tắt của đề tài. Một công điện liên quan tới mỏ dầu, chẳng hạn, sẽ có "tag" là "ENRG" tức "Energy" - năng lượng. Tag "VM" là "Việt Nam."

Trên trang Wikileaks, công điện được trình bày theo thứ tự như trong hình. Một số thông tin có thể đọc được trên phần đầu công điện:

Phần (A): Nơi gửi và nơi nhận.

Các chữ tắt bắt đầu bằng RU (như RUEHC, RUEHCHI, RUC-NASE v.v.) là tên tắt của địa chỉ chuyển giao, tương tự như địa chỉ Telex thời xưa. RUEHC là địa chỉ dành cho Relay Facility ở Beltsville, Maryland, là trạm chuyển công điện cho Bộ Ngoại Giao Mỹ.

Một vài địa chỉ quen thuộc trong phần này: AMCONSUL = "American Consultate" là tòa lãnh sự Mỹ; AMEMBASSY = "American Embassy" là tòa đại sứ Mỹ; SECSTATE = "Secretary of State" là Ngoại trưởng; NSC = "National Security Council" là Hội đồng An ninh Quốc gia.

Phần (B): Mức độ bảo mật.

Mức độ bảo mật có thể từ không bảo mật (UNCLAS) lên tới bí mật (SECRET) hoặc tuyệt mật (TOP SECRET).

Phần (C): Mạng phân phối.

Tất cả công điện Wikileaks lấy được đều lấy từ mạng SIPRNet. Do đó, tất cả các công điện này đều có ghi chú là SIPDIS tức "phân phối trên mạng SIPRNet."

Phần (D): Chủ đề công điện.

Nếu công điện có bảo mật, ở đây sẽ có hàng chữ E.O. 12958 tức là "Executive Order 12958" là lệnh số 12958 của tổng thống, trong đó quy định những tài liệu như thế nào thì được bảo mật tới mức nào. Thời gian bảo mật thường là 10 năm, sau đó xét lại để, nếu thích hợp, bạch hóa cho công chúng. Vì vậy, theo sau hàng chữ E.O. 12958 sẽ có ngày "DECL" là ngày xét bạch hóa ("declassify").

"Tags," như đã giải thích ở trên, là một thứ tóm tắt công điện này liên quan đến những đề tài gì. Ít ra, nước nào có liên quan trong công điện, sẽ được ghi tên tắt vào đây. Tên tắt cho Việt Nam là "VM."

Phần (E): REF là "Reference"

Là các công điện khác có nhắc tới trong công điện này - tương tự như phần "tài liệu tham khảo" trong một cuốn sách.

Phần (F): Người quyết định bảo mật.

Nếu công điện có bảo mật, sẽ có hàng chữ "Classified by" để cho biết ai là người chịu trách nhiệm đã xếp hạng bảo mật cho công điện này. Theo sau đó là "Reasons" và những con số. Đó là điều khoản trong E.O. 12958 (xem Phần D ở trên) mà người này dựa vào để bảo mật công điện.

Một vài chữ tắt thường thấy
trong các công điện

-att = Các chữ tận cùng bằng *"att"* có nghĩa *"attaché,"* như *Defatt* là *"Defense attaché"* (tùy viên quân sự) hay Legatt là *"Legal attaché"* (tùy viên tư pháp).

CCBV = *Conference of Catholic Bishops of Vietnam*: Hội đồng Giám mục Việt Nam.

CG = *Consul general, consulate general*: Tổng lãnh sự, tổng lãnh sự quán.

Charge = *Chargé d'affaires*: Xử lý thường vụ tòa đại sứ, thường là Phó đại sứ.

Codel = *Congressional delegation*: Phái đoàn quốc hội, thường theo sau là tên người dẫn đầu phái đoàn. Thí dụ "Codel Hoyer" là phái đoàn quốc hội do Dân biểu Steny Hoyer dẫn đầu.

Congen = *Consul general, consulate general*: Tổng lãnh sự, tổng lãnh sự quán.

CPV = *Communist Party of Vietnam*: Đảng Cộng Sản Việt Nam.

DAS = *Deputy Assistant Secretary*: Phụ tá thứ trưởng.

DCM = *Deputy Chief of Mission*: Phó đại sứ.

DG = *Director General*: Vụ trưởng (Việt Nam). Một nhân vật xuất hiện thường xuyên là *"MFA DG for the Americas"*: Vụ trưởng Vụ Châu Mỹ của Bộ Ngoại Giao Việt Nam. Một nhân vật khác là "MFA DG for IO Affairs": Vụ trưởng Vụ Các Tổ chức Quốc tế.

DPM = *Deputy Prime Minister*: Phó Thủ tướng.

Econoff = *Economics officer, economics office*: Tham tán kinh tế, văn phòng tham tán kinh tế.

GVN = *Government of Vietnam*: Chính phủ Việt Nam, chính quyền Việt Nam.

HCMC = *Ho Chi Minh City*: Thành phố Hồ Chí Minh

IO = *International Organizations*: Các tổ chức quốc tế. Dùng trong chức của Vụ trưởng Vụ Các Tổ chức Quốc tế của Bộ Ngoại Giao Việt Nam.

MFA = *Ministry of Foreign Affairs*: Bộ Ngoại Giao (Việt Nam).

MOD = *Ministry of Defense*: Bộ Quốc Phòng (Việt Nam).

MPS = *Ministry of Public Security*: Bộ Công An (Việt Nam).

NA = *National Assembly*: Quốc Hội (Việt Nam).

-off = Các chữ tận cùng bằng *"off"* có nghĩa *"officer"* (tham tán hay viên chức), như *"Poloff"* là political officer, tham tán chính trị, *"Congenoff"* là *"Consulate general's officer"* hay *"viên chức tòa tổng lãnh sự."*

PM = *Prime Minister*: Thủ tướng.

Poloff = *Political officer, political office*: Tham tán chính trị, văn phòng tham tán chính trị.

POTUS = *President of the United States*: Tổng thống Hoa Kỳ.

PRC = *People's Republic of China*: Cộng hòa Nhân dân Trung Hoa, Trung Quốc.

Sec = *Secretary*: Bí thư, Thư ký, Bộ trưởng.

SecGen = *Secretary General*: Tổng bí thư, Tổng thư ký.

SecState = *Secretary of State*: Ngoại trưởng (Hoa Kỳ).

SRV, SRVN = *Socialist Republic of Vietnam*: Cộng hòa Xã hội Chủ nghĩa Việt Nam.

UBCV = *Unified Buddhist Church of Vietnam*: Giáo hội Phật giáo Việt Nam Thống nhất.

VBS = *Vietnam Buddhist Sangha*: Giáo hội Phật giáo Việt Nam.

VM = *Vice Minister*: Thứ trưởng (Việt Nam).

Bảng tra chữ

Tên người trong bảng này được xếp theo nguyên tắc sau đây:

- Tên hiệu, bút danh, bút hiệu, pháp danh được xếp theo chữ đầu tiên, thí dụ, "Điếu Cày."
- Tên tiếng Việt được xếp theo tên gọi (chữ sau cùng trong tên), thí dụ "Thủy, Trần Khải Thanh," trừ trường hợp tên người đó đã thành một nhóm chữ quen thuộc.
- Tên tiếng ngoại quốc, kể cả tiếng Hoa và kể cả của người Việt Nam, được xếp theo họ, thí dụ, "Bush, George W." hay "Ôn, Gia Bảo" hay "Trần, Tammy."